प्रस्तावना

सावित्रीबाई फुले पुणे विद्यापीठाच्या एम.कॉम. या शैक्षणिक वर्षासाठीच्या अभ्यासक्रमात या वर्षापासून सुधारणा करण्यात आली आहे. व्यवसाय प्रशासन (व्यावसायिक नीतिमूल्ये आणि व्यावहारिक मूल्ये) या पेपरच्या अभ्यासक्रमात करण्यात आलेल्या सुधारणांची जून २०२३ पासून अंमलबजावणी होत आहे. या सुधारित अभ्यासक्रमासाठी उपयुक्त असलेले पुस्तक आपल्या हाती देताना विशेष आनंद होत आहे. व्यावसायिक नीतिमूल्ये आणि व्यावहारिक मूल्ये याबाबत अनेक संदर्भ ग्रंथ प्रकाशित झालेले आहेत. मात्र, हे पुस्तक व्यावसायिक नीतिमूल्ये आणि व्यावहारिक मूल्ये यावर प्रकाश टाकणारे उपयुक्त पुस्तक आहे.

पुस्तकाच्या सुरूवातीलाच व्यावसायिक नीतिमूल्ये आणि व्यावहारिक मूल्ये संकल्पना जाणून घेण्यात आल्या असून मानवी मूल्ये, नीतिमूल्याधारित निर्णय प्रक्रिया, अनैतिक वर्तन आणि कॉर्पोरेट नीतिमूल्ये याबाबत स्पष्टीकरण देण्यात आले आहे. पुस्तकाच्या दुसऱ्या प्रकरणात जागतिक व्यवसाय जाळे, परकीय व्यापारातील विपणन नीतिमूल्ये, सुसंस्कृत समाजाच्या विकासात व्यावसायिक नीतिमूल्ये आणि व्यावहारिक मूल्यांची भूमिका, कॉर्पोरेट गव्हर्नन्स, व्हिसल ब्लोईंग, मूल्याधारित व्यवस्थापन तसेच वैदिक व्यवस्थापन याबाबत विवेचन करण्यात आले आहे. तिसऱ्या प्रकरणात वित्तपुरवठा, विपणन, माहिती तंत्रज्ञान, मानव संसाधन व्यवस्थापन आणि कामाच्या ठिकाणी भारतीय नैतिक कार्यपद्धती जाणून घेण्यात आल्या आहे. पुस्तकाच्या चौथ्या प्रकरणात पर्यावरणीय नीतिमूल्ये, पर्यावरणीय संकट, पर्यावरण आणि नैसर्गिक संसाधनांचा ऱ्हास, प्रदूषण आणि शाश्वत विकास याबाबत माहिती जाणून घेण्यात आली आहे. त्याबरोबर व्यावसायिक नीतिमूल्ये आणि व्यावहारिक मूल्यांमधील सद्यकालीन प्रवाह याबाबत स्पष्टीकरण देण्यात आले आहे. एकूणच व्यावसायिक नीतिमूल्ये आणि व्यावहारिक मूल्ये याबबत सविस्तर माहिती पुरविणारे हे एक उपयुक्त पुस्तक आहे.

पुस्तक लेखनासाठी अनेक संदर्भ ग्रंथांची मदत झाली. पुस्तक लेखनाच्या बाबतीत महाविद्यालयाचे प्राचार्य, व्यवस्थापन सदस्य, सहकारी प्राध्यापक व प्राध्यापकेतर कर्मचारी, अभ्यासमंडळ सदस्य, विविध ग्रंथालयाचे ग्रंथपाल, विविध महाविद्यालयातील प्राध्यापक मित्र यांचे सहकार्य व प्रोत्साहन मिळाले. संदर्भ ग्रंथांच्या लेखकांसहीत इतर सर्वांविषयी आम्ही कृतज्ञता व्यक्त करतो. तसेच पुस्तकाचे प्रकाशक डॉ. राजेश पाटणे व सौ. विद्या पाटणे आणि सक्सेस पब्लिकेशन मधील कर्मचारी वर्ग यांच्याविषयी देखील आम्ही कृतज्ञता व्यक्त करतो.

With best wishes.

By Author

Syllabus

M.Com. - I (Sem. - II) (Business Administration)
Business Ethics & Professional Values (Course Code : BV568MJ)

Unit	Topic	Lecture
1	**Business Ethics and Professional Values**	15
	1.1 Introduction, Meaning, Scope, Principles and importance of Business Ethics.	
	1.2 Code of Ethics and Theories.	
	1.3 Professional Values-Meaning, Significance , Scope and Human Values	
	1.4 Ethical Decision Making–Meaning, determinants, process of ethical decision making	
	1.5 Types of Ethics, Factors influencing business ethics., Causes of Unethical behavior	
	1.6 Corporate Ethics - ethical behavior & audit of ethical behavior	
2	**Business Ethics in Global Economy and Corporate Governance**	15
	2.1 Global Business Network-Concept, Meaning, Developing Business ethics in Global Economy.	
	2.2 Marketing ethics in foreign trade	
	2.3 Role of Business Ethics and Professional values in a developing civilized society.	
	2.4 Corporate Governance–concept, objectives, features, advantages, code whistle blowing, types arguments & justification	
	2.5 Value Based Management–meaning, benefits and methods, Vedic Management for business ethics	
3	**Indian Ethical Practices**	15
	3.1 Indian Ethical Practices Finance	
	3.2 Indian Ethical Practices Marketing	
	3.3 Indian Ethical Practices Information Technology	
	3.4 Ethics at work place	
	3.5 Indian Ethical Practices HRM	
4	**Emerging issues in Business Ethics and Environmental issues**	15
	4.1 Ethics in Environment - environmental crisis, issues relating to environmental degradation	
	4.2 Natural resources depletion and pollution	
	4.3 Sustainable Development - Meaning, Principles. Goals of Sustainable Development	
	4.4 Strategy to achieve Sustainable Development	
	4.5 Recent trends in Business Ethics and Professional values	

सावित्रीबाई फुले पुणे विद्यापीठाच्या जून २०२३ पासून सुरू झालेल्या एम. कॉम च्या व्यवसाय प्रशासन (व्यावसायिक नीतिमूल्ये आणि व्यावहारिक मूल्ये) या विषयाच्या अभ्यासक्रमासाठी व इतर विद्यापीठांच्या संबंधित अभ्यासक्रमासाठी उपयुक्त पुस्तक

व्यवसाय प्रशासन

(व्यावसायिक नीतिमूल्ये आणि व्यावहारिक मूल्ये)

[Course Code : BV568MJ]

M.Com. - I (Sem. - II)

As per New Education Policy (2020)

Dr. Shivaji D. Takalkar
(M.Com., B.Ed., G.D.C. & A., Ph. D.)
Gramonnati Mandal's Arts, Commerce& Science College, Narayangaon, Pune.

Prin. Dr. Nitin L. Ghorpade
(M.Com., B.Ed., SET, M.Phil.,Ph.D.)
Waghire college of Arts Commerce and Science, College,Saswad, Pune.

Prin. Dr. Sadashiv L. Shirgave
(M.Com., M.A., M.Phil, D.H.E., LL.B., Ph.D.)
Modern College of Commerce and Computer Studies, Nigdi, Pune.

Dr. Satish Bhosale
(M.Com., M.Phil., Ph.D.)
Alias Appasaheb Jedhe Arts, Commerce and Science College, Pune.

२०२४

SUCCESS PUBLICATIONS

प्रकाशक :
डॉ. राजेश पाटणे
सक्सेस पब्लिकेशन्स
राधाकृष्ण अपार्टमेंट, ५३५ शनिवार पेठ,
आप्पा बळवंत चौक, प्रभात टॉकिज समोर, पुणे ४११ ०३०
फोन नं : ०२०-२४४३४६६२
मोबा. - ९३२५३१५४६४

आवृत्ती
२०२४

संपादक
श्री. वाल्मिक गायकवाड

अक्षरजुळणी :
कु. वर्षा लोखंडे

मुखपृष्ठ :
कु. वर्षा लोखंडे

***ISBN NO.* - 978-81-19939-48-0**

❖ अनुक्रमणिका ❖

क्र.	प्रकरण	पान नं
१.	व्यावसायिक नीतिमूल्ये आणि व्यावहारिक मूल्ये	१.१ ते १.३६
	▶ १.१ नीतिमूल्ये ▶ १.२ व्यावसायिक नीतिमूल्ये ▶ १.३ नीतिमूल्यांची आचारसंहिता आणि सिद्धांत ▶ १.४ व्यावहारिक मूल्ये ▶ १.५ मानवी मूल्ये ▶ १.६ नीतिमूल्याधारित निर्णय प्रक्रिया ▶ १.७ अनैतिक वर्तन ▶ १.८ कॉर्पोरेट नीतिमूल्ये	
२.	जागतिक अर्थव्यवस्था आणि कॉर्पोरेट गव्हर्नन्समधील व्यावसायिक नीतिमूल्ये	२.१ ते २.३२
	▶ २.१ जागतिक व्यवसाय जाळे ▶ २.२ परकीय व्यापारातील विपणन नीतिमूल्ये ▶ २.३ सुसंस्कृत समाजाच्या विकासात व्यावसायिक नीतिमूल्ये आणि व्यावहारिक मूल्यांची भूमिका ▶ २.४ कॉर्पोरेट गव्हर्नन्स ▶ २.५ व्हिसल ब्लोईंग ▶ २.६ मूल्याधारित व्यवस्थापन ▶ २.७ वैदिक व्यवस्थापन	
३.	भारतीय नैतिक कार्यपद्धती	३.१ ते ३.२८
	▶ ३.१ वित्तपुरवठ्यातील भारतीय नैतिक कार्यपद्धती ▶ ३.२ विपणनातील भारतीय नैतिक कार्यपद्धती ▶ ३.३ माहिती तंत्रज्ञानातील भारतीय नैतिक कार्यपद्धती ▶ ३.४ कामाच्या ठिकाणी नैतिकता ▶ ३.५ मानव संसाधन व्यवस्थापनातील भारतीय नैतिक कार्यपद्धती	
४.	व्यावसायिक नीतिमूल्यांतील उद्योन्मुख समस्या आणि पर्यावरणीय समस्या	४.१ ते ४.४१
	▶ ४.१ पर्यावरणातील नीतिमूल्ये ▶ ४.२ पर्यावरणीय संकट ▶ ४.३ पर्यावरणाचा ऱ्हास ▶ ४.४ नैसर्गिक संसाधनांचा ऱ्हास ▶ ४.५ प्रदूषण ▶ ४.६ शाश्वत विकास ▶ ४.७ व्यावसायिक नीतिमूल्ये आणि व्यावहारिक मूल्यांमधील सद्यकालीन प्रवाह	

प्रकरण 1

व्यावसायिक नीतिमूल्ये आणि व्यावहारिक मूल्ये

- १.१ नीतिमूल्ये
- १.२ व्यावसायिक नीतिमूल्ये
- १.३ नीतिमूल्यांची आचारसंहिता आणि सिद्धांत
- १.४ व्यावहारिक मूल्ये
- १.५ मानवी मूल्ये
- १.६ नीतिमूल्याधारित निर्णय प्रक्रिया
- १.७ अनैतिक वर्तन
- १.८ कॉर्पोरेट नीतिमूल्ये

प्रस्तावना :

आधुनिक काळात उद्योजकता किंवा व्यावसायिकता यांचा विकास घडून येत असतानाच व्यावसायिक नीतिमूल्ये ही संकल्पना महत्त्व प्राप्त करत आहे. कारण उद्योजक व व्यावसायिक आपल्या उद्योग व्यवसायाचा विकास घडवून आणताना नीतिमूल्यांचा विचार करताना दिसतात. आपल्या व्यवसायास नैतिक अधिष्ठान प्राप्त करून देण्याचा प्रयत्न ते करत असतात. पारदर्शकता, योग्य स्पर्धा, सामाजिक जबाबदारी, पर्यावरणीय जागरूकता, ग्राहकांचे समाधान ही काही महत्त्वाची व्यावसायिक नीतिमूल्ये मानली जातात. या नीतिमूल्यांना अनुसरून व्यवसाय कार्यरत ठेवला तर व्यवसायाच्या प्रतिष्ठेत वाढ घडून येते. अर्थात व्यवसायांनी कोणती नीतिमूल्ये पाळावीत, याबाबत एखादी नैतिक मूल्यांची सूची तयार केलेली नाही. तसेच व्यावसायिक नीतिमूल्यांचे पालन करणे देखील व्यावसायिकांवर बंधनकारक नाही. मात्र, आपला व्यवसाय हा सभोवतालच्या पर्यावरणाशी समायोजन साधणारा असावा, यासाठी व्यावसायिक या नीतिमूल्यांचे पालन करतात. म्हणजेच त्यांच्यावर कायदेशीर बंधन नसले, तरी एक प्रकारचे नैतिक बंधन असते. आधुनिक काळात व्यावसायिक नीतिमूल्यांना व्यावसायिक जगात मान्यता प्राप्त होत असल्याने त्यांचे महत्त्व वाढत आहे. आर्थिक हिशोब, उत्पादन प्रक्रिया, बौद्धिक संपदा, कौशल्य व ज्ञान या क्षेत्रात व्यवसाय नीतिमूल्यांचे पालन करताना दिसतात. त्यामुळे व्यावसायिक नीतिमूल्यांची ओळख करून घेणे योग्य ठरेल.

१.१ नीतिमूल्ये :

नीतिमूल्ये ही आधुनिक संकल्पना नसून मानवी सभ्यतेच्या विकास प्रक्रियेत नैतिक आचार संहिता तयार झाली आहे. पूर्वीच्या काळात लोक योग्य आणि अयोग्य यांचा संबंध नैतिक व अनैतिकतेशी लावत असत. एखादी कृती योग्य

आहे का? हेतपासून बघण्यासाठी नैतिक मूल्ये तयार करण्यात आली. या नीतिमूल्यांच्या आधारावर कुठलीही गोष्ट चांगली-वाईट ठरविली जात. त्यामुळे लोक नीतिमूल्यांना अनुसरून वर्तन करू लागले. समानता, न्याय आणि योग्य वर्तन ही मानवी सभ्यतेतील पुरातन व महत्त्वपूर्ण मूल्ये होत. थोडक्यात मानवी वर्तनास दिशा देण्यासाठी नीतिमूल्यांचा उदय घडून आला.

१.१.१ अर्थ :

'नीतिमूल्ये' यास इंग्रजीत 'इथिक्स' म्हटले जाते. इथिक्स हा शब्द 'एथॉस' या ग्रीस शब्दावरून तयार झाला. 'इथॉस' या शब्दाचा अर्थ जगण्याचा मार्ग असा होतो. म्हणून नीतिमूल्ये ही तत्त्वज्ञानाची शाखा असून तिचा मानवी आचरणाशी संबंध आहे. मानवाने समाजात जगताना आचरणात आणावयाचा नियमांचा समावेश नीतिमूल्ये या संकल्पनेत होतो. नीतिमूल्ये आपल्या नैतिक निवाड्यांना बौद्धिक समर्थन पुरविते. नैतिकदृष्ट्या योग्य आणि अयोग्य, न्याय आणि अन्याय काय? याचा अभ्यास नीतिमूल्यांत होतो. व्यक्तीनी परस्परांशी आंतरक्रिया कशा साधाव्यात? याचे स्पष्टीकरण नीतिमूल्ये देतात. तत्त्वज्ञानानुसार नीतिमूल्ये म्हणजे व्यक्ती आणि समाजासाठी योग्य असणाऱ्या व आचरणात आणल्या जाणाऱ्या मान्यता होत. व्यक्तीस चांगले बनविणे, समाजास चांगले बनविणे व त्याद्वारे संपूर्ण मानवजातीस चांगले बनविणे हा नीतिमूल्यांचा उद्देश असतो. मानवी आचरणास मार्गदर्शन करण्याचा तसेच नैतिक तत्त्वांद्वारे मानवास चांगल्या जीवनाकडे घेवून जाण्याचा प्रयत्न म्हणजे नीतिमूल्ये होत. थोडक्यात, चांगले काय आणि वाईट काय? हे ठरविण्यासाठीची आदर्श मानके म्हणजे नीतिमूल्ये होत.

१.१.२ व्याख्या :

नीतिमूल्ये या शब्दाची व्याख्या खालीलप्रमाणे आहे :

१) फिलिप व्हील राइट :

''नीतिमूल्ये ही तत्त्वज्ञानाची शाखा आहे जी विशिष्ट निवडीचा, योग्य आणि चुकीच्या मानकांचा पद्धतशीर अभ्यास आहे आणि ज्याद्वारे ते शेवटी निर्देशित केले जाऊ शकते.''

२) स्वामी विवेकानंद :

''सर्वोच्च एकत्व हे सर्व नैतिकता आणि नैतिकतेचे तर्क आहे. नैतिकता ही केवळ कोणत्याही व्यक्तीला मंजूरी देऊन प्राप्त होऊ शकत नाही. सत्याच्या काही शाश्वत तत्त्वांना नैतिकतेची मान्यता असते. तुमच्यात आणि आमच्यात आणि सर्वांमध्ये, आत्म्यात अस्तित्त्वात असलेल्या अनंत वास्तवाशिवाय शाश्वत मान्यता कोठे आहे?''

३) मॅकेन्झी :

''मानवी आचरणात काय योग्य किंवा चांगले आहे याचा अभ्यास किंवा मानवी जीवनात अंतर्भूत असलेल्या आदर्शाचे विज्ञान म्हणजे नीतिमूल्ये होय.''

१.१.३ नीतिमूल्यांचे प्रकार :

विविध प्रकारच्या नीतिमूल्यांमध्ये नैतिक प्रश्न समजून घेण्यासाठी आणि समायोजित करण्यासाठी विविध दृष्टीकोनांचा समावेश होतो, विविध संदर्भ आणि विषयांमध्ये नैतिक प्रवचनाची जटिलता आणि समृद्धतेमध्ये योगदान देते.

१) सामान्य नीतिमूल्ये :

सामान्य नीतिमूल्ये नैतिक वर्तनाचे मार्गदर्शन करणारे नैतिक नियम किंवा तत्त्वे स्थापित करण्याभोवती फिरतात. कृती योग्य किंवा अयोग्य मानल्या जाणाऱ्या मानकांचे निर्धारण करणे हे त्याचे उद्दिष्ट आहे. ही शाखा प्रत्यक्षात काय करते यापेक्षा काय करावे या प्रश्नावर लक्ष केंद्रित करते. सामान्य नीतिमूल्यांमध्ये परिणामवाद, कर्तव्याभ्यास

आणि सद्गुण नैतिकता यासारखे विविध सिद्धांत नैतिक निर्णय घेण्याच्या वेगवेगळ्या पद्धती देतात. परिणामवाद एखाद्या कृतीच्या नैतिकतेचे त्याच्या परिणामांवर आधारित मूल्यमापन करतो, मोठ्या संख्येसाठी सर्वात मोठ्या चांगल्यासाठी प्रयत्न करतो. कर्तव्याभ्यास हे नियम किंवा कर्तव्यांचे पालन करून, त्यांच्या परिणामांपासून स्वतंत्र असलेल्या क्रियांच्या आंतरिक नैतिक मूल्यावर जोर देते. सद्गुण नैतिकता नैतिक चारित्र्य वैशिष्ट्ये जोपासण्यावर लक्ष केंद्रित करते ज्यामुळे नैतिक वर्तन होते. हे मानक सिद्धांत वेगवेगळ्या परिस्थितींमध्ये निर्णय घेण्याकरिता चौकट प्रदान करतात, नैतिकदृष्ट्या योग्य कृती कशासाठी आहेत याबाबत वेगळे दृष्टीकोन देतात.

२) अधिनीतिशास्त्र :

अधिनीतिशास्त्र नैतिक तत्त्वांचे स्वरूप तपासते, नैतिक विधाने आणि संकल्पनांचा अर्थ आणि औचित्य शोधते. हे नैतिक मूल्यांच्या मूलभूत पायांबद्दल माहिती देते आणि नैतिक भाषेचे स्वरूप समजून घेण्याचा प्रयत्न करते. अधिनीतिशास्त्र नैतिकतेच्या अमूर्त आणि संकल्पनात्मक पैलूंशी संबंधित आहे, यात 'चांगले' किंवा 'योग्य' याचा अर्थ काय आहे? असे प्रश्न विचारले जातात. सामान्य नीतिमूल्ये विशिष्ट नैतिक प्रश्नांना संबोधित करतात याउलट, अधिनीतिशास्त्र नैतिक मूल्यांच्या उत्पत्तीचे परीक्षण करते-मग ते वस्तुनिष्ठ किंवा व्यक्तिनिष्ठ असोत, कारण किंवा भावनांवर आधारित असोत. भाषा आपल्या नैतिक आकलनाला कशी आकार देते याचा शोध घेते. नैतिक वास्तववाद असा दावा करतो की नैतिक तथ्ये मानवी विश्वासांपासून स्वतंत्रपणे अस्तित्वात आहेत, तर नैतिक सापेक्षतावाद असा तर्क करतो की नैतिक तत्त्वे सांस्कृतिक, सामाजिक किंवा वैयक्तिक दृष्टीकोनांवर संदर्भितपणे अवलंबून असतात.

३) उपयोजित नीतिमूल्ये :

उपयोजित नीतिमूल्यांमध्ये विशिष्ट वास्तविक-जगातील समस्या किंवा विचारक्षेत्रावर नैतिक तत्त्वे लागू करणे समाविष्ट असते. हे औषध, तंत्रज्ञान, पर्यावरण, व्यवसाय आणि राजकारण यासारख्या विविध क्षेत्रातील नैतिक दुविधा आणि प्रश्नांना संबोधित करते. ही शाखा कृती आणि धोरणांचे नैतिक परिणाम लक्षात घेऊन विशिष्ट संदर्भांमध्ये उद्भवणाऱ्या नैतिक समस्यांचे विश्लेषण आणि निराकरण करण्यावर लक्ष केंद्रित करते. व्यावहारिक परिस्थितींमध्ये निर्णय घेण्यास मार्गदर्शन करण्यासाठी उपयोजित नीतिमूल्ये मानक नीतिमूल्यांमध्ये स्थापित केलेल्या तत्त्वांवर अवलंबून असतात. बायोएथिक्स हे आरोग्य सेवा आणि वैद्यकीय संशोधनातील नैतिक समस्यांशी संबंधित आहे, पर्यावरणीय नीतिमूल्ये पर्यावरणाशी संबंधित नैतिक विचारांशी संबंधित आहे आणि व्यवसाय नीतिमूल्ये कॉर्पोरेट क्षेत्रातील नैतिक आव्हानांचे परीक्षण करते. इतर उदाहरणांमध्ये राजकीय नीतिमूल्ये आणि संगणकीय नीतिमूल्ये यांचा समावेश आहे, प्रत्येक आपापल्या क्षेत्रामधील नैतिक आव्हानांना संबोधित करते.

४) वर्णनात्मक नीतिमूल्ये :

वर्णनात्मक नीतिमूल्यांचा उद्देश व्यक्तींनी कसे वागावे हे आवश्यकपणे निर्धारित न करता, समाजातील विद्यमान नैतिक विश्वास, प्रथा आणि वर्तन यांचे वर्णन आणि त्यांचे विश्लेषण करणे हा आहे. यात नैतिकतेचा प्रायोगिक अभ्यास, विविध संस्कृती, समुदाय आणि ऐतिहासिक कालखंडातील नैतिक नियम आणि पद्धतींचे परीक्षण करणे समाविष्ट आहे. या पद्धती नैतिकदृष्ट्या योग्य किंवा चुकीच्या आहेत की नाही याचे मूल्यांकन करण्याऐवजी, वर्णनात्मक नैतिकता समाजातील नैतिक मूल्ये आणि वर्तनांची विविधता समजून घेण्याचा आणि दस्तऐवजीकरण करण्याचा प्रयत्न करते. ही शाखा नैतिक मानकांमधील फरक, नैतिक विकास आणि नैतिक निर्णय घेण्यावर परिणाम करणारे घटक समजून घेण्यास मदत करते, नैतिक प्रवचनासाठी मौल्यवान माहिती प्रदान करते आणि आदर्श व उपयोजित नैतिकतेमध्ये निर्णय घेण्यास मदत करते.

५) परिणामवाद :

परिणामवाद हा एक आदर्श नैतिक सिद्धांत आहे जो एखाद्या कृतीच्या नैतिकतेचा त्याच्या परिणामांवर आधारित न्याय करतो. हे असे मानते की एखाद्या कृतीची योग्यता किंवा अयोग्यता त्याच्या परिणामांचा चांगुलपणा किंवा वाईटपणा यावर निर्धारित केली जाते. उपयुक्ततावाद हा परिणामवादाचा एक प्रमुख प्रकार असून सूचित करतो की मोठ्या संख्येने लोकांसाठी सर्वात मोठा आनंद किंवा आनंद निर्माण करण्यासाठी कृती केल्या पाहिजेत. समीक्षकांचा असा युक्तिवाद आहे की हा दृष्टिकोन वैयक्तिक अधिकारांकडे दुर्लक्ष करू शकतो किंवा ते साध्य करण्यासाठी वापरल्या जाणाऱ्या साधनांचा विचार न करता केवळ परिणामांवर लक्ष केंद्रित केल्यास नैतिकदृष्ट्या शंकास्पद निर्णय होऊ शकतात.

६) कर्तव्याभ्यास :

कर्तव्याभ्यास हा आणखी एक मानक नैतिक सिद्धांत असून तो कृतींच्या परिणामांची पर्वा न करता स्वतःच्या आंतरिक नैतिक मूल्यावर जोर देतो. हे सूचित करते की काही कृती त्यांच्या परिणामांची पर्वा न करता मूळतः योग्य किंवा चुकीच्या असतात. इमॅन्युएल कांटची स्पष्ट अत्यावश्यकता ही एक प्रमुख कर्तव्याभ्यास चौकट आहे जी तर्कसंगतता आणि कर्तव्यावर आधारित सार्वभौमिक नैतिक कायदे प्रस्तावित करते. समीक्षकांचा असा युक्तिवाद आहे की कर्तव्याभ्यासामुळे नैतिक कठोरता किंवा संघर्ष निर्माण होऊ शकतो. जेव्हा नैतिक कर्तव्ये संघर्ष करतात, स्पर्धात्मक नैतिक तत्त्वांमध्ये प्राधान्य आवश्यक असते.

७) सद्गुण नीतिमूल्ये :

सद्गुण नीतिमूल्ये नैतिक स्वभावाची वैशिष्ट्ये विकसित करण्यावर लक्ष केंद्रित करते ज्यामुळे नैतिक वर्तन होते. हा दृष्टिकोन प्रामाणिकपणा, धैर्य, करुणा आणि शहाणपण यासारख्या सद्गुणांच्या लागवडीवर भर देतो. विशिष्ट कृती किंवा नियमांवर लक्ष केंद्रित करण्याऐवजी, सद्गुण नीतिमूल्ये हे व्यक्तींचे चारित्र्य आणि नैतिक गुण त्यांच्या वर्तनाचे मार्गदर्शन करते. रिस्टॉटलचे नैतिक तत्त्वज्ञान बहुतेक वेळा सद्गुण नीतिमूल्यांशी निगडीत असलेले जाणवते, जे मानवी कल्याण किंवा मानवी उत्कर्ष साधण्यासाठी सद्गुण सवयी जोपासण्याच्या महत्त्वावर जोर देते. समीक्षकांचा असा युक्तिवाद आहे की सद्गुण नीतिमूल्यांमध्ये जटिल नैतिक दुविधांमध्ये कृती करण्यासाठी विशिष्ट मार्गदर्शक तत्त्वांची कमतरता असते.

८) धार्मिक नीतिमूल्ये :

धार्मिक नीतिमूल्ये म्हणजे नैतिक तत्त्वे आणि धार्मिक श्रद्धा व शिकवणींमधून मिळालेली मूल्ये होय. ख्रिस्ती, इस्लाम, यहुदी, हिंदू, बौद्ध आणि इतर विविध धर्मांमध्ये त्यांच्या धार्मिक ग्रंथ, परंपरा आणि शिकवणींवर आधारित विशिष्ट नैतिक चौकट आहेत. या नैतिक प्रणाली अनेकदा नैतिक मार्गदर्शक तत्त्वे, सद्गुण आणि तत्त्वे विश्वास ठेवणाऱ्यांनी त्यांच्या दैनंदिन जीवनात पाळावीत असे सुचवितात. धार्मिक नीतिमूल्ये वैयक्तिक आणि सामाजिक नैतिक वर्तन, मार्गदर्शक कृती आणि नैतिक समुदायांना आकार देण्यावर लक्षणीय प्रभाव टाकतात. समीक्षकांचा असा युक्तिवाद आहे की धार्मिक नीतिमूल्ये विशिष्ट विश्वासाच्या अनुयायांसाठीच असू शकतात आणि बहुलवादी समाजातील धर्मनिरपेक्ष नैतिक तत्त्वांशी संघर्ष करतात.

▶ १.२ व्यावसायिक नीतिमूल्ये :

सर्वसामान्य नैतिक कल्पनांचे व्यावसायिक वर्तनात उपयोजन म्हणजे व्यावसायिक नीतिमूल्ये होय. नैतिक व्यावसायिक वर्तणुकीमुळे समाजास फायदा होतो. व्यवसायांच्या नफ्यात वृद्धी होते. व्यवसायाचे संबंध वृद्धिंगत होतात आणि

व्यवसायातील कामगारांची उत्पादकता वाढते. व्यवहार करताना व्यवसायांनी आचारणात आणावयाची मूल्ये, याद्वारे अधोरेखित होतात. त्यामुळे व्यावसायिक नीतिमूल्यांची संकल्पना जाणून घेणे आवश्यक आहे.

१.२.१ व्यावसायिक नीतिमूल्यांची संकल्पना :

व्यावसायिक नीतिमूल्यांचा अर्थ वेगवेगळे लोक, वेगवेगळ्या प्रकारे लावतात. सर्वसाधारणपणे व्यावसायिक नीतिमूल्ये ही संकल्पना उत्पादन प्रक्रियेसंदर्भात आणि भागधारकांशी व्यवहार करण्यासंदर्भात व्यवसायाने आचारणात आणावयाच्या वर्तनाशी संबंधित आहे. व्यवसाय करताना व्यावसायिकाचे वर्तन कसे असावे, याच्याशी ही संकल्पना निगडित आहे. अनैतिक व्यवहार हे व्यावसायिक व त्याचा व्यवसाय यांच्या समोर समस्या निर्माण करणारे ठरतात. त्यामुळे व्यवसायाचे जीवनमान आणि वृद्धी ही व्यावसायिकाच्या नैतिक आचरणावर अवलंबून असते.

१) प्रामाणिकपणाचे मूल्य :

अनेक मूलभूत व्यावसायिक मूल्ये संकल्पना या प्रामाणिकपणा, एकात्मता व रास्तपणा या मूल्यांशी संबंधित आहेत. उत्पादनाच्या नैतिक स्वरूपात जाहिराती करणे आणि किफायतशीर दरात गुणवत्तापूर्ण वस्तू व सेवा पुरविणे म्हणजे प्रामाणिकपणाचे मूल्य होय. एकात्मता हे मूल्य व्यवसायाच्या सामाजिक व पर्यावरणीय जबाबदारीशी संबंधित आहे. व्यापारी देवाणघेवाण करताना सर्वांना समान स्वरूपाची वागणूक देणे हे रास्तपणाचे मूल्य आहे. प्रामाणिकपणा, एकात्मता व रास्तपणा या व्यावसायिक नीतिमूल्यांतील महत्त्वाच्या संकल्पना आहेत.

२) कॅव्हेट एम्प्टर (Caveat Emptor) :

खरेदीदारापासून सावध राहाणे, हे तत्त्व प्राचीन लॅटीन काळात देखील प्रचलित होते. म्हणजेच प्राचीन काळापासून व्यावसायिक नीतिमूल्यांना सामाजिक संदर्भ आहे. नीतिमूल्ये हे शास्त्र नसल्यामुळे लोक त्याचा स्थल, काल, संस्कृतीपरत्वे वेगवेगळा अर्थ लावतात. व्यावसायिक नीतिमूल्याच्या बाबत मात्र, खरेदीदार किंवा क्रेधा यांच्यापासून सावध राहाणे, हे मूल्ये महत्त्वाचे मानले जाते. त्यामुळे सामाजिक मूल्यांना देखील व्यावसायिक नीतिमूल्ये संकल्पनेत महत्त्व दिले जाते.

३) कला स्वरूपात :

व्यावसायिक नीतिमूल्ये कला स्वरूपात असून नैतिक तत्त्वे आणि व्यावसायिक पर्यावरणातून निर्माण होणाऱ्या नैतिक समस्या यांचे परीक्षण करण्यासाठी त्याचे उपयोजन केले जाते. २१ व्या शतकातील बाजार स्थितीचा विचार केला असता, नैतिक व्यावसायिक क्रिया-प्रक्रियांची मागणी होताना दिसते. त्यामुळे नवीन सार्वजनिक उपाययोजना व कायदे याद्वारे व्यावसायिक नीतिमूल्यात सुधारणा घडवून आणण्याचा दबाव उद्योग-व्यवसायावर निर्माण झाला आहे. व्यापारी व्यवहार करताना व्यवसायांनी करावयाच्या आचरणाशी व्यावसायिक नीतिमूल्यांचा संबंध आहे. त्यामुळे व्यावसायिक नीतिमूल्ये कला स्वरूपात नैतिक समस्या आणि नैतिक तत्त्वे यांचे परिक्षण व अवलोकन करत असतात.

१.२.२ अर्थ :

व्यावसायिक नीतिमूल्ये म्हणजे अशी तत्त्वे, पद्धती आणि तत्त्वज्ञान की जे, व्यावसायिक लोकांना दैनंदिन व्यवहारात व्यावसायिक निर्णय घेताना मार्गदर्शन करतात. व्यावसायिक नीतिमूल्ये ही व्यावसायिकाच्या व्यावसायिक परिस्थितीतील वर्तणुकीशी संबंधित आहेत. व्यावसायिक नीतिमूल्यांचा संबंध अशा मुद्यांशी असतो, की जे कायद्यात समाविष्ट नसतात. एखादी व्यावसायिक कृती योग्य की अयोग्य याबाबत जेव्हा कायदा स्पष्टीकरण देत नाही, तेव्हा व्यावसायिक नीतिमूल्यांचा आधार घ्यावा लागतो व त्याद्वारे कृतींबाबतचा निर्णय दिला जातो. थोडक्यात, व्यवसायात नीतिमत्तेचे किंवा नैतिक मूल्यांचे होणारे आचरण म्हणजे व्यावसायिक नीतिमूल्ये होय.

१.२.३ व्याख्या :

व्यावसायिक नीतिमूल्यांच्या व्याख्या पुढीलप्रमाणे सांगता येतील :

१) ऑक्सफर्ड शब्दकोश :

''व्यावसायिक नैतिकता म्हणजे नैतिक तत्त्वांचे, आचारसंहितेचे शास्त्र. यात नीतिमान वर्तणुकीतील सर्व गोष्टींचा समावेश होतो.''

२) डॉ. सी. बी. मेमोरिया :

''व्यवसायांच्या सर्व क्षेत्रात त्याचप्रमाणे इतर व्यवसायांच्या व समाजाच्या संदर्भात व्यावसायिकाच्या वर्तणुकीमधील प्रामाणिकता म्हणजे व्यावसायिक नैतिकता.''

३) पीटर ड्रूकर :

''व्यावसायिक नैतिकता म्हणजे दैनंदिन व्यवहारातील सरळ, साधी सचोटी.''

१.२.४ व्यावसायिक नीतिमूल्यांची व्याप्ती :

व्यावसायिक नीतिमूल्ये मुख्यत्वे व्यवसायाच्या कार्यात्मक अस्तित्वाशी संबंधित आहेत आणि संस्था व समाजासाठी फायदे आणण्यासाठी आहे. नीतिमूल्ये संस्थेच्या अंतर्गत आणि बाह्य संबंधांवर परिणाम करतात. व्यावसायिक नीतिमूल्यांची व्याप्ती खालील वेगवेगळ्या स्तरांवर सांगितली जाऊ शकते :

१) वर्धित प्रतिष्ठा आणि विश्वासार्हता :

व्यावसायिक नीतिमूल्ये सकारात्मक प्रतिष्ठेची स्थापना आणि देखभाल करण्यासाठी योगदान देतात. जेव्हा एखादी कंपनी नैतिक पद्धतींसाठी ओळखली जाते, तेव्हा ती ग्राहक, कर्मचारी आणि इतर भागधारकांचा विश्वास मिळवते. हा विश्वास दीर्घकालीन नातेसंबंध आणि शाश्वत व्यावसायिक यशाचा पाया तयार करतो.

२) कायदेशीर अनुपालन आणि जोखीम कमी करणे :

नैतिक मानकांचे पालन केल्याने कायदे आणि नियमांचे पालन सुनिश्चित होते. हे कायदेशीर जोखीम आणि संभाव्य दायित्वे कमी करण्यास मदत करते. कायद्याच्या मर्यादेत काम करणाऱ्या कंपन्या कायदेशीर त्रास, दंड आणि त्यांच्या ब्रँड प्रतिमेचे नुकसान टाळण्यासाठी चांगल्या स्थितीत असतात.

३) कर्मचाऱ्यांचे मनोबल आणि उत्पादकता :

नैतिक व्यवसाय पद्धती सकारात्मक कामाच्या पर्यावरणास प्रोत्साहन देतात, कर्मचाऱ्यांचे मनोबल आणि प्रेरणा वाढवतात. जेव्हा कर्मचाऱ्यांना वाटते की कंपनी नैतिक वर्तनाला महत्त्व देते, तेव्हा ते व्यस्त आणि उत्पादक असण्याची अधिक शक्यता असते. ही सकारात्मक कार्यस्थळ संस्कृती शीर्ष प्रतिभा आकर्षित करण्यास आणि टिकवून ठेवण्यास देखील मदत करते.

४) ग्राहक निष्ठा आणि समाधान :

नैतिकतेला प्राधान्य देणारे व्यवसाय अनेकदा ग्राहक मूल्यांशी जुळणारी उत्पादने आणि सेवा तयार करतात. यामुळे ग्राहकांची निष्ठा आणि समाधान वाढते. नैतिक पद्धती, जसे की वाजवी किंमत आणि पारदर्शक संवाद हे सकारात्मक ग्राहक अनुभवासाठी योगदान देतात.

५) दीर्घकालीन शाश्वतता :

नैतिक निर्णय घेणे हे शाश्वततेशी जवळून जोडलेले आहे. ज्या कंपन्या त्यांच्या कृतींच्या पर्यावरणीय आणि सामाजिक परिणामाचा विचार करतात त्या दीर्घकालीन यशासाठी चांगल्या स्थितीत असतात. शाश्वततेमुळे केवळ पृथ्वीलाच फायदा होत नाही तर ग्राहकांच्या विकसनशील प्राधान्यांशी देखील संरेखित होता येते.

६) गुंतवणूकदारांचा आत्मविश्वास आणि भागधारकांचे मूल्य :

नैतिक वर्तन गुंतवणूकदारांचा आत्मविश्वास वाढवते, ज्यामुळे भागधारकांचे मूल्य वाढते. गुंतवणूकदार मजबूत नैतिक कामगिरी असलेल्या कंपन्यांना समर्थन देण्याची अधिक शक्यता असते, कारण नैतिक पद्धती बहुधा जबाबदार व्यवस्थापन आणि दीर्घकालीन वित्तीय स्थिरतेचे सूचक असतात.

७) जागतिक बाजारपेठेतील प्रवेश आणि विस्तार :

परस्परांशी जोडलेल्या जगात, जागतिक बाजारपेठा नैतिक मानकांचे पालन करण्याची मागणी करतात. व्यावसायिक नीतिमत्तेशी बांधिलकी असलेल्या कंपन्यांना आंतरराष्ट्रीय बाजारपेठांमध्ये प्रवेश मिळण्याची आणि जागतिक विस्तार आणि बाजारातील स्पर्धात्मकता वाढवून विविध सांस्कृतिक भूदृश्यांमध्ये समायोजन करण्याची अधिक शक्यता असते.

८) नावीन्य आणि अनुकूलता :

नैतिक व्यवसाय हे सहसा अधिक नाविन्यपूर्ण आणि जुळवून घेण्यासारखे असतात. नैतिक निर्णयक्षमता सर्जनशीलता आणि शाश्वत पद्धतींचा शोध घेण्यास प्रोत्साहन देते, ज्यामुळे बाजारातील विकसित होणाऱ्या प्रवाशांशी जुळणारी नाविन्यपूर्ण उत्पादने आणि सेवांचा विकास होतो.

९) सामुदायिक प्रतिबद्धता आणि सामाजिक जबाबदारी :

व्यवसाय ते ज्या समुदायांमध्ये कार्य करतात त्यामध्ये महत्त्वपूर्ण भूमिका बजावतात. नैतिक व्यवसाय पद्धतींमध्ये सामाजिक जबाबदारीचा समावेश असतो. परोपकार, शिक्षण आणि पर्यावरण संवर्धन यासारख्या उपक्रमांद्वारे समुदायाच्या विकासात योगदान दिले जाते. या प्रतिबद्धतेमुळे स्थानिक समुदायांशी सकारात्मक संबंध निर्माण होतात.

१०) संकट व्यवस्थापनातील लवचिकता :

नैतिक कंपन्या संकटांना प्रभावीपणे हाताळण्यासाठी अधिक सुसज्ज असतात. जेव्हा एखाद्या व्यवसायाचा नैतिक पाया मजबूत असतो, तेव्हा तो आव्हानात्मक काळात पारदर्शकपणे आणि जबाबदारीने प्रतिसाद देण्याची, प्रतिष्ठेची हानी कमी करून आणि अडथळ्यांमधून अधिक वेगाने पुनर्प्राप्त होण्याची अधिक शक्यता असते.

१.२.५ व्यावसायिक नीतिमूल्यांची तत्त्वे :

व्यावसायिक नीतिमूल्यांच्या संदर्भात प्रचलित असणारी काही महत्त्वपूर्ण तत्त्वे पुढील मुद्यांच्या आधारे स्पष्ट करता येईल :

१) साध्य आणि साधनांबाबतचे पावित्र्य :

व्यवसायांद्वारे वापरली जाणारी साधने व त्यांचे साध्य हे नेहमी पवित्र आणि शुद्ध असले पाहिजे, म्हणजेच अयोग्य साधनांच्या आधारे योग्य साध्य प्राप्त करू नये. अयोग्य साधनांचा वापर समाजासाठी फायदेशीर असला, तरी त्यांचा वापर व्यावसायिकांनी करू नये.

२) दुष्ट मार्गांचा वापर करू नये :

व्यवसायांनी दुष्ट मार्गांचा अवलंब करणे हे अनैतिक असते. त्यामुळे साध्य आणि ते प्राप्त करण्याचे मार्ग याबाबत व्यावसायिकांनी कुठलाही दुष्टपणा करू नये.

३) प्रमाणबद्धतेचे तत्त्व :

प्रमाणबद्धतेचे तत्त्व असे सूचित करते की, व्यवसायांनी कोणती कृती अशा प्रकारे निर्धारित करावी की ज्यातून कोणालाही तोटा होणार नाही किंवा हानी पोहोचणार नाही. म्हणजेच प्रत्येक कृती प्रमाणबद्ध स्वरूपाची असावी.

४) वाईट गोष्टींशी असहकार्य :

वाईट गोष्टी किंवा कृती करणाऱ्यांसोबत व्यवसायांनी सहकार्य करू नये. तर त्यांच्याशी असहकार्याची भावना ठेवावी.

५) इतरांशी सहकार्य :

या तत्त्वानुसार जेव्हा इतर सहकार्य करण्यासाठी पात्र असतात, तेव्हा त्यांच्याशी व्यवसायाने निश्चित सहकार्य करावे.

६) प्रसिद्धी :

वुड्रो विल्सन यांच्या मतानुसार, आपण जे काही करणार आहोत किंवा करत आहोत त्याचे सर्वांना ज्ञान असले पाहिजे. यातून अनैतिक कृती न करण्याची इतरांना संधी प्राप्त होत असते.

७) किफायतशीर किंमत :

उद्योग-व्यवसायांनी वस्तूंच्या किंमती अशा प्रकारे निर्धारित कराव्यात, की जेणेकरून ग्राहकांना पैशाच्या बदल्यात समाधान प्राप्त होईल.

८) वैश्विक मूल्य :

या तत्त्वानुसार व्यवसायांचे आचरण हे वैश्विक मूल्यांवर आधारित असावे. संकुचित स्वरूपाचे मूल्य त्यांनी स्वीकारू नये.

९) मानवी प्रतिष्ठा :

या तत्त्वानुसार माणूस हा उत्पादनाचा घटक आहे, या स्वरूपात त्याच्याशी वागणूक करू नये. तर मानवी प्रतिष्ठेची जोपासना करावी.

१०) अहिंसा :

व्यवसाय जर समाजाचे हितसंबंध आणि हक्क यांना बाधा पोहोचवित असतील तसेच स्वतःच्या हितसंबंधासाठी ग्राहकांची पिळवणूक करत असतील तर अशी कृती हिंसात्मक आणि अनैतिक ठरेल.

१.२.६ व्यावसायिक नीतिमूल्यांचे महत्त्व :

गेल्या काही वर्षात व्यावसायिक नीतिमूल्यांना आत्यंतिक महत्त्वाचे स्थान प्राप्त झालेले आहे. परिणामी, विविध व्यावसायिक निर्णय घेत असताना तसेच व्यवसायिक निर्णयांचे परिशीलन करत असताना चांगल्या व्यावसायिक कृतींसाठी आणि चांगल्या निर्णयांचे अवलोकन करण्यासाठी व्यावसायिक नीतिमूल्ये ही महत्त्वाची ठरतात. व्यावसायिक नीतिमूल्यांचे महत्त्व पुढील मुद्यांच्या आधारे स्पष्ट करता येईल :

१) समाजाचे आकलन होण्यास मदत :

कोणत्याही समाजाचा व्यवसायावरती आणि व्यवसायाचा समाजावरती सातत्याने प्रभाव पडतो. समाजात घडणाऱ्या ज्या विविध गोष्टी आहेत त्या गोष्टींचा व्यवसायावरती कसा परिणाम होतो? हे समजण्यासाठी व्यावसायिक मूल्ये ही महत्त्वाची ठरतात. एखाद्या विशिष्ट परिस्थितीत व्यवसायाचे आणि व्यावसायिकाचे वर्तन कशा प्रकारचे असावे? याचे मार्गदर्शन या व्यावसायिक नीतिमूल्यांच्या मार्फत केले जाते.

२) कंपनीच्या प्रतिष्ठेत वृद्धी :

समाजाच्या उन्नतीमध्ये विविध उद्योग आणि व्यवसाय हे महत्त्वपूर्ण योगदान देतात, व्यवसायाद्वारे किंवा उद्योगाद्वारे निर्माण केल्या जाणाऱ्या ज्या वस्तू आणि सेवा आहेत त्याद्वारे समाजातील लोकांच्या गरजांची पूर्तता होते. तसेच उद्योग-व्यवसाय संस्था या लोकांना रोजगार उपलब्ध करून देतात. उद्योग व्यवसायाद्वारे जो

कर भरला जातो त्यामुळे अर्थव्यवस्थेला मोठ्या प्रमाणात गतिमानता प्राप्त होते. परिणामी, उद्योग व्यवसाय हे आर्थिक विकासाला हातभार लावतात. त्यामुळे व्यावसायिक नीतिमूल्यांच्या आधारे व्यवसायाने केलेले वर्तन हे व्यवसायाची समाजातील प्रतिष्ठा वाढीस लावते.

३) परस्पर विश्वासार्हतेची निर्मिती आणि संबंधांमधील विश्वसनीयता :

व्यवसायामध्ये असणाऱ्या ज्या विविध चुकीच्या गोष्टी आहेत त्यामुळे व्यक्तीचे व्यक्तिगत नुकसान तर होतेच पण त्याचवेळेस समाजाचे, समुदायाचे आणि पर्यावरणाचे देखील मोठ्या प्रमाणावरती नुकसान होते. व्यावसायिक नीतिमूल्ये ही व्यक्तीला व्यवसायातील चुकीच्या गोष्टी आणि त्यांचे होणारे परिणाम ओळखण्यास मदत करतात. त्याचप्रमाणे व्यावसायिक नीतिमूल्ये ही परस्परांमधील विश्वासार्हता वाढवण्यास मदत करतात आणि तसेच परस्पर संबंधांमधील विश्वास देखील वाढीस लावतात.

४) आव्हानांचे आकलन करण्यास मदत :

व्यवसाय आणि उद्योगांच्या मार्फत समाजाच्या विविध गरजांची पूर्तता केली जाते. परिणामी, या गरजांची पूर्तता करत असताना व्यवसायाचे स्वरूप हे आत्यंतिक गुंतागुंतीचे आणि अधिकाधिक आव्हानात्मक होत जाते. व्यावसायिक नीतिमूल्ये ही व्यवसायासाठी असणारी आव्हाने अधिक स्पष्टपणे ओळखण्यास आणि तसेच त्यांचा योग्य अन्वयार्थ लावण्यास मदत करतात. ज्यामुळे या आव्हानांवर उद्योग व्यवसाय संस्था या सहजपणे मात करून लोकांच्या ज्या अपेक्षा आहेत त्यांची पूर्तता अधिक यशस्वीपणे करतात.

५) नीतिच्या आधारित निर्णय प्रक्रियेचा विकास :

व्यावसायिक मूल्ये ही व्यवसायातील नीती आधारित निर्णय प्रक्रिया सुधारण्यास मदत करतात. नीतिमूल्यांच्या आधारे व्यवसायाचे जे व्यवस्थापक आहेत त्यांच्या निर्णयाला योग्य ठरणारे ज्ञान, तंत्रे यांचे अचूक ज्ञान हे या निर्णय प्रक्रियेद्वारे पुरवले जाते. कोणत्याही समस्येसंदर्भात निर्णय घेत असताना, त्या समस्येचा अचूक परिचय करून घेत असताना, समस्येचे निदान करत असताना, विश्लेषण करत असताना आणि त्यावरती योग्य उपाययोजना करत असताना व्यावसायिक नीतिमूल्ये ही व्यवस्थापकांना महत्त्वपूर्ण मार्गदर्शन करतात. परिणामी व्यवसायासमोर असणारा जो पेचप्रसंग आहे तो लवकरात लवकर सुटण्यास मदत होते.

६) व्यवसायाची अवधारणा होण्यास मदत :

कोणत्याही व्यवसायाला त्याच्या कार्यक्षेत्रात आणि समाजात नीतिमूल्यांच्या आधारे मोठ्या प्रमाणावरती यश प्राप्त होत असते. परिणामी, व्यावसायिक नीतिमूल्यांच्या आधारे व्यवसायाची समाजामध्ये दीर्घकाळासाठी अवधरणा होते.

७) फायद्याचे मूल्यमापन करण्याची क्षमता विकसित होणे :

व्यावसायिक नीतिमूल्ये ही व्यवसाय संघटनेला होणारे विविध फायदे आणि तसेच त्यांना येणाऱ्या ज्या समस्या आहेत त्या समस्यांचे मूल्यमापन करण्यास मदत करते. तसेच व्यावसायिक संघटनेत किंवा उद्योग संघटनेत व्यावसायिक नीतिमूल्यांचे संघटन कोणत्या मार्गाने करावे? याची माहिती ही नीतिमूल्ये देत असतात.

१.२.७ व्यावसायिक नीतिमूल्यांवर परिणाम करणारे घटक :

काही घटक एकत्रितपणे संघटनांमधील नैतिक परिदृश्यास आकार देतात, निर्णय घेण्यावर, वर्तनावर आणि एकूणच नैतिक वातावरणावर परिणाम करतात. व्यवसायांमध्ये सचोटीची आणि नैतिक आचरणाची संस्कृती वाढवण्यासाठी या प्रभावांना समजून घेणे आणि त्यांचे निराकरण करणे महत्त्वाचे आहे.

१) नेतृत्व आणि संघटनात्मक संस्कृती :

नेतृत्व व्यवसायात नैतिक पार्शवभूमी तयार करते. नैतिक वर्तनाला प्राधान्य देणारे आणि आदर्श करणारे नेते अशी संस्कृती निर्माण करतात जिथे अखंडतेचे मूल्य असते. जेव्हा नेते प्रामाणिकपणाचे प्रदर्शन करतात, तेव्हा कर्मचाऱ्यांनी नैतिक संघटनात्मक संस्कृतीला चालना देऊन त्यांचे अनुसरण करण्याची अधिक शक्यता असते. व्यावसायिक नीतिमूल्यांना आकार देण्यासाठी संस्थात्मक संस्कृती महत्त्वपूर्ण भूमिका बजावते. पारदर्शकता, निष्पक्षता आणि उत्तरदायित्व यावर भर देणारी संस्कृती कर्मचाऱ्यांना नैतिक निर्णय घेण्यासाठी एक चौकट प्रदान करते. ही संस्कृती दैनंदिन कामकाजात मार्गदर्शक शक्ती बनते.

२) उद्योग आणि स्पर्धात्मक पर्यावरण :

उद्योग मानके व्यावसायिक नीतिमूल्यांवर खूप प्रभाव पाडतात. प्रत्येक उद्योगाचे स्वतःचे नैतिक नियम आणि पद्धती असू शकतात. विश्वासार्हता आणि स्पर्धात्मकता राखण्यासाठी कंपन्या अनेकदा त्यांचे नैतिक वर्तन उद्योगाच्या अपेक्षांशी जुळवून घेतात. स्पर्धात्मक दबाव कधीकधी नैतिक आव्हाने निर्माण करू शकतात. बाजारातील वाटा आणि नफा मिळवण्याच्या शोधात कंपन्यांना अशा दुविधांचा सामना करावा लागू शकतो ज्यासाठी नैतिक विचारांद्वारे स्पर्धात्मकता संतुलित करणे आवश्यक आहे. नैतिक मानके राखण्यासाठी या दबावांना समायोजित करणे आवश्यक आहे.

३) कायदेशीर आणि नियामक चौकट :

कायदेशीर आणि नियामक पर्यावरणाचा व्यावसायिक नीतिमूल्यांवर लक्षणीय परिणाम होतो. कायदे आणि नियम स्वीकार्य आचरणासाठी आधाररेखा निश्चित करतात आणि नैतिक व्यवसाय केवळ या मानकांचे पालन करण्याचाच प्रयत्न करत नाहीत तर प्रामाणिकपणा आणि जबाबदारीची वचनबद्धता दाखवण्यासाठी प्रयत्नशील असतात. कायदेशीर परिदृश्यातील बदल कंपन्यांना त्यांच्या नैतिक पद्धतींचे पुनर्मूल्यांकन आणि अद्ययावत करण्यास प्रवृत्त करतात. कायदेशीर अनुपालनासाठी एक सक्रिय दृष्टीकोन व्यवसायांना संभाव्य नैतिक त्रुटींपासून पुढे राहण्यास मदत करतो.

४) भागधारकांच्या अपेक्षा :

नैतिक व्यवसाय पद्धतींसाठी ग्राहक, कर्मचारी, गुंतवणूकदार आणि समुदायासारख्या विविध भागधारकांच्या अपेक्षा समजून घेणे आणि त्यांची पूर्तता करणे महत्त्वाचे आहे. कंपन्या सहसा त्यांच्या अपेक्षा ओळखण्यासाठी आणि त्यांच्या नैतिक निर्णय प्रक्रियेत त्यांचा समावेश करण्यासाठी भागधारकांशी संलग्न असतात. भागधारकांच्या विश्वास त्यांच्या अपेक्षांद्वारे व्यावसायिक क्रियांच्या सरेखनावर तयार केला जातो. नैतिक व्यवसाय दीर्घकालीन संबंध टिकवून ठेवण्यासाठी मुक्त संप्रेषण आणि भागधारकांच्या प्रश्नांना प्रतिसाद देण्यास प्राधान्य देतात.

५) कर्मचारी प्रभाव आणि प्रशिक्षण :

नैतिक वर्तन घडवण्यात कर्मचारी महत्त्वाची भूमिका बजावतात. नैतिक तत्त्वांबाबत शिक्षित असलेले आणि चिंता व्यक्त करण्यासाठी सक्षम असलेले कर्मचारी अधिक नैतिक पर्यावरणाची निर्मिती करतात. कंपन्या त्यांच्या कर्मचाऱ्यांमध्ये एक मजबूत नैतिक पाया तयार करण्यासाठी नीतिशास्त्र प्रशिक्षण कार्यक्रमांमध्ये गुंतवणूक करतात. कर्मचाऱ्यांना नैतिक निर्णय घेण्यास सक्षम बनवण्यासाठी केवळ प्रशिक्षणच नाही तर प्रतिशोधाच्या भीतीशिवाय नैतिक चिंता व्यक्त करता येईल असे वातावरण तयार करणे देखील आवश्यक आहे. कर्मचारी अभिप्राय यंत्रणा सतत नैतिक सुधारणांच्या संस्कृतीत योगदान देतात.

६) कॉर्पोरेट सामाजिक जबाबदारी (CSR) :

कॉर्पोरेट सामाजिक जबाबदारी स्वीकारणाऱ्या कंपन्या अनेकदा नैतिक विचारांना त्यांच्या व्यवसाय पद्धतींमध्ये एकत्रित करतात. CSR उपक्रम नफा कमावण्याच्या पलीकडे जाऊन सामाजिक व पर्यावरणीय समस्यांशी बांधिलकीचा समावेश करतात. हा दृष्टिकोन समाजाप्रती व्यापक नैतिक जबाबदारी प्रतिबिंबित करतो. शाश्वत आणि नैतिक पद्धतींशी बांधिलकी दाखवून CSR व्यवसायाच्या नैतिकतेवर सकारात्मक प्रभाव टाकू शकते. सामाजिकदृष्ट्या जबाबदार क्रियाकलापांमध्ये गुंतणे कंपनीची प्रतिष्ठा वाढवते आणि नैतिक व्यवसायांना महत्त्व देणारे ग्राहक आकर्षित करू शकतात.

७) आर्थिक घटक :

आर्थिक परिस्थिती व्यावसायिक नीतिमूल्यांवर परिणाम करू शकते. आव्हानात्मक आर्थिक काळात, कंपन्यांना खर्चात कपात करण्यासाठी दबाव येऊ शकतो, ज्यामुळे नैतिक कोंडी होण्याची शक्यता असते. आर्थिक अनिश्चिततेला मायोजीत करणाऱ्या व्यवसायांसाठी नैतिक तत्त्वांद्वारे आर्थिक विचार संतुलित करणे हे एक महत्त्वाचे आव्हान आहे. नैतिक व्यवसाय कठीण आर्थिक परिस्थितीतही त्यांचा नैतिक दर्जा राखण्याचे महत्त्व ओळखतात. अल्प-मुदतीच्या नफ्यांपेक्षा दीर्घकालीन शाश्वततेला प्राधान्य देणारे धोरणात्मक निर्णय घेणे हे नैतिक आचरणाचे वैशिष्ट्य आहे.

८) जागतिकीकरण आणि सांस्कृतिक विविधता :

जागतिकीकरणामुळे व्यवसायांना विविध सांस्कृतिक मानदंड आणि नैतिक मानके समोर येतात. अनेक क्षेत्रांमध्ये कार्यरत असलेल्या कंपन्यांनी नैतिक वर्तनासाठी सातत्यपूर्ण वचनबद्धता राखून या सांस्कृतिक फरकांशी समायोजन करणे आवश्यक आहे. नैतिक सापेक्षतावाद, जो नैतिक मानकांमधील सांस्कृतिक विविधता मान्य करतो, व्यवसायांना सांस्कृतिक सूक्ष्म गोष्टींचा आदर करताना सार्वभौमिक नैतिक तत्त्वांशी संरेखित होणारे समान आधार शोधण्याची आवश्यकता आहे. जागतिकीकृत व्यावसायिक पर्यावरणात नैतिक आचरणासाठी हा समतोल साधणे अत्यंत महत्त्वाचे आहे.

९) तांत्रिक प्रगती :

तंत्रज्ञान नवीन नैतिक आव्हाने आणि संधी सादर करते. माहितीची गोपनीयता, सायबरसुरक्षा आणि उदयोन्मुख तंत्रज्ञानाचा नैतिक वापर यासारख्या समस्यांसाठी व्यवसायांना वेगाने विकसित होत असलेल्या तांत्रिक परिदृश्यामध्ये नैतिक मार्गदर्शक तत्त्वे स्वीकारणे आणि स्थापित करणे आवश्यक आहे. नैतिक व्यवसाय जबाबदार तंत्रज्ञानाचा वापर स्वीकारतात, हे सुनिश्चित करून की नवकल्पना नैतिक तत्त्वांशी जुळतात. तंत्रज्ञानाच्या नैतिक परिणामांचा सक्रियपणे विचार केल्याने कंपन्यांना संभाव्य विवादांपासून पुढे राहण्यास आणि भागधारकांचा विश्वास निर्माण करण्यास मदत होते.

१०) सार्वजनिक मत आणि माध्यमांचा प्रभाव :

माध्यमांचे प्रक्षेपण आणि सार्वजनिक मतांद्वारे आकार घेतलेली सार्वजनिक धारणा, व्यवसायाच्या नैतिकतेवर लक्षणीय परिणाम करू शकते. नैतिक त्रुटींशी संबंधित नकारात्मक प्रसिद्धी कंपनीच्या प्रतिष्ठेला आणि तळाला हानी पोहोचवू शकते. नैतिक व्यवसाय पारदर्शक संवाद आणि नैतिक आचरणाद्वारे त्यांची सार्वजनिक प्रतिमा सक्रियपणे व्यवस्थापित करतात. माध्यमांची छाननी व्यवसायांना नैतिक मानकांचे पालन करण्यासाठी एक शक्तिशाली प्रोत्साहन म्हणून काम करू शकते. नैतिक समस्यांना सक्रियपणे संबोधित करणे आणि लोकांशी संवाद साधणे विश्वास आणि विश्वासार्हता निर्माण करण्यासाठी योगदान देते. नैतिक व्यवसाय सार्वजनिक आणि माध्यमांच्या नजरेत त्यांची प्रतिष्ठा व्यवस्थापित करण्याचे महत्त्व समजतात.

१.३ नीतिमूल्यांची आचारसंहिता आणि सिद्धांत :

नीतिमूल्यांची आचारसंहिता मार्गदर्शक चौकट म्हणून काम करते जी नैतिक तत्त्वे आणि एखाद्या संस्थेतील किंवा व्यवसायातील वर्तन नियंत्रित करणारी व्यावसायिक मानके दर्शवते. हे नैतिक निर्णय घेण्याच्या मार्गदर्शक तत्त्वांचा एक संच प्रदान करते, अखंडता, निष्पक्षता, आदर आणि जबाबदारी यासारख्या मूल्यांवर जोर देते. विविध नैतिक सिद्धांत या संहितांना आधार देतात, जसे की उपयुक्ततावाद-ज्यात जास्तीत जास्त संख्येसाठी एकंदर चांगले बनविण्यावर लक्ष केंद्रित केले जाते. कर्तव्याभ्यास-ज्यात कर्तव्य आणि नैतिक नियमांचे पालन यावर भर दिला जातो. सद्गुण नैतिकता-ज्यात निर्णय घेताना चारित्र्य आणि नैतिक गुणांवर जोर दिला जातो इ. हे सिद्धांत नैतिक दुविधांबद्दल वैविध्यपूर्ण दृष्टीकोन देतात, नैतिक मानकांचे पालन करताना व्यक्ती आणि संस्थांना जटिल नैतिक निवडींशी समायोजन करण्यास मदत करतात.

१.३.१ नीतिमूल्ये आचारसंहिता :

नीतिमूल्ये आचारसंहिता ही संस्थेच्या निकषांची आणि विश्वासांची विधाने आहेत. हे नियम आणि विश्वास सामान्यतः फर्ममधील वरिष्ठ अधिकाऱ्यांद्वारे प्रस्तावित, चर्चा आणि परिभाषित केले जातात आणि नंतर प्रकाशित केले जातात व सर्व सदस्यांना वितरित केले जातात. आचारसंहिता कार्यपद्धतीचे नैतिक नियम निर्दिष्ट करते. संहिता ही सामाजिक नियमांची तत्त्वे आहेत आणि कंपनीच्या धोरणांचा एक भाग म्हणून लिहिली जातात. आचारसंहिता व्यवस्थापक/कर्मचाऱ्यांना केवळ कृतीची नीतिमत्ता, नैतिकतेची बांधिलकी, प्रक्रियात्मक आणि नैतिक कृतींचे पालन करण्यासाठीच नव्हे तर अनुचित प्रथा, फसवणूक आणि घोटाळे यांच्या शक्यता कमी करण्यासाठी देखील मदत करतात आणि मार्गदर्शन करतात. संहिता विकसित करण्यामागील तर्क असा आहे की सामाजिक आणि पर्यावरणीय संहितांच्या संदर्भात उद्योगांसाठी नियम आणि कायदे तयार करण्यासाठी सरकारला बराच वेळ लागतो. म्हणून व्यवसायांनी या संदर्भात स्वतःहून कार्य करणे आवश्यक आहे.

अ) अर्थ :

व्यवसायाद्वारे जारी केलेली नीतिमूल्ये आचारसंहिता हे एक विशिष्ट प्रकारचे धोरण विधान आहे. योग्यरित्या तयार केलेली संहिता हा कंपनीमधील कायद्याचा एक प्रकार आहे जो त्याच्या कर्मचाऱ्यांवर बंधनकारक असतो, ज्यामध्ये संहितेच्या उल्लंघनासाठी विशिष्ट दंड किंवा शिक्षा असतात. जर अशा शिक्षा नसतील तर, संहिता केवळ धार्मिकतेची यादी आहे. गुन्हा केल्याशिवाय सर्वात कठोर शिक्षा सहसा केली जात नाही.

ब) आचारसंहितेचे प्रकार :

नीतिमूल्ये आचारसंहिता मार्गदर्शक तत्त्वे म्हणून काम करतात जी विविध क्षेत्रे आणि व्यवसायांमध्ये वर्तन आणि आचरणाचे मानके निश्चित करतात. नैतिक पद्धतींना आकार देण्यात, सचोटीला प्रोत्साहन देण्यासाठी आणि मोठ्या प्रमाणावर संस्था व समाजामध्ये विश्वास वाढविण्यात ते महत्त्वपूर्ण भूमिका बजावतात.

१) व्यावसायिक आचारसंहिता :

व्यावसायिक आचारसंहिता ही विशिष्ट उद्योग किंवा क्षेत्रांमधील व्यावसायिक संघटना किंवा संस्थांनी स्थापित केलेली मार्गदर्शक तत्त्वे आहेत. ही संहिता त्या क्षेत्रामधील व्यावसायिकांकडून अपेक्षित नैतिक मानके, आचरण आणि जबाबदाऱ्यांची रूपरेषा देतात. उदाहरणार्थ, वैद्यकीय व्यावसायिक हिप्पोक्रॅटिक शपथेचे पालन करतात, वकील अमेरिकन बार असोसिएशनच्या व्यावसायिक आचरणाच्या प्रारूप नियमांचे पालन करतात आणि अभियंते अभियांत्रिकी संस्थांनी स्थापित केलेल्या नियमांचे पालन करतात. हे नियम सामान्यतः ग्राहकाची गोपनीयता,

योग्यता, सचोटी आणि व्यावसायिक आचरण यासारख्या पैलूंचा समावेश करतात, ज्याचा उद्देश व्यवसायाची अखंडता आणि प्रतिष्ठा टिकवून ठेवण्याचा आहे.

२) कॉर्पोरेट आचारसंहिता :

कॉर्पोरेट आचार संहिता ही संस्थांमधील कर्मचारी, व्यवस्थापन आणि भागधारकांच्या वर्तनाचे मार्गदर्शन करण्यासाठी कंपन्यांनी विकसित केलेली अंतर्गत धोरणे आहेत. हे नियम कंपनीशी संबंधित व्यक्तींकडून अपेक्षित असलेली मूल्ये, तत्त्वे आणि नैतिक मानके स्पष्ट करतात. कॉर्पोरेट संहिता कामाच्या ठिकाणी वर्तन, स्वारस्यांचे संघर्ष, कायदे आणि नियमांचे पालन, भेदभाव विरोधी धोरणे, गोपनीयता आणि नैतिक निर्णय घेण्यासारखे क्षेत्र समाविष्ट करतात. ते नैतिक आचरणाला चालना देण्यासाठी, संघटनात्मक संस्कृती राखण्यासाठी आणि अनैतिक वर्तनाशी संबंधित जोखीम कमी करण्यासाठी एक चौकट म्हणून काम करतात.

३) जागतिक आचारसंहिता :

नैतिकतेची जागतिक आचारसंहिता ही राष्ट्रीय किंवा प्रादेशिक सीमा ओलांडणारी व्यापक तत्त्वे किंवा मानके आहेत. हे नियम जागतिक स्तरावर नैतिक समस्यांचे निराकरण करतात, सार्वभौमिक नैतिक मूल्ये आणि संस्कृती व देशांमध्ये लागू असलेल्या तत्त्वांवर जोर देतात. संयुक्त राष्ट्रसंघ (णछ) सारख्या संस्था जागतिक संहिता विकसित करतात, जसे की मानवी हक्कांचा वैश्विक जाहीरनामा जो मानवी सन्मान, समानता आणि न्याय यासारख्या मूलभूत नैतिक तत्त्वांना प्रोत्साहन देतो. वैविध्यपूर्ण राष्ट्रे आणि संस्कृतींमध्ये वर्तनाचे मार्गदर्शन करणे आणि सहकार्य वाढवणे हे जागतिक नैतिकतेचे उद्दिष्ट आहे.

४) कर्मचारी आचारसंहिता :

कर्मचारी आचारसंहिता ही विशिष्ट मार्गदर्शक तत्त्वे आहेत जी संस्थेतील वैयक्तिक कर्मचाऱ्यांचे वर्तन आणि अपेक्षा यांचे वर्णन करतात. हे नियम कॉर्पोरेट संहितेस पूरक आहेत आणि कर्मचाऱ्यांकडून अपेक्षित असलेल्या जबाबदाऱ्या, वर्तन आणि नैतिक मानकांचा तपशील देतात. ते व्यावसायिक वर्तन, गोपनीयता, स्वारस्यांचे संघर्ष, सोशल मीडिया वापर, कंपनीच्या धोरणांचे पालन आणि अनैतिक वर्तनाची तक्रार करणे यासारख्या क्षेत्रांचा समावेश करतात. कर्मचारी आचारसंहिता स्पष्ट अपेक्षा निश्चित करण्यासाठी आणि कर्मचारी सदस्यांमध्ये नैतिक वर्तनाची संस्कृती वाढवण्यासाठी आवश्यक आहेत.

५) तंत्रज्ञान आचारसंहिता :

नैतिकतेची तंत्रज्ञान संहिता ही तंत्रज्ञान उद्योगासाठी विशिष्ट मार्गदर्शक तत्त्वे आहेत, ज्यात तांत्रिक नवकल्पना विकसित करणे, वापरणे किंवा तैनात करणे याशी संबंधित नैतिक विचार आणि जबाबदाऱ्या समाविष्ट आहेत. हे नियम माहितीची गोपनीयता, सायबर सुरक्षा, कृत्रिम बुद्धिमत्ता नैतिकता, तंत्रज्ञानाचा जबाबदार वापर, बौद्धिक संपदा हक्क आणि उदयोन्मुख तंत्रज्ञानाचे नैतिक परिणाम यासारख्या समस्यांचे निराकरण करतात. वेगाने विकसित होत असलेल्या तांत्रिक परिदृश्यामध्ये जबाबदार आणि नैतिक पद्धती सुनिश्चित करण्यासाठी संस्था आणि तांत्रिक संघटना हे नियम विकसित करतात.

६) शैक्षणिक आचारसंहिता :

शैक्षणिक आचारसंहिता ही शैक्षणिक संस्था किंवा शैक्षणिक संघटनांनी स्थापित केलेली मार्गदर्शक तत्त्वे आहेत जी शैक्षणिक आचार, संशोधन आणि विद्वत्तापूर्ण क्रियाकलापांसाठी नैतिक मानके परिभाषित करतात. हे नियम शैक्षणिक अखंडता, साहित्यिक चोरी, संशोधन नैतिकता, योग्य उद्धरण पद्धती आणि शैक्षणिक क्षेत्रामधील नैतिक वर्तनाशी संबंधित तत्त्वांची रूपरेषा प्रदान करतात. शैक्षणिक संहिता अभ्यासपूर्ण कार्याची अखंडता सुनिश्चित

करतात आणि विद्यार्थ्यांना, प्राध्यापकांना व संशोधकांना त्यांच्या शैक्षणिक कार्यात नैतिक मानकांचे पालन करण्यास मार्गदर्शन करतात.

७) आरोग्यसेवा आचारसंहिता :

आरोग्यसेवा आचारसंहिता ही आरोग्यसेवा उद्योगातील नैतिक आचरण नियंत्रित करणारी मार्गदर्शक तत्त्वे आहेत. हे नियम अनेकदा वैद्यकीय संघटना किंवा नियामक संस्थांद्वारे विकसित केले जातात. रुग्णाची गोपनीयता, सूचित संमती, आयुष्याच्या शेवटची काळजी, रुग्णांवर नैतिक उपचार आणि आरोग्यसेवा व्यावसायिकांमधील व्यावसायिक संबंध यासारख्या समस्यांचे निराकरण करतात. आरोग्यसेवा संहिता नैतिक पद्धती सुनिश्चित करतात, रुग्णांचे हक्क राखतात आणि दयाळू व नैतिक काळजी प्रदान करण्यासाठी वैद्यकीय व्यावसायिकांना मार्गदर्शन करतात.

८) सरकारी आचारसंहिता :

सरकारी आचारसंहिता ही सरकारी संस्था किंवा यंत्रणांनी सार्वजनिक अधिकारी, कर्मचारी आणि नागरी सेवक यांच्या वर्तनाचे नियमन करण्यासाठी स्थापन केलेली मार्गदर्शक तत्त्वे आहेत. या संहितांचे उद्दिष्ट सरकारी काम काजात अखंडता, पारदर्शकता आणि उत्तरदायित्व सुनिश्चित करणे हे आहे. ते हितसंबंध, नैतिक निर्णय घेणे, सार्वजनिक सेवा, सार्वजनिक संसाधनांचा वापर आणि भ्रष्टाचार टाळणे यासारख्या क्षेत्रांचा समावेश करतात. सरकारी आचारसंहिता सरकारी संस्थांवर सार्वजनिक विश्वास राखण्यासाठी महत्त्वपूर्ण आहेत.

१.३.२ नीतिमूल्यांचे सिद्धांत :

जटिल बाजाराच्या अर्थव्यवस्थेत कार्यरत असताना आधुनिक व्यावसायिक कंपन्यांना अनेक नैतिक समस्यांचा सामना करावा लागतो. नैतिक समस्यांचा नैतिक सिद्धांतांच्या प्रकाशात अभ्यास केला जातो ज्याचे विश्लेषण व्यवसायातील नैतिकवाद्यांनी स्वीकारले आहे. म्हणून प्रत्येक व्यवस्थापकाला नैतिक सिद्धांत माहित असणे आवश्यक आहे जे निर्णय घेताना सर्वोत्तम लागू केले जाऊ शकतात. नैतिक सिद्धांत दोन श्रेणींमध्ये विभागले जाऊ शकतात जसे की हेतुदर्शक सिद्धांत जे एखाद्या कृतीचे संभाव्य परिणाम पाहून कृतीची नैतिकता निर्धारित करतात आणि नियमप्रधान सिद्धांत जे कृतीची प्रक्रिया पाहून कृतीची नैतिकता निर्धारित करतात.

अ) परिणामवाद :

परिणामवाद हा एक नैतिक सिद्धांत आहे जो कर्यतींचे नैतिक मूल्य निर्धारित करण्यासाठी कृतींच्या परिणामांवर लक्ष केंद्रित करतो. या दृष्टिकोनानुसार एखादी कृती नैतिकदृष्ट्या योग्य आहे जर ती इष्ट परिणामांकडे नेत असेल किंवा सर्वांत मोठ्या आनंदाला प्रोत्साहन देत असेल. परिणामवादाच्या सर्वात सुप्रसिद्ध प्रकारांपैकी एक म्हणजे उपयोगितावाद जो जेरेमी बेंथम आणि जॉन स्टुअर्ट मिल सारख्या तत्त्वज्ञांनी विकसित केला. उपयुक्ततावाद असे मानतो की नैतिकदृष्ट्या योग्य कृती हीच असते जी जास्तीत-जास्त आनंद देते आणि जास्तीत-जास्त लोकांचे दुःख कमी करते.

१) परिणामांवर लक्ष केंद्रित करणे :

परिणामवाद कृतींच्या परिणामांवर केंद्रित आहे. हे सूचित करते की एखाद्या कृतीचे नैतिक मूल्य त्याच्या एकूण परिणामाद्वारे निर्धारित केले जाते.

२) उपयुक्ततावाद :

परिणामवादाचा एक प्रमुख प्रकार म्हणजे उपयोगितावाद, जो असे प्रतिपादन करतो की नैतिकदृष्ट्या योग्य कृती ही एकंदर आनंद वाढवते आणि जास्तीत-जास्त लोकांचे दुःख कमी करते.

३) परिमाणवाचक मानके :

परिणामवादी सिद्धांतांकडे अनेकदा परिणामांचे प्रमाण मोजण्याची क्षमता आवश्यक असते, जी व्यवहारात आव्हानात्मक असू शकते. सर्वात मोठा आनंद काय आहे हे ठरवण्यामध्ये व्यक्तिनिष्ठ निर्णयांचा समावेश असू शकतो आणि नैतिक दुविधा निर्माण होऊ शकते.

४) नैतिक व्यापार-बंद शक्यता :

समीक्षकांचा असा युक्तिवाद आहे की परिणामवादामुळे नैतिकदृष्ट्या शंकास्पद कृती होऊ शकतात जर त्यांचे एकूण परिणाम सकारात्मक आहेत असे मानले जाते. यामुळे वैयक्तिक हक्कांचा त्याग करण्याच्या नैतिक स्वीकारार्हतेबद्दल किंवा अधिक चांगल्यासाठी कल्याणाबद्दल समस्या निर्माण होऊ शकते.

ब) नियमप्रधान :

नियमप्रधान सिद्धांत हा परिणामवादाच्या विरूद्ध असून त्यांच्या परिणामांऐवजी क्रियांच्या मूळ स्वरूपावर लक्ष केंद्रित करतो. हा नैतिक सिद्धांत असे प्रतिपादन करतो की काही कृती त्यांच्या परिणामांची पर्वा न करता आंतरिकरित्या योग्य किंवा चुकीच्या असतात. इमॅन्युएल कांट हे एक प्रख्यात नियमप्रधान सिद्धान्तकार असून त्यांनी स्पष्ट अत्यावश्यकतेची कल्पना विकसित केली, जी सूचित करते की व्यक्तींनी तत्त्वांनुसार कार्य केले पाहिजे जे विरोधाभास न करता सार्वत्रिकपणे लागू केले जाऊ शकतात.

१) क्रियांचे मूळ स्वरूप :

नियमप्रधान सिद्धांत हा परिणामवादाच्या विरूद्ध, असे प्रतिपादन करतो की काही क्रिया स्वाभाविकपणे योग्य किंवा चुकीच्या असतात, त्यांचे परिणाम काहीही असो. यात कृतीच्या नैतिक गुणवत्तेवर लक्ष केंद्रित केले जाते.

२) वर्गीय अनिवार्य :

इमॅन्युएल कांटची स्पष्ट वर्गीय अनिवार्य ही नियमप्रधान सिद्धांतामधील एक महत्त्वाची संकल्पना आहे, ज्याचा प्रस्ताव आहे की व्यक्तींनी तत्त्वांनुसार कार्य केले पाहिजे जे विरोधाभास न करता सार्वत्रिकपणे लागू केले जाऊ शकते.

३) नियम-आधारित नीतिशास्त्र :

नियमप्रधान नीतिमूल्यांमध्ये सहसा नियम किंवा कर्तव्ये स्पष्ट करणे समाविष्ट असते जे व्यक्तींनी पाळले पाहिजेत. उदाहरणार्थ, प्रामाणिकपणाचे कर्तव्य असे ठरवते की परिणामांची पर्वा न करता सत्य बोलणे नैतिकदृष्ट्या योग्य आहे.

४) संभाव्य कडकपणा :

समीक्षकांचा असा युक्तिवाद आहे की नियमप्रधान सिद्धांतामुळे कठोर आणि लवचिक नैतिक नियम होऊ शकतात, ज्यामुळे परस्परविरोधी कर्तव्ये उद्भवतात अशा जटिल नैतिक परिस्थितींचे निराकरण करणे आव्हानात्मक बनते. सार्वभौमिक तत्त्वांवर भर देणे कदाचित संदर्भातील फरकांसाठी पुरेसे नाही.

क) सद्‌गुण नीतिमूल्ये :

सद्‌गुण नीतिमूल्ये कृतींचे परिणाम किंवा नियमांचे पालन करण्याऐवजी व्यक्तीच्या चारित्र्यावर लक्ष केंद्रित करते. हे सद्‌गुण आणि नैतिक चारित्र्याच्या विकासावर भर देतात, या विश्वासाने की सद्‌गुणी लोक नैसर्गिकरित्या नैतिक निर्णय घेतील. रिस्टॉटल हे सद्‌गुण नीतिशास्त्रातील एक प्रमुख व्यक्तिमत्व असून त्यांनी असा युक्तिवाद केला की धैर्य, प्रामाणिकपणा आणि करुणा यासारख्या सद्‌गुणांची जोपासना केल्याने समृद्ध आणि नैतिकदृष्ट्या चांगले जीवन बनते.

१) चारित्र्यावर लक्ष केंद्रित करणे :

सद्गुण नीतिमूल्ये कृती आणि परिणामांपासून व्यक्तीच्या चारित्र्यावर लक्ष केंद्रित करते. हे सद्गुण आणि नैतिक चारित्र्य विकसित करण्यावर भर देते.

२) रिस्टॉटलचे गुण :

रिस्टॉटल हे सद्गुण नीतिशास्त्रातील एक प्रमुख व्यक्तिमत्व असून त्यांनी धैर्य, प्रामाणिकपणा आणि करुणा यासारख्या गुणांना समृद्ध आणि नैतिकदृष्ट्या चांगले जीवन जगण्यासाठी आवश्यक म्हणून ओळखले.

३) विशिष्ट नियमांचा अभाव :

सद्गुण नैतिकता कृतीसाठी विशिष्ट नियम प्रदान करत नाही; त्याऐवजी, ते व्यक्तींना त्यांचे चारित्र्य आणि सद्गुणी सवयींच्या विकासावर आधारित निर्णय घेण्यास प्रोत्साहित करते.

४) समग्र दृष्टीकोन :

समर्थकांचा असा युक्तिवाद आहे की सद्गुण नैतिकता व्यक्तीच्या सर्वांगीण नैतिक विकासाचा विचार करून नैतिक निर्णय घेण्यास एक समग्र आणि व्यापक दृष्टीकोन प्रदान करते.

ड) संश्लेषण आणि संकरित सिद्धांत :

परिणामवाद, नियमप्रधान आणि सद्गुण नीतिमूल्ये हे सिद्धांत भिन्न दृष्टीकोन दर्शवित असताना, काही विद्वान संकरित किंवा संश्लेषण सिद्धांत मांडतात जे या दृष्टीकोनांचे घटक एकत्र करतात. उदाहरणार्थ, काळजीची नीतिमत्ता सद्गुणांचा समावेश करते आणि संबंधांच्या महत्त्वावर जोर देते, विशेषत: काळजी घेण्याच्या संदर्भात.

१) दृष्टीकोन एकत्र करणे :

काही विद्वान संकरित किंवा संश्लेषण सिद्धांत मांडतात जे परिणामवाद, नियमप्रधान आणि सद्गुण नीतिमूल्ये यांचे घटक एकत्र करतात. वैयक्तिक सिद्धांतांच्या मर्यादांचे निराकरण करणे आणि अधिक सूक्ष्म चौकट प्रदान करणे हे या प्रयत्नांचे उद्दिष्ट असते.

२) काळजीची नीतिमूल्ये :

संकरित सिद्धांताचे उदाहरण म्हणजे काळजीची नीतिमूल्ये, ज्यामध्ये सद्गुणांचा समावेश होतो आणि विशेषत: काळजी घेण्याच्या संदर्भांमध्ये संबंधांच्या महत्त्वावर भर दिला जातो.

३) लवचिकता :

भिन्न परिस्थितींना भिन्न विचार आणि दृष्टीकोन आवश्यक असू शकतात हे ओळखुन संकरित सिद्धांत नैतिक निर्णय घेण्यामध्ये अधिक लवचिकता प्रदान करण्याचा प्रयत्न करतात.

४) सतत शोध :

विविध दृष्टीकोनांच्या सामर्थ्यांमध्ये समतोल राखणाऱ्या आणि जटिल नैतिक दुविधा दूर करण्यासाठी व्यावहारिक मार्गदर्शन प्रदान करणारी नैतिक चौकट तयार करण्यासाठी विद्वान संकरित सिद्धांतांचे अन्वेषण आणि परिष्कृत करणे सुरू ठेवतात.

▶ १.४ व्यावहारिक मूल्ये :

व्यावहारिक नीतिमूल्ये वैयक्तिक नीतिमत्तेइतकेच महत्त्वाचे आहेत. बऱ्याच मोठ्या नामांकित कंपन्यांना बऱ्याच विध्वंसक परिणामांचा सामना करावा लागला कारण कंपनीच्या व्यवस्थापनात व्यावसायिक नैतिकतेची कमतरता होती. व्यवसाय यशस्वी होण्यासाठी नैतिकदृष्ट्या व्यवसाय चालवणे महत्वाचे आहे. तथापि, व्यावहारिक नीतिमूल्ये

या शब्दाचा अर्थ व्यवसायातील प्रत्येक व्यक्तीच्या वर्तनाचे मानके असतात. अशाप्रकारे ज्या व्यवसायात नैतिक तत्त्वांचा अभाव आहे असा व्यवसाय लवकरच अपयशी ठरतो. व्यावसायिक नैतिकतेचे मुख्य घटक म्हणजे आदर आणि प्रामाणिकपणा. सर्व कामगार कंपनीचा एक भाग असल्याने त्यांनी नैतिकतेने प्रतिनिधित्व करणे अपेक्षित आहे.

१.४.१ अर्थ :

व्यावहारिक नीतिमूल्ये म्हणजे व्यावसायिक जग नियंत्रित करणाऱ्या नैतिक नियम आणि नियमनांचा संदर्भ असतो. दुसऱ्या शब्दांत नैतिक मूल्ये आहेत ही कॉर्पोरेशन किंवा इतर व्यवसाय निर्णय घेण्याच्या मार्गावर असतात. व्यावसायिक आचारसंहिता म्हणजे विशिष्ट व्यवसायातील लोकांद्वारे ठरवलेले मानदंड किंवा आचारसंहिता. एखाद्या व्यावसायिकांशी संबंधित नीतिमूल्ये उदा. कारखान्याचे व्यवस्थापक-व्यावहारिक नीतिमूल्ये म्हणून ओळखले जातात. नीतिमूल्ये अंतर्गत किंवा बाह्य असू शकते. अंतर्गत आचारसंहितांबद्दल, व्यवस्थापकाने स्वतःशी प्रामाणिक असले पाहिजे कारण एखाद्याची मोठी संपत्ती ही एक व्यक्तिची व्यक्तिरेखा असते. एखादा इतरांशीही प्रामाणिकपणाने व सरळसरळ वागला पाहिजे किंवा एखाद्याने वागण्याची इच्छा केली पाहिजे (बाह्य आचारसंहिता). व्यावसायिक नैतिकतेच्या प्रशिक्षणात बहुतेक वेळा करिअर शिक्षण कार्यक्रमाचा समावेश असतो. उदाहरणार्थ, वैद्यकीय सहाय्यकांना रूग्णाच्या गोपनीयतेसंदर्भात अनेक नैतिकतेच्या विषयांवर प्रशिक्षण दिले जाते. एखाद्या व्यक्तीच्या वैद्यकीय सेवेमध्ये सामील नसलेल्या इतर रुग्णाच्या आरोग्याच्या नोंदींवर चर्चा करणे अनैतिक आणि बेकायदेशीर देखील आहे.

१.४.२ व्याख्या :

व्यावहारिक मूल्यांच्या व्याख्या पुढीलप्रमाणे सांगता येतील :

१) जोसेफ रायलिन :

"व्यावहारिक मूल्ये ही अशी मार्गदर्शक तत्त्वे आणि विश्वास आहेत जी विशिष्ट व्यावसायिक संदर्भातील व्यक्तींचे आचरण आणि निर्णयांना आकार देतात."

२) केनेथ ई. गुडपास्टर :

"व्यावहारिक मूल्ये ही अशी मुख्य नैतिक तत्त्वे आणि मानके आहेत जी त्यांच्या व्यावसायिक भूमिकेतील व्यक्तींच्या कृती आणि निर्णयांचे मार्गदर्शन करतात."

३) मायकेल क्विन :

"व्यावहारिक मूल्ये ही त्यांच्या संबंधित क्षेत्रातील व्यावसायिकांच्या नैतिक आचरण आणि पद्धतींना मार्गदर्शन करणारी सखोल श्रद्धा, वृत्ती आणि तत्त्वे आहेत."

४) लिंडा ट्रेव्हिनो आणि कॅथरीन ए. नेल्सन :

"व्यावहारिक मूल्ये ही मूलभूत श्रद्धा आणि तत्त्वे आहेत जी त्यांच्या व्यावसायिक भूमिकेतील व्यक्तींचे नैतिक वर्तन आणि निर्णय घेण्यास अधोरेखित करतात."

१.४.३ व्यावहारिक नीतिमूल्यांचे महत्त्व :

प्रत्येक कंपनी किंवा व्यवसायाला स्वतःच्या नैतिकतेचा आणि मानकांचा संच अनेक कारणांसाठी आवश्यक असतो. महत्त्व खालीलप्रमाणे आहे :

१) आचारसंहिता जी इतरांशी वागताना एखाद्या व्यक्तीला निर्देशित करते :

नीतिमूल्ये म्हणजे आचारसंहिता जी एखाद्या व्यक्तीला इतरांशी वागताना मार्गदर्शन करते. व्यवसाय नैतिकता ही कौशल्याचा एक प्रकार आहे जो व्यावसायिक वातावरणात उद्भवू शकणाऱ्या नैतिकता आणि प्रामाणिकपणाची

किंवा नैतिक समस्यांची तपासणी करतो. हे कंपनी आणि त्याचे कर्मचारी, ग्राहक, भागधारक, मीडिया, पुरवठा करणारे, सरकार आणि विक्रेते यांना लागू असलेल्या नैतिकता, तत्त्वे, कर्तव्ये आणि कॉर्पोरेट गव्हर्नन्सच्या बाबींशी संबंधित आहे. व्यावसायिक नैतिकतेबद्दल हेन्री क्रॅविस यांचे असे मत होते: जर तुमची सचोटी नसेल तर तुमच्याकडे काहीही नाही. आपण जबाबदारी विकत घेऊ शकत नाही. आपल्याकडे जगातील सर्व पैसा असू शकतो, परंतु आपण नैतिक व्यक्ती नसल्यास आपल्याकडे खरोखर काहीच नाही.

२) कोअर ऑफ मॅनेजमेंट प्रॅक्टिसशी संबंधित :

व्यावसायिक आचारसंहिता मानव संसाधन व्यवस्थापन, लेखा माहिती, उत्पादन, विक्री आणि विपणन, बौद्धिक मालमत्ता ज्ञान आणि कौशल्य, आंतरराष्ट्रीय व्यवसाय आणि आर्थिक प्रणाली यासारख्या व्यवस्थापन पद्धतींशी देखील संबंध आहे. कॉर्पोरेट जगात, संस्थेची संस्कृती चांगल्या किंवा वाईट, योग्य किंवा चुकीच्या आणि उचित किंवा अयोग्य यांच्यामधील फरक आकारण्यासाठी मानक ठरवते. अल्बर्ट आइनस्टाईन यांचे ब्रिदवाक्य हे सर्व सांगते: 'सापेक्षता नैतिकतेवर नव्हे तर भौतिकशास्त्रांवर लागू होते'. नीतिमत्तेवर वाटाघाटी केल्याशिवाय नफा मिळवणे शक्य आहे असा मुद्दा आणि नैतिकतेशी निगडित अचूकतेचा घटक आणि त्याहून अधिक म्हणजे अंतिम मालमत्तेमध्ये स्वत: चे ग्राहक आणि संपूर्ण उपक्रम अधिक चांगले काम करतात.

३) यश :

व्यावसायिक नैतिकतेची आवश्यकता असणे हे सर्वात महत्वाचे कारण आहे. एखाद्या कंपनीने आपल्या कर्मचाऱ्यांना अनुसरण कराव्या लागणाऱ्या नैतिक आणि नीतिमूल्यांची यादी लिहून दिली पाहिजे. जगात, प्रत्येक एकल व्यक्तीचे वैयक्तिक आणि नैतिकतेचे संच भिन्न असतात. कामाच्या ठिकाणी या सर्व व्यक्ती एकत्र येऊन एकाच छताखाली काम करतात. जर एखाद्याचे नीतिमूल्ये दुसऱ्या व्यक्तीच्या आचारसंहितेच्या विरूद्ध असेल तर यामुळे गोंधळ होईल आणि राजकारण होईल. यशस्वीरित्या व्यवसाय चालवायचा असल्यास कोणत्याही व्यावसायिक संघटनेला त्यांच्या कार्यालयात लढाऊ गट असणे परवडत नाही.

४) तपासणीचे साधन :

कामाच्या ठिकाणचे नीतिमूल्ये नैतिक पोलिस म्हणून काम करते आणि कर्मचाऱ्यांची चूक असते तेव्हा त्यांना तपासते. एखादा कर्मचारी, ज्यास कामाची नैतिकता काय आहे हे माहित आहे, त्याच्याकडून चूक होणार नाही आणि तो व्यवसायाच्या निकषांनुसार वागेल. नीतिमत्ता ठरवून संघटनेला मिळणारा हा सर्वात मोठा फायदा आहे.

५) अखंडता :

अखंडता ही प्रत्येक गोष्टीत असणे आवश्यक आहे. जेव्हा कर्मचारी कामाच्या नीतिमत्तेचे अनुसरण करतात तेव्हा ते बाह्य जगाशी एकनिष्ठता दर्शवतात. ग्राहकांचा कंपनीवर विश्वास आहे आणि व्यवसायाच्या संधीही वाढतात. प्रत्येक उद्योगाचे स्वतःचे नैतिक मार्गदर्शक तत्त्वे असतात आणि व्यवसायाने हे सुनिश्चित केले पाहिजे की त्यांनी या मानकांचे पालन केले आहे.

६) नीतिमूल्ये मूलभूत मानवी गरजांच्या अनुरूप :

एक मानवी गुण म्हणजे तो माणूस केवळ आपल्या खाजगी जीवनातच नव्हे तर आपल्या व्यवसाय/व्यवसायिक जीवनातही नैतिक राहण्याची इच्छा करतो. तो व्यवस्थापक असल्यामुळे त्याला माहित आहे की त्याच्या निर्णयामुळे हजारो कर्मचाऱ्यांच्या जीवनावर त्याचा परिणाम होईल. तसेच बहुतेक लोकांना अशा संस्थेचा भाग व्हायचे आहे ज्याचा त्यांना आदर वाटू शकेल आणि त्यांचा सार्वजनिकपणे अभिमान वाटू शकेल. कारण त्यांचा

हेतू आणि कार्ये समाजासाठी प्रामाणिक आणि फायद्याचे आहेत हे त्यांना दिसून आले आहे. या मूलभूत नैतिक गरजा संघटना/व्यवसाय उपक्रमांना नैतिकदृष्ट्या अभिमुख करण्यास भाग पाडतात.

७) नीतिमूल्ये लोकांमध्ये विश्वासार्हता निर्माण करते :

समाजात नैतिक आणि सामाजिकदृष्ट्या प्रतिसाद देणाऱ्या कंपनीचा सन्मान केला जातो, लोक त्याच्या उत्पादनांना प्राधान्य देतात आणि सार्वजनिक समस्या त्वरित प्रतिसाद आकर्षित करतात.

८) नीतिमूल्ये कर्मचाऱ्यांसह व्यवस्थापनास विश्वासार्हता देते :

जेव्हा जनतेकडे पत असते तेव्हा व्यवस्थापनास आपोआप आपल्या कर्मचाऱ्यांवर विश्वासार्हता मिळते. नेतृत्व आणि लोक (कर्मचारी) एकत्र येऊन काम करतात.

९) नीतीमत्ता निर्णय घेण्यास मदत करते :

व्यवस्थापनाचा नैतिक दृष्टीकोन लोक, त्यांचे कर्मचारी आणि कंपनी यांच्या हिताचे निर्णय घेण्यास मदत करते.

१०) नीतिमूल्ये आणि नफा :

नीतिमूल्ये आणि नफा एकत्र जातात. मूल्य चालवणाऱ्या कंपन्या दीर्घकाळात यशस्वी असतात.

११) नीतिमूल्ये समाजाचे रक्षण करू शकते :

नीतिमूल्ये काय करू शकते, कदाचित सरकार आणि कायदा समाजाचे रक्षण करू शकत नाही. उदाहरणार्थ, एक नैतिक अभिमुख व्यवस्थापन कायद्याद्वारे अनिवार्य होण्यापूर्वीच प्रदूषण रोखू शकतो आणि त्यांच्या कामगारांचे आणि सर्वसाधारणपणे आरोग्याचे संरक्षण करू शकते.

१.४.४ व्यावहारिक मूल्यांची व्याप्ती :

व्यावहारिक मूल्यांची व्याप्ती खालीलप्रमाणे आहे.

१) यशासाठी पोशाख :

आपल्या कंपनीच्या पोषाखाची आवश्यकता पूर्ण करणे आणि संभाव्य किंवा ग्राहकांशी भेटताना आपल्या स्वरूपाकडे विशेष लक्ष देणे आवश्यक असते. कार्यस्थळी, व्यावसायिक बैठकीनुसार योग्य पोशाख करणे आवश्यक असते.

२) आत्मविश्वास :

तुमच्या वागण्याने तुमचा आत्मविश्वास वाढला पाहिजे. आपण ग्राहक, वरिष्ठ किंवा सहकारी यांच्याशी संवाद साधत असताना नम्र आणि योग्य बोलले पाहिजे. आपण तणावपूर्ण परिस्थितीतही शांत राहिले पाहिजे.

३) कर्तव्ये :

एक व्यावसायिक म्हणून, लोकांना तातडीने प्रतिसाद देणे आणि वेळेवर आश्वासने पाळणे देखील महत्त्वपूर्ण आहे, कारण यामुळे विश्वासार्हता दिसून येते. कामावर वेळेवर हजर राहणे, वेळेवर मीटिंग्ज सुरू करणे आणि सर्व वचनबद्धतेचे पालन करणे महत्त्वाचे असते.

४) आपल्या क्षेत्रात तज्ज्ञ :

व्यावसायिक त्यांच्या क्षेत्रातील तज्ज्ञ होण्यासाठी प्रयत्न करतात. याचा अर्थ असा की, कोर्स घेऊन, सेमिनारमध्ये उपस्थित राहून आणि संबंधित व्यावसायिक पदनामे मिळवूनही आपले शिक्षण सुरू ठेवले पाहिजे. मास्टरिंग सॉफ्टवेअरपासून कॉपी करणाऱ्या मशीनवरून जाम क्लिअरिंग पर्यंत कौशल्यांचा एक व्यापक समूह या अर्थाने जोडला जातो की आपण कार्यसंघाचे एक अनिवार्य सदस्य आहात.

५) नैतिकतेने वागणे :

डॉक्टर, वकील आणि सार्वजनिक लेखापाल यासारख्या व्यावसायिकांनी आचारसंहितेचे काटेकोर पालन केले पाहिजे. जरी आपल्या कंपनीकडे किंवा उद्योगाकडे लेखी कोड नसेल तरीही आपण नेहमी नैतिक वागणूक दर्शविली पाहिजे. आपण व्यवसाय करत असलेल्या प्रत्येकाशी प्रत्येक परिस्थितीत व्यावसायिक, आदरणीय आणि योग्य वागले पाहिजे.

६) संयमाने वागणे :

एखाद्या अवघड परिस्थितीला सामोरे जावे लागले तरीसुद्धा एखाद्या व्यवसायिकाने संयमाने वागले पाहिजे. उदाहरणार्थ, एखादा सहकारी किंवा ग्राहक तुम्हाला भांडखोर वागणूक देत असेल तर तुम्ही त्याच प्रकारच्या वागणुकीचा अवलंब करु नये.

७) फोन शिष्टाचार :

आपला फोन शिष्टाचार देखील व्यावसायिक वर्तनाचा एक महत्त्वाचा घटक आहे. याचा अर्थ असा की, आपण कॉल करता तेव्हा आपले संपूर्ण नाव, कंपनी आणि त्याचा शीर्षकाद्वारे स्वत: ला ओळखले. संभाषणात समोरच्या व्यक्तीचेही ऐकणे महत्त्वाचे असते.

८) लेखी पत्रव्यवहार :

लेखी पत्रव्यवहार दरम्यान, आपले पत्र योग्य आणि मुद्देसूद असावे. आपली भाषा नम्र आणि औपचारिक असावी. हे ईमेल पत्रव्यवहारास देखील लागू होते.

९) संरचित आणि संघटित राहणे :

आपले कार्यक्षेत्र व्यवस्थित आणि स्वच्छ असावे आणि आपल्या ब्रीफकेसमध्ये केवळ आपल्या भेटीसाठी किंवा सादरीकरणासाठी जे आवश्यक आहे तेच असले पाहिजे. निराशाजनक, अव्यवस्थित आणि गोंधळलेल्या कार्यक्षेत्र असणाऱ्यास अव्यवसायिक म्हणतात.

▶ १.५ मानवी मूल्ये :

मूलभूत मानवी मूल्ये त्या मूल्यांचा संदर्भ घेतात, ज्यात मानवी अस्तित्वाचे मूळ आहेत. मानवामध्ये मूलभूत मूल्ये मानल्या जाणाऱ्या मूल्यांमध्ये सत्य, प्रामाणिकपणा, निष्ठा, प्रेम, शांती इत्यादींचा समावेश आहे कारण यातून मोठ्या प्रमाणात मानव आणि समाजाचा चांगुलपणा प्रत्ययास येतो. पुढे ही मूल्ये निसर्गामध्ये एकरूप होत असल्याने आणि त्या व्यक्तीच्या सामाजिक, सांस्कृतिक, धार्मिक हितसंबंधांना कमी करतात; ते सर्व मानवांना सार्वत्रिक, शाश्वत मानतात.

१.५.१ अर्थ :

मानवी भाषणांमध्ये मानवी मूल्ये इतक्या विशिष्ट प्रकारे वापरली गेली आहेत. असे अनेकदा म्हटले जाते की एखाद्या व्यक्तीचे मूल्य असते किंवा वस्तूचे मूल्य असते. या दोन उपयोगांना तत्वज्ञान मधील चार्ल्स मॉर्ट्रिस, मानसशास्त्रातील ब्रेव्हस्टर स्मिथ आणि समाजशास्त्रातील रॉबिन विल्यम्स या विविध विषयांतील लेखकांनी स्पष्टपणे ओळखले आहे. एखाद्याला 'मूल्य' या शब्दाचे मूळ जाणून घ्यायचे असेल तर हे 'व्हॅल्यू' हा शब्द लॅटिन शब्द 'वलेरे' या शब्दापासून आला आहे ज्याचा अर्थ 'मोलाचा' आहे. तर संक्षिप्त ऑक्सफोर्ड शब्दकोशामध्ये 'व्हॅल्यू' या शब्दाची व्याख्या एखाद्या वस्तूची किंमत, इष्टता किंवा उपयुक्तता म्हणून केली जाते.

१.५.२ व्याख्या :

मानवी मूल्यांच्या व्याख्यापुढीलप्रमाणे सांगता येतील :

१) मिल्टन रोकेच :

"मानवी मूल्ये इष्ट वर्तणुकीबद्दल आणि विशिष्ट परिस्थितींच्या पलीकडे जाणाऱ्या व व्यक्तींच्या वृत्ती आणि कृतींचे मार्गदर्शन करणाऱ्या उद्दिष्टांबद्दल शाश्वत विश्वास आहेत."

२) शालोम एच. श्वार्ट्झ :

"मानवी मूल्ये ही मार्गदर्शक तत्त्वे म्हणून वांछनीय अंतिम अवस्था किंवा विशिष्ट परिस्थितींच्या पलीकडे जाणाऱ्या वर्तनांबद्दलच्या विश्वासांना प्रतिबिंबित करतात."

३) रोकेच :

"मानवी मूल्ये म्हणजे चांगले आणि वाईट, इष्ट किंवा अवांछनीय काय याविषयी कायमस्वरूपी श्रद्धा होय, जी व्यक्तींच्या वर्तनाला आणि निर्णय घेण्यास मार्गदर्शन करते."

४) आर. विल्यम्स :

"मानवी मूल्ये ही मूलभूत श्रद्धा आणि मानके आहेत जी समाजात एकत्रितपणे धारण करतात, जे महत्वाचे आणि अर्थपूर्ण आहे त्याबद्दलच्या व्यक्तींच्या धारणांना आकार देतात."

१.५.३ मानवी मूल्यांचे प्रकार :

विविध प्रकारची मानवी मूल्ये एकत्रितपणे व्यक्तींच्या श्रद्धा, वर्तन आणि परस्परसंवादांना वेगवेगळ्या संदर्भांमध्ये आकार देतात. त्यांच्या नैतिक निवडी, सांस्कृतिक ओळख, सामाजिक योगदान आणि वैयक्तिक विकास प्रभावित करतात.

१) नितीविषयक मूल्ये :

नितीविषयक मूल्यांमध्ये अशी तत्त्वे समाविष्ट असतात जी व्यक्तींच्या वर्तनाचे आणि योग्य व चुकीच्या निर्णयांचे मार्गदर्शन करतात. ही मूल्ये सहसा प्रामाणिकपणा, सचोटी, निष्पक्षता आणि न्याय यासारख्या संकल्पनांच्या भोवती फिरतात. नितीविषयक मूल्ये हे ठरवतात की व्यक्ती इतरांशी कसा संवाद साधतात, नैतिक दुविधा मार्गी लावतात आणि निरनिराळ्या परिस्थितींमध्ये निष्पक्षता आणि समानतेची तत्त्वे जपतात. ते नैतिक वारसा म्हणून काम करतात, नैतिक निर्णय घेण्यावर प्रभाव पाडतात आणि समाजाप्रती जबाबदारीची भावना वाढवतात.

२) नैतिक मूल्ये :

नैतिक मूल्ये खोलवर धारण केलेल्या विश्वास आणि तत्त्वांचा संदर्भ देतात जे सामाजिक मानदंड आणि सांस्कृतिक प्रभावांवर आधारित व्यक्तीचे चारित्र्य आणि आचरण तयार करतात. ही मूल्ये व्यक्तींचे वर्तन, नातेसंबंध आणि निवडींचे मार्गदर्शन करतात, जे त्यांना दिलेल्या समुदायात किंवा समाजात स्वीकार्य किंवा अस्वीकार्य मानले जाते त्याबद्दलची त्यांची समज प्रतिबिंबित करतात. नैतिक मूल्यांमध्ये करुणा, आदर, सहानुभूती आणि परोपकार यासारख्या सद्गुणांचा समावेश होतो, जे व्यक्तींच्या नैतिक ओळखीस आणि नैतिक वर्तनाला आकार देण्यात मूलभूत भूमिका बजावतात.

३) सांस्कृतिक मूल्ये :

सांस्कृतिक मूल्ये एखाद्या विशिष्ट समाजाने किंवा सांस्कृतिक गटाने पाळलेल्या सामायिक विश्वास, चालीरीती आणि नियमांचे प्रतिनिधित्व करतात. ही मूल्ये त्यांच्या सांस्कृतिक संदर्भात व्यक्तींच्या धारणा, वृत्ती आणि वर्तनांना आकार देतात. कौटुंबिक गतिशीलता, सामाजिक परस्परसंवाद, धार्मिक प्रथा आणि सामाजिक भूमिकांसारखया जीवनाच्या विविध पैलूंवर प्रभाव टाकणाऱ्या परंपरा, श्रद्धा, विधी आणि सामाजिक अपेक्षा यांचा त्यात समावेश आहे. सांस्कृतिक मूल्ये विविध संस्कृतींच्या विशिष्टतेमध्ये योगदान देतात आणि व्यक्तींची ओळख व जागतिक दृष्टीकोन तयार करण्यात महत्त्वपूर्ण भूमिका बजावतात.

४) आध्यात्मिक मूल्ये :

अध्यात्मिक मूल्यांमध्ये अध्यात्म, अतिक्रमण आणि अस्तित्वात्मक अर्थाशी संबंधित विश्वास व तत्त्वे समाविष्ट आहेत. ही मूल्ये सहसा जीवनाच्या उद्देशाबद्दल, उच्च शक्तीशी किंवा दैवी अस्तित्वाशी संबंध व आंतरिक शांती आणि पूर्ततेच्या शोधाशी संबंधित असतात. आध्यात्मिक मूल्ये अर्थ, नैतिकता आणि उद्देशासाठी व्यक्तींच्या शोधाचे मार्गदर्शन करतात, त्यांच्या उत्तुंगतेची भावना, आंतरिक सुसंवाद आणि एकूणच कल्याणासाठी योगदान देतात.

५) वैयक्तिक मूल्ये :

वैयक्तिक मूल्ये ही वैयक्तिक श्रद्धा आणि तत्त्वे आहेत जी एखाद्या व्यक्तीची प्राधान्ये आणि आकांक्षा प्रतिबिंबित करतात. ही मूल्ये प्रत्येक व्यक्तीसाठी अद्वितीय आहेत आणि महत्वाकांक्षा, सर्जनशीलता, स्वातंत्र्य, सत्यता आणि वैयक्तिक वृद्धी यासारख्या विस्तृत श्रेणीचा समावेश करतात. वैयक्तिक मूल्ये व्यक्तींच्या निवडी, उद्दिष्टे आणि जीवनशैलीच्या निर्णयांना आकार देतात, त्यांना त्यांच्या जीवनातील महत्त्वाच्या किंवा अर्थपूर्ण गोष्टींशी त्यांच्या कृती सरेखित करण्यासाठी मार्गदर्शन करतात.

६) सामाजिक मूल्ये :

सामाजिक मूल्ये विश्वास आणि तत्त्वांशी संबंधित आहेत जी सामाजिक संदर्भात व्यक्तींचे वर्तन आणि परस्परसंवाद नियंत्रित करतात. ही मूल्ये समाजातील व्यक्तींमधील सहकार्य, समुदाय, एकता आणि परस्पर आदर यांच्या महत्त्वावर भर देतात. सामाजिक मूल्ये सुसंवाद, सहकार्य आणि सामाजिक एकसंधता वाढवतात, ज्यामुळे व्यक्ती इतरांशी गुंततात, सामूहिक प्रयत्नांमध्ये सहभागी होतात आणि त्यांच्या समुदायाच्या कल्याणासाठी योगदान देतात.

७) व्यावसायिक मूल्ये :

व्यावसायिक मूल्ये ही नैतिक मानके आणि तत्त्वे आहेत, ज्यांचे व्यक्ती त्यांच्या व्यावसायिक क्षेत्रामध्ये आचरण करतात. या मूल्यांमध्ये प्रामाणिकपणा, व्यावसायिकता, जबाबदारी आणि एखाद्याच्या व्यवसायातील उत्कृष्टतेसाठी समर्पण यांचा समावेश होतो. व्यावसायिक मूल्ये विशिष्ट व्यावसायिक संदर्भांमध्ये योग्य वर्तन, निर्णय घेणे आणि नैतिक पद्धती ठरवतात, जबाबदारीची भावना आणि व्यावसायिक नैतिकता आणि मानकांप्रती वचनबद्धता वाढवतात.

८) पर्यावरणीय मूल्ये :

पर्यावरणीय मूल्ये नैसर्गिक पर्यावरणाचे जतन, संवर्धन आणि शाश्वतता यासंबंधीच्या विश्वास आणि तत्त्वांवर केंद्रीत आहेत. ही मूल्ये पर्यावरणीय कारभाराचे महत्त्व, पर्यावरणीय जबाबदारी आणि पृथ्वीचे संरक्षण आणि जतन करण्यासाठी शाश्वत पद्धतींवर भर देतात. पर्यावरणीय मूल्ये पर्यावरणीय समतोल राखण्यासाठी, पर्यावरणाचा ऱ्हास कमी करण्यासाठी आणि भावी पिढ्यांचे कल्याण सुनिश्चित करण्यासाठी व्यक्तींच्या वृत्ती, वर्तन आणि कृतींचे मार्गदर्शन करतात.

१.५.४ मानवी मूल्याचे महत्त्व :

आजच्या समाजात आणि व्यवसाय जगात मानवी मूल्ये आवश्यक आहेत. मानवी मूल्याचे एक वैशिष्ट्य आहे की जेव्हा एक मनुष्य दुसऱ्या मनुष्याशी संवाद करत असतो तेव्हा मानवी तत्व विचारात घेण्यास मानवी मूल्य मार्गदर्शन करतात. त्यांच्यात बरीच सकारात्मक वर्ण आहेत जी लोकांमध्ये माणुसकीचे बंधन निर्माण करतात आणि अशाप्रकारे मानवी मूल्य सर्व मानवांसाठी मूल्यवान आहेत. मानवी मूल्याचे महत्त्व खालीलप्रमाणे आहेः

१) समाजातील व्यावहारिक जीवनाचा आधार :

मानवी मूल्ये ही समाजातील व्यावहारिक जीवनासाठी आधार आहेत. ते ड्राईव्हसाठी जागा तयार करतात, एकमेकांकडे हालचाली करतात ज्यामुळे शांतता येते. सोप्या भाषेत मानवी मूल्ये सार्वभौम म्हणून वर्णन केली जातात आणि सर्व मानवांनी त्यांचे धर्म, त्यांचे राष्ट्रीयत्व, त्यांची संस्कृती आणि त्यांचा वैयक्तिक इतिहास काहीही असो त्यांना सामायिक करण्यात हे महत्वपूर्ण आहे. स्वभावाने ते इतरांचे मन वळवून घेतात.

२) उत्तम जीवन जगण्यासाठी मानवी जीवनाचा आधार :

मानवी मूल्ये ही स्थापनेपासूनच सामाजिक विज्ञानात एक मध्यवर्ती संकल्पना आहे. मानवी मूल्ये समाजात महत्वाची भूमिका बजावतात, कारण असे म्हणतात की ते एक चांगले जीवन जगण्यासाठी मानवाचा आधार आहेत. असा विश्वास आहे की सर्व धर्मातील सर्व पवित्र पुस्तकांमध्ये चांगल्या जीवनाची मूल्ये असतात.

३) मानव विकासात नियोजित आणि पद्धतशीर प्रक्रिया :

हे नमूद करणे आवश्यक आहे की मानवी मूल्यांचे महत्त्व एखाद्या व्यक्तीच्या बालपणापासूनच पाहिले जाते. बालवाडी हा पहिला टप्पा किंवा कालावधी आहे जो मानवी मूल्यांच्या माहितीचा पाया घालतो. कारण जीवनाच्या मूल्यांबद्दल माहिती ही समाजात आढळणारी एक सतत प्रक्रिया आहे. तथापि, प्रथम माहिती बालवयातच मिळत नाही तर पौगंडावस्थेच्या काळात सुरु होते आणि तिचा शेवट होतो परंतु व्यक्तिमत्त्व चालूच राहते. यापुढे या मूल्यांमध्ये बदल होऊ शकतात, परंतु मूलभूत मूल्ये विकसित केली गेली आहेत. मुलाची चुकीची वागणूक बदलणे हे नवीन वर्तन विकसित करण्यापेक्षा अधिक कठीण आहे. मूल्यांच्या शिक्षणाचा चुकीचा विकास रोखण्यासाठी नियोजित आणि पद्धतशीर प्रक्रियेत मुलाचे व्यक्तिमत्त्व विकसित करणे गंभीर आहे.

४) समाजाचे कल्याण :

वैयक्तिक नैतिकता आणि सामाजिक नैतिकता असे दोन प्रकार आहेत. वैयक्तिक नैतिकता वैयक्तिक प्रामाणिकपणा, निष्ठा, चांगली श्रद्धा, जबाबदार असण्याचे निर्णय आणि निर्णयांचा आधार देते. सामाजिक नैतिकता म्हणजे निष्पक्षता, हा कायद्याचा एक आधार आहे, जो समाजावर राज्य करण्यास आणि वैयक्तिक वर्तन नियंत्रित करण्यास मदत करतो. एखाद्या कृतीमुळे समाजाचे कल्याण होते की नाही यावर सामाजिक नैतिकता विचार करते.

५) सार्वत्रिकरित्या स्वीकारलेली मानवी मूल्ये :

समाजात मानवी मूल्यांना महत्त्वपूर्ण स्थान आहे. मूल्ये ही एक संज्ञानात्मक रचना आहे जी एखाद्या व्यक्तीच्या जीवनाचे आदर्श, त्यांची प्राधान्ये, प्राधान्यक्रम, तत्त्वे आणि संज्ञानात्मक वर्तन यांचे वर्णन करते. मूल्ये ही प्रभावी सांस्कृतिक घटक आहेत जी एकत्रितपणे उभी असलेल्या समुदायाच्या व्यक्तींच्या दृष्टीकोनातून घटकांना आकार देतात. समाजातील व्यक्तींकडून या मूल्यांच्या संरक्षणाकडे किंवा दुर्लक्ष करण्याच्या अनुषंगाने मूल्ये ती नष्ट होतील किंवा बरीच वर्षे हस्तांतरित केली जातील. या मूल्यांचे कायम असणे आणि कायम राहणे हे व्यक्तींच्या सामान्य स्वीकार्यतेवर आणि अंतर्गततेवर अवलंबून असते. परंतु, संस्कृतींमध्ये फरक दर्शविणाऱ्या मूल्यांबरोबरच, सर्व संस्कृतींमध्ये स्वीकारल्या गेलेल्या सार्वत्रिक आणि नैतिक मूल्यांचे एक प्रकरण आहे. सत्य, आदर, दया, परोपकार, संयम, सहनशीलता, शांतता, लोकशाही इत्यादी जगभरातील सार्वत्रिक मानवी मूल्ये असण्याची अपेक्षा आहे. या मानवी मूल्यांशिवाय मानवी समाज फार काळ टिकू शकणार नाही, हे सर्वत्र स्वीकारलेले मत आहे.

६) मानवी मूल्ये योग्य आणि चुकीचे भेद करण्यास मदत करतात :

मानवांना आपल्या पाच इंद्रियांद्वारे माहिती प्राप्त होते आणि मानवी मूल्येच आपल्याला योग्य आणि चुकीच्या, चांगल्या आणि वाईट गोष्टींमध्ये भेदभाव करण्यास मदत करतात. आपल्याकडे माहिती सहजपणे उपलब्ध आहे

परंतु मानवी मूल्यांच्या अभ्यासाशिवाय परिवर्तन मंद आहे आणि पर्यावरणीय समस्या, नैतिक समस्या, जागतिक तापमानवाढ इत्यादी जागतिक समस्यांचे निराकरण करण्यात मानवी मूल्ये महत्त्वपूर्ण भूमिका बजावतात.

▶ १.६ नीतिमूल्याधारित निर्णय प्रक्रिया :

कामावर किंवा समाजातील लोकांना नैतिक निर्णय घेण्यास सांगितले जाते. म्हणून, त्यांची नैतिक निर्णय घेण्याची प्रक्रिया वारंवार, अवचेतन, संज्ञानात्मक प्रक्रिया असू शकते. तुम्ही वाहन चालवताना वेग मर्यादा पाळता? एखादा माणूस जवळजवळ त्याबद्दल विचार न करता अगदी योग्य मार्गाने कार्य करण्याचा निर्णय घेऊ शकतो, परंतु निर्णय घेणारा वेग मर्यादा पाळण्याच्या नैतिकदृष्ट्या समर्थीत निर्णयापर्यंत पोहोचण्यासाठी विविध चरणांवर विचार आणि प्रक्रिया करीत असतो. हे निर्णय घेण्याच्या प्रक्रियेतील चरणांचे वर्णन करते आणि त्यानंतर निर्णय घेण्याच्या प्रक्रियेत उपयुक्तता, अधिकारांवर आधारित आणि न्याय-आधारित नैतिक सिद्धांतांच्या वापराची तपासणी करते.

१.६.१ अर्थ :

नैतिक निर्णय घेणे ही एक संज्ञानात्मक प्रक्रिया आहे जी वेगवेगळ्या नैतिक तत्त्वे, नियम, परिणाम आणि सद्‌गुण किंवा नातेसंबंधांची देखभाल, वैयक्तिक किंवा गट निर्णय किंवा हेतू असलेल्या कृतींचे मार्गदर्शन करण्यासाठी किंवा न्याय करण्यासाठी विचार करते. हे एखाद्यास योग्य क्रियांचा मार्ग किंवा योग्य कार्य काय आहे? हे ठरविण्यास मदत करते तसेच एखाद्याचे निर्णय किंवा कार्ये योग्य आहेत की चांगले हे विश्लेषित करण्यास सक्षम करते. हे एखाद्याने कसे वागावे किंवा कसे जगावे? याबद्दलच्या प्रश्नांची उत्तरे देण्याचा प्रयत्न करते.

१.६.२ व्याख्या :

नीतिमूल्याधारित निर्णय प्रक्रियेच्या व्याख्या खालीलप्रमाणे आहेत :

१) **जोसेफसन इन्स्टिट्यूट ऑफ एथिक्स :**

''नीतिमूल्याधारित निर्णय प्रक्रिया ही एक अशी प्रक्रिया आहे ज्यात नैतिक मानके आणि तत्त्वे तसेच भागधारकांवर निर्णयांचा संभाव्य प्रभाव विचारात घेणे आवश्यक आहे.''

२) **ट्रेव्हिनो आणि नेल्सन :**

''नीतिमूल्याधारित निर्णय प्रक्रिया ही संबंधित भागधारकांचे हक्क, मूल्ये आणि हित लक्षात घेऊन नैतिक तत्त्वांशी सुसंगतपणे मूल्यमापन आणि पर्याय निवडण्याची प्रक्रिया आहे.''

३) **रेस्ट :**

''रेस्ट यांनी नैतिक वर्तनाचे चार घटकांचे प्रारूप प्रस्तावित केले: नैतिक संवेदनशीलता, नैतिक निर्णय, नैतिक प्रेरणा आणि नैतिक चारित्र्य. त्यांच्या मते नीतिमूल्याधारित निर्णय प्रक्रियेत ही नैतिक निवडी करताना या चार घटकांचा विचार करणे समाविष्ट आहे.''

१.६.३ नीतिमूल्याधारित निर्णय प्रक्रियेचे निर्धारक :

नीतिमूल्याधारित निर्णय प्रक्रिया ही एक जटिल प्रक्रिया आहे जी वैयक्तिक मूल्ये आणि विश्वासांपासून ते सामाजिक मानदंड, कायदेशीर चौकट आणि परिणामांचा अंदाज घेण्याची क्षमता यासारख्या असंख्य घटकांनी प्रभावित होते. हे निर्धारक समजून घेतल्याने व्यक्ती आणि संस्थांना नैतिक वर्तन आणि विचारपूर्वक निर्णय घेण्यास अनुकूल पर्यावरण निर्माण करण्यास मदत होते.

१) वैयक्तिक मूल्ये आणि विश्वास :

व्यक्तींची वैयक्तिक मूल्ये आणि विश्वास नीतिमूल्याधारित निर्णय प्रक्रियेवर लक्षणीय परिणाम करतात. ही मूल्ये संगोपन, संस्कृती, अनुभव आणि शिक्षणाद्वारे आकारास येतात. ते नैतिक वारसा म्हणून काम करतात, व्यक्तींना परिस्थितीचे मूल्यांकन करण्यास आणि त्यांच्या सखोल तत्त्वांशी सरेखित निर्णय घेण्यास मार्गदर्शन करतात. उदाहरणार्थ, प्रामाणिकपणाचे उच्च मूल्य असणारी एखादी व्यक्ती आव्हानात्मक परिस्थितीतही, त्याच्या नैतिक निवडींवर प्रभाव टाकून सत्यतेला प्राधान्य देण्याची अधिक शक्यता असते.

२) नैतिक जागरूकता आणि संवेदनशीलता :

नीतिमूल्याधारित निर्णय प्रक्रियेवर व्यक्तीच्या नैतिक जागरूकता आणि संवेदनशीलतेचा प्रभाव पडतो. नैतिक समस्यांशी जुळवून घेणे आणि निर्णयांचे नैतिक परिणाम ओळखणे महत्त्वाचे असते. ज्या व्यक्ती नैतिकदृष्ट्या अधिक जागरूक आहेत त्या नैतिक दुविधा ओळखू शकतात, त्यांचे महत्त्व मूल्यांकन करू शकतात आणि त्यांच्या कृतींच्या नैतिक परिणामांची उच्च समज असलेल्या जटिल परिस्थितींमध्ये समायोजन करू शकतात.

३) संघटनात्मक संस्कृती आणि नियम :

संस्थेतील संस्कृती आणि नियम नीतिमूल्याधारित निर्णय प्रक्रियेस महत्त्वपूर्ण आकार देतात. संघटनात्मक संस्कृती, नेतृत्व शैली आणि प्रचलित मानदंड नैतिक वर्तनासाठी प्रशवभूमी तयार करतात. अखंडता, पारदर्शकता आणि नैतिक आचरण यांना प्राधान्य देणारी संस्कृती अशा पर्यावरणास प्रोत्साहन देते, जिथे व्यक्ती संघटनात्मक मूल्यांशी सरेखित नैतिक निर्णय घेण्याची अधिक शक्यता असते. याउलट, अनैतिक संस्कृती व्यक्तींना नैतिकतेशी तडजोड करण्यास प्रभावित करू शकते.

४) सामाजिक दबाव आणि समूह गतिशीलता :

सामाजिक दबाव आणि समूह गतिशीलता नीतिमूल्याधारित निर्णय प्रक्रियेवर महत्त्वपूर्ण प्रभाव पाडतात. व्यक्तींना समवयस्कांकडून, वरिष्ठांकडून किंवा व्यापक सामाजिक संदर्भाच्या दबावाचा सामना करावा लागतो, ज्यामुळे त्यांच्या नैतिक निवडीवर परिणाम होतो. समूह नियम, अनुरूपता आणि स्वीकृतीची इच्छा व्यक्तींना त्यांचे वर्तन प्रचलित गट मानकांनुसार सरेखित करण्यासाठी प्रभावित करते, ज्यामुळे काहीवेळा नैतिक तडजोड होते.

५) नैतिक शिक्षण आणि प्रशिक्षण :

नीतिमूल्याधारित निर्णय प्रक्रियेची क्षमता व्यक्तींना मिळालेल्या नैतिक शिक्षणाच्या आणि प्रशिक्षणाच्या पातळीनुसार बनते. नैतिकतेवरील सर्वसमावेशक शिक्षण व्यक्तींना नैतिक चौकट, साधने आणि नैतिक दुविधा दूर करण्यासाठी आवश्यक असलेल्या चिकित्सक विचार कौशल्यांद्वारे सुसज्ज करते. नैतिक विचारांवर भर देणारे प्रशिक्षण कार्यक्रम व्यक्तींना नैतिक समस्या ओळखण्यास आणि निर्णय घेताना नैतिक तत्त्वे प्रभावीपणे लागू करण्यास सक्षम करतात.

६) वैयक्तिक नैतिक विकास :

लॉरेन्स कोहलबर्ग सारख्या सिद्धांतकारांनी मांडलेल्या नैतिक विकासाचा टप्पा नीतिमूल्याधारित निर्णय प्रक्रियेवर प्रभाव पाडतो. नैतिक विकासाच्या उच्च टप्प्यावर असलेल्या व्यक्ती वैयक्तिक हितसंबंधांऐवजी नैतिक तत्त्वांवर आधारित निर्णय घेतात. सहानुभूती, तर्क करण्याची क्षमता आणि नैतिक निर्णय घेण्याची क्षमता यासारखे घटक नैतिक विकासामध्ये व्यक्तींच्या प्रगतीमध्ये योगदान देतात, त्यांच्या नैतिक निवडीवर परिणाम करतात.

७) कायदेशीर आणि नियामक चौकट :

कायदेशीर आणि नियामक पर्यावरण नीतिमूल्याधारित निर्णय प्रक्रियेस लक्षणीय आकार देते. कायदे, नियम आणि व्यावसायिक आचारसंहिता नैतिक वर्तनासाठी सीमा आणि मार्गदर्शक तत्त्वे स्थापित करतात. कायदेशीर मानकांचे

पालन केल्याने अनेकदा व्यक्तींच्या नैतिक निवडींवर प्रभाव पडतो, कारण पालन न केल्याने कायदेशीर परिणाम होऊ शकतात, ज्यामुळे व्यक्ती आणि संस्था दोघांवरही परिणाम होतो.

८) परिणाम आणि नैतिक कल्पना :

अपेक्षित परिणाम आणि संभाव्य परिणामांचा अंदाज घेण्याची क्षमता नीतिमूल्याधारित निर्णय प्रक्रियेवर प्रभाव टाकते. व्यक्ती त्यांच्या कृतींचा भागधारक, समाज आणि स्वतःवरील संभाव्य प्रभावाचे मोजमाप करतात. नैतिक कल्पनाशक्ती, वैविध्यपूर्ण दृष्टीकोन आणि परिणामांची कल्पना करण्याची क्षमता, व्यक्तींना नैतिक निर्णय घेण्यास मदत करते जे तात्काळ परिणामांच्या पलीकडे व्यापक परिणामांचा विचार करतात.

१.६.४ नीतिमूल्याधारित निर्णय घेण्याची प्रक्रिया :

बऱ्याच नीतिशास्त्र विद्वानांनी नैतिक निर्णय घेण्याचे मॉडेल विकसित केले आहेत किंवा आम्हाला नैतिकदृष्ट्या समर्थित निर्णयापर्यंत किंवा कृतीपर्यंत पोहोचण्यासाठी विशिष्ट प्रक्रियात्मक टप्पे उपलब्ध करुन दिली आहेत. ही प्रक्रिया बऱ्यापैकी तर्कशुद्ध आणि तार्किक आहे. प्रत्यक्षात, नैतिक निर्णय घेण्यामध्ये अमूर्तपणा, अतार्किक भावना आणि अगदी लहरीपणा भरलेला असतो.

१) पायरी १ : समस्येमधील अंतर्भूत असणाऱ्या नैतिक पैलूंचा परिचय :

नैतिक निर्णय घेण्याच्या प्रक्रियेच्या पहिल्या चरणात, निर्णय निर्मात्याने नैतिक विश्लेषण आवश्यक आहे की नाही? हे निर्धारित करण्यास सक्षम असणे आवश्यक आहे. एखाद्या महत्त्वपूर्ण नैतिक तत्त्वाचे, सामाजिक कायद्याचे किंवा संस्थात्मक मानकांचे किंवा धोरणाचे संभाव्य उल्लंघन आहे की नाही हे निर्णय निर्मात्याने निश्चित केले पाहिजे, किंवा समस्येचे निराकरण करण्याच्या विचारात घेत असलेल्या क्रियेतून उद्भवू शकणारे संभाव्य परिणाम शोधले पाहिजेत किंवा टाळले पाहिजेत.

२) पायरी २ : संदर्भीय माहितीचे संग्रहण करणे :

नैतिक निर्णय घेण्याच्या प्रक्रियेस सुरू ठेवण्यासाठी निर्णय निर्मात्याने संबंधित तथ्ये गोळा करणे आवश्यक आहे. चरण १ शी संबंधित, एखाद्या व्यक्तीच्या हक्कासारख्या नैतिक तत्त्वाचे उल्लंघन होण्याचा धोका असल्यास, निर्णय घेणाऱ्याने कोणते अधिकार सोडले जात आहेत याबद्दल जास्तीत जास्त माहिती गोळा करण्याचा प्रयत्न केला पाहिजे. परिणामी, लक्ष वेधून घेतलेल्या किंवा इतरांवर होणाऱ्या हानीचे प्रकार, पदवी आणि त्याचे प्रमाण मोजण्याचा प्रयत्न करण्याच्या निर्णयावर विचार करेल.

३) पायरी ३ : माहितीचे मूल्यांकन करणे :

नैतिक मार्गदर्शक तत्त्वांनुसार, एकदा माहिती गोळा झाल्यानंतर, निर्णय घेणाऱ्याला परिस्थितीचे मूल्यांकन करण्यासाठी काही प्रकारचे मानक किंवा मूल्यांकन निकष लागू केले पाहिजेत. पुढील भागात वर्णन केल्याप्रमाणे निर्णय घेणारा नीतिशास्त्रातील एक सिद्धांत वापरू शकेल – उपयोगितावादी, अधिकार किंवा न्यायाचा दृष्टिकोन. सामाजिक कायदा किंवा संस्थात्मक धोरणांचे पालन योग्य मूल्यांकन निकष असू शकते. इतर असे मूल्ये प्रणालीवर आधारित संबंधित माहितीचे मूल्यांकन करण्याचा विचार करू शकतात जिथे विविध नैतिक तत्त्वे किंवा विश्वास यांचे भिन्न-भिन्न महत्त्व आहे.

४) पायरी ४ : संभाव्य कृती पर्यायांचा विचार करणे :

निर्णय घेणाऱ्याला दुसऱ्या व्यक्तीच्या क्रियांचा सामना करणे, उच्च अधिकार शोधणे, जे घडत आहे त्याची दिशा बदलण्यासाठी पुढे जाणे यासारख्या संभाव्य कृती पर्यायांचा एक संच तयार करणे आवश्यक आहे. ही पायरी महत्त्वपूर्ण आहे कारण नैतिक परिस्थितीबद्दल प्रतिक्रिया देण्यामध्ये किंवा निराकरण करण्यात यथार्थपणे शक्य असलेल्या क्रियांची संख्या मर्यादित ठेवणे उपयुक्त आहे.

५) **पायरी ५ : निर्णय घेणे :**

निर्णय निर्मात्याने कृती पर्याय शोधला पाहिजे जो चरण ३ मध्ये मूल्यांकन केलेल्या निकषांद्वारे समर्थित आहे. कधीकधी वेगवेगळ्या नीतिशास्त्र सिद्धांताद्वारे दर्शविल्या जाणाऱ्या योग्य क्रियेत मतभेद असू शकतात. निर्णय प्रक्रियेमध्ये वापरल्या जाणाऱ्या सर्व नैतिक सिद्धांत किंवा इतर मूल्यांकन निकषांद्वारे समर्थित कृतीचा कोर्स निवडणे हे निर्णय घेणाऱ्यास सर्व प्रकरणांमध्ये शक्य नाही.

६) **पायरी ६ : निर्णयांची अंमलबजावणी किंवा कृती करणे :**

नैतिक निर्णय घेणे ही पूर्णपणे बौद्धिक बाब नाही. निर्णय घेणाऱ्याने खरोखरच समस्येचे निराकरण करण्याचा विचार करीत असल्यास कारवाई करणे किंवा कारवाई न करणे असा निर्णय घेतला पाहिजे. म्हणूनच एकदा चरण ४ मध्ये क्रियांचा पर्याय ओळखला गेला आणि चरण ५ मध्ये इष्टतम प्रतिसाद निवडल्यानंतर, चरण ६ मध्ये कारवाई किंवा कोणतीही कारवाई केली जात नाही.

७) **पायरी ७ : क्रियेचे पुनरावलोकन करणे :**

क्रियेचे पुनरावलोकन करणे आणि गरज असल्यास त्यात सुधारणा करणे आवश्यक आहे. अखेरीस, एकदा कारवाई केली गेली आणि त्याचे परिणाम काय असतील? हे जाणून घेतल्यास किंवा कार्यवाही न करण्याचा निर्णय घेतल्यास आणि या निष्क्रियतेचे परिणाम आता माहित असल्यास, निर्णय घेणाऱ्याने क्रियेच्या दुष्परिणामांची आणि कारवाई किंवा निष्क्रियतेने निर्णयकर्त्याद्वारे मागविलेल्या नैतिक तत्त्वांचे समर्थन केले आहे किंवा नाही याचा आढावा घ्यावा. जर समस्येचे इष्टतम निराकरण प्राप्त झाले नाही, निर्णय घेणाऱ्यास घेत असलेल्या किंवा त्या घेतल्या गेलेल्या क्रिया सुधारित करण्याची आवश्यकता असू शकते किंवा निर्णय निर्माता निवडलेल्या कारवाईच्या परिणामी कारणास्तव विश्लेषणाचे पुनर्मूल्यांकन करण्यासाठी निर्णय घेण्याच्या प्रक्रियेच्या सुरूवातीस परत येऊ शकतो.

▶ १.७ अनैतिक वर्तन :

अनैतिक वर्तन हे स्वीकृत नैतिक आणि सामाजिक निकषांपासून विचलित होणाऱ्या, निष्पक्षता, प्रामाणिकपणा, सचोटी किंवा इतरांबद्दल आदर या तत्त्वांचे उल्लंघन करणाऱ्या कृती किंवा वर्तनाचा संदर्भ देते. यात नैतिक मानकांची अवहेलना करणाऱ्या कृतींचा समावेश होतो मग ते वैयक्तिक, व्यावसायिक किंवा सामाजिक संदर्भातील असो, ज्यामुळे व्यक्ती किंवा गटांचे नुकसान, फसवणूक किंवा शोषण होते. अनैतिक वर्तनामध्ये अप्रामाणिकपणा, फसवणूक, भेदभाव, छळ, हेराफेरी किंवा इतरांच्या हिताच्या खर्चावर स्वार्थ साधणे यासारख्या विविध प्रकारांचा समावेश असतो. हे विश्वास कमी करते, नातेसंबंधांना नुकसान पोहोचवते आणि व्यक्ती, संस्था आणि समुदायांवर हानिकारक प्रभाव पाडते, सुसंवादी आणि न्याय्य समाजासाठी नैतिक मानकांचे पालन करण्याचे महत्त्व अधोरेखित करते.

१.७.१ अर्थ :

अनैतिक वर्तन म्हणजे नैतिक तत्त्वे, सामाजिक निकष किंवा स्थापित आचारसंहितेकडे दुर्लक्ष करणाऱ्या कृती किंवा आचरण होय. यात फसव्या, अप्रामाणिक किंवा नैतिकदृष्ट्या चुकीच्या वागणुकीचा समावेश असतो, ज्यामुळे अनेकदा इतरांना हानी पोहोचते किंवा अन्याय होतो. या वर्तनामध्ये खोटे बोलणे, फसवणूक करणे, हाताळणी करणे किंवा वैयक्तिक फायद्यासाठी व्यक्ती किंवा गटांचे शोषण यांचा समावेश असतो. अनैतिक वर्तनामुळे विश्वास कमी होतो, नातेसंबंध खराब होतात आणि वैयक्तिक, व्यावसायिक व सामाजिक क्षेत्रात दूरगामी नकारात्मक परिणाम होतात, जे निष्पक्षता, सचोटी आणि इतरांचा आदर वाढवण्यासाठी नैतिक आचरणाचे महत्त्व अधोरेखित करतात.

१.७.२ व्याख्या :

अनैतिक वर्तनाच्या व्याख्या खालीलप्रमाणे आहेत :

१) **स्टीफन पी. रॉबिन्स :**

''अनैतिक वर्तनामध्ये अशा कृतींचा समावेश होतो ज्या मोठ्या प्रमाणावर स्वीकारल्या जाणाऱ्या नैतिक नियमांचे उल्लंघन करतात, संभाव्यतः हानी, फसवणूक किंवा व्यक्ती किंवा गटांना अनुचित वागणूक देतात.''

२) **म्युएल कॅप्टीन :**

''अनैतिक वर्तन म्हणजे निष्पक्षता, प्रामाणिकपणा आणि सचोटीच्या सामाजिक किंवा व्यावसायिक मानकांपासून विचलित होणाऱ्या कृतींचा संदर्भ होय, ज्यामुळे इतरांवर किंवा संस्थेवर नकारात्मक परिणाम होतात.''

३) **मायकेल जोसेफसन :**

''अनैतिक वर्तनामध्ये सामान्यतः स्वीकृत नैतिक तत्त्वे किंवा मूल्यांकडे दुर्लक्ष करणाऱ्या कृती किंवा निर्णयांचा समावेश होतो ज्यामुळे विश्वास कमी होतो आणि व्यक्ती, संस्था किंवा समाजाचे नुकसान होते.''

४) **मॅगी मरे :**

''अनैतिक वर्तनामध्ये नैतिक नियमांचे उल्लंघन, अखंडतेशी तडजोड करणे किंवा वैयक्तिक फायद्यासाठी फसवणूक, हेराफेरी किंवा शोषण यांचा समावेश असलेल्या कृतींचा समावेश होतो.''

१.७.३ अनैतिक वर्तनाची कारणे :

अनैतिक वर्तनाच्या कारणांमध्ये मनोवैज्ञानिक, सामाजिक, संस्थात्मक आणि वैयक्तिक घटकांच्या जटिल परस्परसंवादाचा शोध घेणे समाविष्ट आहे.

१) **वैयक्तिक नैतिक वारसा :**

नैतिक वर्तनाचा पाया बहुधा एखाद्या व्यक्तीच्या नैतिक वारश्यामध्ये असतो, जो संगोपन, सांस्कृतिक पार्श्वभूमी आणि वैयक्तिक विश्वासांद्वारे आकारला जातो. वैयक्तिक मूल्ये आणि सामाजिक नियमांमधील संघर्षांमुळे नैतिक दुविधा निर्माण होऊ शकतात. जेव्हा वैयक्तिक तत्त्वे स्वीकृत मानकांशी टक्कर देतात, तेव्हा व्यक्ती अनैतिक कृती तर्कसंगत बनवू शकतात, त्यांना त्यांच्या नैतिक चौकटीत न्याय्य समजतात. हा आंतरिक संघर्ष अप्रामाणिकपणा, फसवणूक किंवा हाताळणी यासारख्या वर्तनांमध्ये प्रकट होतो.

२) **दबाव आणि ताण :**

वैयक्तिक जीवनातील असो किंवा व्यावसायिक जगतातील असो, बाह्य दबाव हे अनैतिक वर्तनासाठी उत्प्रेरक म्हणून काम करू शकतात. उच्च-तणावाचे पर्यावरण, काटेकोर कालमर्यादा, आर्थिक ताण किंवा स्पर्धात्मक वातावरण एखाद्या व्यक्तीच्या निर्णयाशी तडजोड करू शकते. अशा परिस्थितीत व्यक्ती तात्काळ तणाव कमी करण्यासाठी, लक्ष्य पूर्ण करण्यासाठी किंवा फायदा मिळवण्यासाठी, अल्पकालीन आराम किंवा यश मिळविण्याच्या प्रयत्नात नैतिक विचारांकडे दुर्लक्ष करून अनैतिक कृतींचा अवलंब करू शकतात.

३) **जबाबदारीचा अभाव :**

कठोर जबाबदारीचे उपाय नसलेले पर्यावरण अनैतिक वर्तनाला चालना देते. जेव्हा एखाद्या व्यक्तीला त्यांच्या कृतींचे परिणाम नसल्याची जाणीव होते, तेव्हा अनैतिक आचरणात गुंतण्याचा मोह वाढू शकतो. अप्रामाणिक किंवा अयोग्य वर्तनासाठी स्पष्ट परिणामांशिवाय, व्यक्तींना नैतिक मानकांशी तडजोड करण्यास उद्युक्त वाटू शकते.

४) **संघटनात्मक संस्कृती :**

संस्थेतील प्रचलित संस्कृती कर्मचाऱ्यांच्या वर्तनावर लक्षणीय परिणाम करते. जर एखाद्या संस्थेने नैतिक आचरणापेक्षा परिणामांना प्राधान्य दिले किंवा स्पर्धात्मक, विनाशकारी वातावरण निर्माण केले, तर कर्मचारी लक्ष्य

साध्य करण्यासाठी किंवा प्रचलित संस्कृतीशी संरेखित करण्यासाठी अनैतिक पद्धतींचा अवलंब करू शकतात. संघटनात्मक आचारसंहितेमध्ये नैतिक मूल्यांवर भर न दिल्याने अनवधानाने अनैतिक वर्तनाला चालना मिळते.

५) **अपुरे शिक्षण आणि प्रशिक्षण :**
नैतिक निर्णय घेण्यास नैतिक तत्त्वांचा भक्कम पाया आवश्यक आहे. नैतिक मानकांबाबतचे अपुरे शिक्षण किंवा प्रशिक्षण व्यक्तींना नैतिक अडचणींशी समायोजन करण्यासाठी अयोग्य बनवू शकते. नैतिक वर्तन आणि निर्णय घेण्याच्या प्रक्रियेबद्दल स्पष्ट मार्गदर्शक तत्त्वांशिवाय, नैतिक आचरण काय आहे याबद्दल अज्ञान किंवा गोंधळामुळे व्यक्ती अनैतिक कृतींमध्ये गुंततात.

६) **प्रोत्साहन आणि पुरस्कार प्रणाली :**
पुरस्कार प्रणाली केवळ परिणामांवर आधारित असल्यास ते साध्य करण्यासाठी वापरल्या जाणाऱ्या साधनांचा विचार न करता अनैतिक वर्तनास प्रोत्साहन देऊ शकतात. जेव्हा व्यक्ती केवळ लक्ष्य साध्य करून किंवा बक्षिसे मिळवून प्रेरित होतात, तेव्हा ते तात्काळ नफ्यासाठी नैतिक विचारांकडे दुर्लक्ष करून ही उद्दिष्टे पूर्ण करण्यासाठी अनैतिक मार्ग किंवा पद्धतींचा अवलंब करतात.

७) **समूह प्रभाव आणि समवयस्क दबाव :**
समूह गतिशीलता वैयक्तिक वर्तनावर लक्षणीय परिणाम करते. जेथे समवयस्क अनैतिक वर्तन सामान्य करतात किंवा माफ करतात अशा वातावरणात; स्वीकृती मिळविण्यासाठी, संघर्ष टाळण्यासाठी किंवा मान्यता मिळविण्यासाठी व्यक्ती या गटाच्या नियमांचे पालन करू शकतात. एखाद्या गटाशी संबंधित किंवा प्रसिद्ध होण्याची इच्छा व्यक्तींना नैतिक मानकांशी तडजोड करण्यास प्रवृत्त करते.

८) **सामाजिक आणि सांस्कृतिक नियम :**
सामाजिक आणि सांस्कृतिक नियम स्वीकार्य वर्तनाच्या धारणांना आकार देतात. नैतिक मानल्या जाणाऱ्या कृती संस्कृती आणि समाजांमध्ये मोठ्या प्रमाणात बदलू शकतात. काही संदर्भांमध्ये, इतरांमध्ये अनैतिक म्हणून पाहिल्या जाणाऱ्या कृती एखाद्या समाजात सामान्य केल्या जाऊ शकतात. हा सांस्कृतिक सापेक्षतावाद व्यक्तींना सार्वत्रिक नैतिक मानकांचा विरोध करणाऱ्या वर्तनात गुंतण्यासाठी प्रभावित करतो.

▶ १.८ कॉर्पोरेट नीतिमूल्ये :

कॉर्पोरेट नीतिमूल्ये अशा नैतिक तत्त्वे, मूल्ये आणि मानकांचा समावेश करतात, जी कंपनीचे आचरण आणि निर्णय घेण्यास मार्गदर्शन करतात. तसेच कर्मचारी, ग्राहक, भागधारक आणि समुदायासारख्या भागधारकांप्रती जबाबदार आणि पारदर्शक वर्तन सुनिश्चित करतात. यामध्ये संस्थेमध्ये सचोटी, प्रामाणिकपणा आणि उत्तरदायित्वाची संस्कृती प्रस्थापित करणे, नैतिक मानकांद्वारे व्यवसाय पद्धती संरेखित करणे, कायदे आणि नियमांचे पालन करणे तसेच अल्पकालीन नफ्यांपेक्षा दीर्घकालीन शाश्वतता आणि सामाजिक जबाबदारी यांना प्राधान्य देणे समाविष्ट आहे. कॉर्पोरेट नैतिकतेची एक मजबूत चौकट केवळ विश्वास आणि विश्वासार्हता वाढवत नाही तर शाश्वत वृद्धी आणि सकारात्मक सामाजिक प्रभावासाठी देखील योगदान देते.

१.८.१ अर्थ :

कॉर्पोरेट नीतिमूल्ये हा नैतिक तत्त्वे, मूल्ये आणि मानकांचा संच आहे, जे कंपनीच्या वर्तन आणि कृतींना भागधारकांसोबतच्या परस्परसंवादात मार्गदर्शन करतात. तसेच अखंडता, पारदर्शकता, जबाबदारी आणि कायदेशीर व सामाजिक नियमांचे पालन करतात. यामध्ये नैतिक आचरणाला प्राधान्य देणारी, नैतिक मानकांद्वारे व्यवसाय पद्धती

सरेखित करणारी आणि समाजात सकारात्मक योगदान देताना भागधारकांसोबत शाश्वत आणि विश्वासार्ह नातेसंबंध राखण्यासाठी जबाबदारीची खात्री देणाऱ्या संस्कृतीची स्थापना यांचा समावेश आहे.

१.८.२ व्याख्या :

कॉर्पोरेट नीतिमूल्यांची व्याख्या खालीलप्रमाणे आहेत :

१) जोसेफ डेसजार्डिन्स :

''कॉर्पोरेट नीतिमूल्ये ही कंपनीच्या नैतिक मूल्ये आणि तत्त्वांच्या प्रकाशात व्यवसाय निर्णय घेण्याचा आणि आचरणाचा अभ्यास आणि मूल्यांकन आहे.''

२) व्यवसाय नीतिमूल्ये त्रैमासिक जर्नल :

''कॉर्पोरेट नीतिमूल्ये म्हणजे व्यवसायाशी संबंधित नैतिक बाबींचा पद्धतशीर अभ्यास होय, जो वैयक्तिक आणि सामूहिक वर्तनात चांगले किंवा वाईट, योग्य किंवा अयोग्य काय आहे याच्याशी संबंधित आहे.''

३) नैतिक संसाधन केंद्र :

''कॉर्पोरेट नीतिमूल्ये ही अशा मूल्ये, तत्त्वे आणि पद्धतींचा संच आहे जो व्यवसायाला त्याच्या कार्यपद्धती, निर्णय प्रक्रिया आणि भागधारकांशी संबंधांबाबत मार्गदर्शन करतो.''

४) अँड्र्यू क्रेन आणि डर्क मॅटन :

''कॉर्पोरेट नीतिमूल्ये ही अशी तत्त्वे आणि मानके आहेत, जी व्यवसायाच्या जगात वर्तनाचे मार्गदर्शन करतात, ज्यामध्ये योग्य आणि चुकीचा फरक करणे आणि नंतर योग्य निवड करणे समाविष्ट आहे.''

१.८.३ नैतिक वर्तन :

नैतिक वर्तन म्हणजे प्रस्थापित तत्त्वे, मूल्ये आणि नैतिक मानकांशी जुळणारे आचरण होय. यात विशिष्ट संदर्भ किंवा सामाजिक चौकटीत नैतिकदृष्ट्या योग्य आणि न्याय्य मानल्या जाणाऱ्या कृती आणि निर्णयांचा समावेश आहे. नैतिक वर्तनामध्ये प्रामाणिकपणा, सचोटी, निष्पक्षता, इतरांचा आदर, जबाबदारी आणि पारदर्शकता यासारख्या अनेक तत्त्वांचा समावेश होतो.

अ) अर्थ :

नैतिक वर्तन म्हणजे नैतिक तत्त्वे, मूल्ये आणि सामाजिक निकषांशी सुसंगत असलेल्या कृती, निर्णय आणि आचरण होय. यात विशिष्ट संदर्भात नैतिकदृष्ट्या योग्य आणि न्याय्य मानल्या जाणाऱ्या वर्तनांचा समावेश आहे. नैतिक वर्तनामध्ये प्रामाणिकपणा, सचोटी, निष्पक्षता आणि इतरांबद्दलचा आदर यांचा समावेश होतो, नैतिक सद्गुणांना प्राधान्य देणारे आणि योग्य तत्त्वांचे समर्थन करण्यासाठी व्यक्तींना मार्गदर्शन करणे यात अंतर्भूत आहे. हे विश्वासार्ह परस्परसंवाद, जबाबदार निर्णय घेण्याचा आणि वैयक्तिक, व्यावसायिक व सामाजिक क्षेत्रामध्ये सकारात्मक आणि नैतिक पर्यावरणास प्रोत्साहन देण्यासाठी पाया तयार करते.

ब) व्याख्या :

नैतिक वर्तनाच्या व्याख्या खालीलप्रमाणे आहेत :

१) मायकेल जोसेफसन :

''नैतिक वर्तन हे एक असे आचरण आहे जे नैतिक तत्त्वांशी सुसंगत असून ते = प्रामाणिकपणा, निष्पक्षता आणि इतरांबद्दल आदर दर्शविते.''

२) मॅन्युअल जी. वेलास्क्वेझ :

''स्वीकृत सामाजिक आणि व्यावसायिक आचार मानकांशी सुसंगत कृती आणि निर्णय म्हणून नैतिक वर्तन ओळखले जाते.''

क) नैतिक वर्तनाची वैशिष्ट्ये :

नैतिक गुण आत्मसात केल्याने सचोटी, निष्पक्षता, विश्वास आणि जबाबदारीची संस्कृती विकसित होते, नैतिक निर्णय घेण्यास आणि कृतींसाठी अनुकूल वातावरण निर्माण होते. या गुणधर्मांना वैयक्तिक आणि व्यावसायिक आचरणात समाकलित केल्याने नैतिकदृष्ट्या प्रामाणिक आणि सामाजिकदृष्ट्या जबाबदार समाजाचा पाया घातला जातो.

१) सचोटी :

नैतिक वर्तनाचे मूळ प्रामाणिकपणामध्ये आहे, जिथे व्यक्ती त्यांच्या कृतींमध्ये प्रामाणिकपणा आणि सातत्य राखतात. यात नैतिक तत्त्वांशी वर्तन संरेखित करणे आणि इतरांशी व्यवहार करताना सत्य, विश्वासार्ह आणि पारदर्शक असणे समाविष्ट आहे. सचोटी असलेल्या व्यक्ती जे योग्य आहे ते करण्याची वचनबद्धता दाखवतात, जरी आव्हाने किंवा प्रलोभनांना तोंड द्यावे लागले तरीही वचनबद्धता कायम असते.

२) इतरांचा आदर :

नैतिक वर्तनामध्ये इतरांशी आदर, सन्मान आणि निष्पक्षतेने वागणे समाविष्ट असते. यामध्ये पार्श्वभूमी, संस्कृती किंवा मतांमधील फरक विचारात न घेता व्यक्तींचे हक्क, श्रद्धा आणि दृष्टीकोन मान्य करणे समाविष्ट आहे. इतरांचा आदर नैतिक आचरणात मूलभूत आहे, सर्वसमावेशक आणि सामंजस्यपूर्ण परस्परसंवाद वाढवतो.

३) जबाबदारी :

नैतिक वर्तन म्हणजे एखाद्याच्या कृती आणि निर्णयांची जबाबदारी घेणे. नैतिक वर्तन प्रदर्शित करणाऱ्या व्यक्ती त्यांच्या निवडींचे परिणाम समजून घेतात आणि यश व अपयश या दोन्हींसाठी जबाबदारी स्वेच्छेने स्वीकारतात. ही जबाबदारी पारदर्शकता आणि विश्वासार्हतेच्या संस्कृतीत योगदान देऊन विश्वास आणि विश्वासार्हता वाढवते.

४) सहानुभूती आणि करुणा :

नैतिक वर्तनामध्ये इतरांच्या भावना, गरजा आणि आव्हानांबद्दल सहानुभूती आणि करुणा समाविष्ट असते. सहानुभूतीशील व्यक्ती त्यांच्या कृतींचा इतरांवर होणारा परिणाम लक्षात घेतात आणि हानी कमी होईल व कल्याण वाढेल अशाप्रकारे वागण्याचा प्रयत्न करतात. दयाळू वर्तन इतरांच्या कल्याणाची चिंता दर्शवते, जे नैतिक आचरणासाठी केंद्रस्थानी असते.

५) निष्पक्षता आणि न्याय :

नैतिक वर्तनामध्ये निष्पक्षता आणि न्यायाच्या तत्त्वांचे पालन करणे समाविष्ट आहे. नैतिक वर्तन प्रदर्शित करणाऱ्या व्यक्ती पक्षपात, भेदभाव किंवा पूर्वग्रह न ठेवता सर्वांसाठी समान वागणूक सुनिश्चित करण्याचा प्रयत्न करतात. निष्पक्षतेने निर्णय घेणे आणि न्याय्य परिणामांवर पोहोचण्यासाठी विविध दृष्टीकोनांचा विचार करणे समाविष्ट आहे.

६) विश्वासार्हता :

नैतिक वर्तन हे विश्वासार्ह असण्याशी समानार्थी आहे. कृती आणि संप्रेषणांमध्ये सातत्य, विश्वासार्हता आणि प्रामाणिकपणा यावर विश्वास निर्माण केला जातो. विश्वासार्ह व्यक्ती वचनबद्धतेचे पालन करतात, आवश्यक असेल तेव्हा गोपनीयता राखतात आणि त्यांच्या परस्परसंवादामध्ये विश्वासार्हता प्रदर्शित करतात. सहकारी, ग्राहक आणि भागधारकांमध्ये विश्वास वाढवतात.

७) नागरी जबाबदारी :

नैतिक वर्तन वैयक्तिक आचरणाच्या पलीकडे नागरी जबाबदारीच्या भावनेचा समावेश करते. यामध्ये समाजाच्या कल्याणासाठी सक्रियपणे योगदान देणे, व्यापक सामाजिक समस्यांबद्दल चिंता व्यक्त करणे आणि समाजावर

सकारात्मक परिणाम करणाऱ्या कृतींमध्ये सहभागी होणे समाविष्ट असते. नैतिक व्यक्ती सकारात्मक सामाजिक योगदान देण्यात त्यांची भूमिका ओळखतात.

८) नैतिक संहिता आणि मानकांचे पालन :

नैतिक वर्तनामध्ये स्थापित नैतिक संहिता, व्यावसायिक मानके आणि कायदेशीर नियमांचे पालन करणे आवश्यक आहे. नैतिक चौकटीत काम करणाऱ्या व्यक्ती उद्योग-विशिष्ट मार्गदर्शक तत्त्वे आणि नैतिक मानकांचा आदर करतात.आपल्या कृती या नियम आणि तत्त्वांशी जुळतात याची खात्री करतात.

ड) नैतिक वर्तनाचे अंकेक्षण :

नैतिक वर्तन अंकेक्षणामध्ये संस्थेच्या नैतिक चौकटीच्या विविध पैलूंचे सर्वसमावेशक आणि पद्धतशीर मूल्यांकन समाविष्ट असते. अंकेक्षणाचे उद्दिष्ट सामर्थ्य, कमकुवतपणा आणि सुधारणेसाठी क्षेत्रे ओळखणे, संस्थेमध्ये सचोटी, जबाबदारी आणि नैतिक आचरणाची संस्कृती वाढवणे हे आहे.

१) नैतिक मानके स्थापित करणे :

अंकेक्षणाची सुरुवात स्पष्ट नैतिक मानके आणि मार्गदर्शक तत्त्वे परिभाषित आणि निश्चित करून होते जी संस्थेची मूल्ये, उद्योगातील सर्वोत्तम पद्धती आणि कायदेशीर आवश्यकतांशी जुळतात. ही मानके मापदंड म्हणून काम करतात ज्यांच्याद्वारे नैतिक वर्तनाचे मूल्यमापन आणि मोजमाप केले जाते.

२) नैतिकता धोरण पुनरावलोकन :

अंकेक्षणामध्ये संस्थेची नैतिकता धोरणे आणि आचारसंहितेची सखोल तपासणी केली जाते. यामध्ये सर्व स्तरावरील कर्मचाऱ्यांसाठी या धोरणांची व्यापकता, स्पष्टता आणि सुलभतेचे मूल्यांकन करणे समाविष्ट आहे. धोरणांमध्ये अपेक्षित वर्तन, अनैतिक वर्तनाचा अहवाल देण्यासाठी कार्यपद्धती आणि उल्लंघनाचे परिणाम यांची रूपरेषा दर्शविली पाहिजे.

३) नेतृत्वाच्या बांधिलकीचे मूल्यांकन :

अंकेक्षण नैतिक वर्तनासाठी संघटनात्मक नेतृत्वाच्या वचनबद्धतेचे मूल्यांकन करते. यामध्ये शीर्ष व्यवस्थापनाच्या कृती, संदेश आणि निर्णयांचे मूल्यांकन करणे तसेच संपूर्ण संस्थेमध्ये नैतिक आचरणाचा प्रचार आणि उदाहरण देण्यासाठी त्यांची भूमिका समाविष्ट आहे.

४) कर्मचारी धारणा आणि जागरूकता :

कर्मचाऱ्यांना नैतिक मानके कसे समजतात हे जाणून घेणे महत्वाचे आहे. सर्वेक्षण, मुलाखती किंवा लक्षित गट कर्मचाऱ्यांना नैतिक धोरणांबद्दल जागरुकता, नैतिक वर्तनाबद्दल संस्थेच्या बांधिलकीबद्दलची त्यांची धारणा आणि प्रतिशोधाच्या भीतीशिवाय अनैतिक वर्तनाची तक्रार करण्यात त्यांची सोयीची पातळी मोजू शकतात.

५) नैतिक निर्णय घेण्याच्या प्रक्रियेचे पुनरावलोकन :

अंकेक्षण संस्थेच्या नैतिक निर्णय घेण्याच्या प्रक्रियेचा अभ्यास करते. यामध्ये निर्णय घेण्याच्या चौकटीमध्ये नैतिक विचार कसे एकत्रित केले जातात, नैतिक दुविधा दूर करण्यासाठी यंत्रणा आहेत का आणि धोरणात्मक नियोजन व दैनंदिन कामकाजात नैतिक विचारांचे मोजमाप कसे केले जाते हे तपासणे समाविष्ट आहे.

६) नैतिक शिक्षण आणि प्रशिक्षण :

नैतिकता प्रशिक्षण कार्यक्रमांचे आणि शैक्षणिक उपक्रमांच्या परिणामकारकतेचे मूल्यांकन करणे आवश्यक आहे. यामध्ये संस्थेच्या सर्व स्तरांवरील कर्मचाऱ्यांमध्ये नैतिक मानकांचे बळकटीकरण आणि नैतिक वर्तनाचा प्रचार करण्याच्या उद्देशाने प्रशिक्षण सत्रांची वारंवारता, सामग्री आणि प्रवेशयोग्यतेचे मूल्यांकन करणे समाविष्ट आहे.

७) देखरेख आणि अहवाल यंत्रणा :

अंकेक्षण अनैतिक वर्तनाचे निरीक्षण आणि अहवाल देण्यासाठी असलेल्या यंत्रणेच्या प्रभावीतेचे मूल्यांकन करते. यामध्ये रिपोर्टिंग चॅनेलची प्रवेशयोग्यता आणि निनावीपणाचे मूल्यमापन करणे, नोंदवलेल्या समस्येला व्यवस्थापनाचा प्रतिसाद आणि नोंदवलेल्या घटनांचे निराकरण करण्यासाठी पाठपुरावा प्रक्रियेचे अस्तित्व समाविष्ट आहे.

८) सतत सुधारणा आणि अनुकूलता :

नैतिक वर्तन अंकेक्षण हे एकवेळचे मूल्यांकन असू नये, तर ते चालू पुनरावलोकन आणि नैतिक पद्धती सुधारण्यासाठी प्रोत्साहित केले पाहिजे. संस्थांनी बदलत्या नैतिक परिदृश्य, नियामक वातावरण आणि उदयोन्मुख नैतिक आव्हाने यांच्याशी जुळवून घेतले पाहिजे, धोरणे आणि पद्धतींसाठी नियतकालिक पुनरावलोकने आणि अद्यतने आवश्यक आहेत.

बहुविकल्पी प्रश्न

१) व्यावसायिक नीतिमूल्ये ---------- क्रियाकलापांच्या आचरणामध्ये नैतिक तत्त्वांच्या वापराचा संदर्भ देते.

अ) सामाजिक ब) आर्थिक क) राजकीय ड) सांस्कृतिक

२) नीतिमूल्ये आचारसंहिता संस्थेतील व्यक्तींच्या ---------- वर्तनाचे मार्गदर्शन करण्यासाठी एक चौकट प्रदान करते.

अ) नैतिक ब) कायदेशीर क) फायदेशीर ड) सांस्कृतिक

३) उपयुक्ततावाद हा एक नैतिक सिद्धांत आहे जो मोठ्या संख्येने लोकांसाठी सर्वात जास्त ---------- वर भर देतो.

अ) आनंद ब) नफा क) शक्ती ड) प्रतिष्ठा

४) नियमप्रधान सिद्धांत परिणामांची पर्वा न करता ---------- तत्त्वे आणि कर्तव्यांचे पालन करण्यावर लक्ष केंद्रित करते.

अ) नैतिक ब) कायदेशीर क) फायदेशीर ड) सांस्कृतिक

५) व्यावहारिक मूल्ये विशिष्ट ---------- मधील व्यक्तींच्या वर्तनाचे मार्गदर्शन करतात, जसे की औषध किंवा कायदा.

अ) उद्योग ब) समाज क) संस्कृती ड) बाजार

६) मानवी मूल्ये नैतिक वर्तनाचा पाया बनवतात आणि त्यात ---------- व करुणा यासारख्या गुणांचा समावेश होतो.

अ) सचोटी ब) नवोपक्रम क) स्वातंत्र्य ड) उदासीनता

७) नीतिमूल्याधारित निर्णय प्रक्रियेमध्ये नैतिक तत्त्वे आणि ---------- परिणामांवर आधारित कृतींचे मूल्यांकन करणे समाविष्ट आहे.

अ) सांस्कृतिक ब) आर्थिक क) कायदेशीर ड) नैतिक

८) सद्गुण नीतिमूल्ये व्यक्तींमध्ये ---------- वर्ण वैशिष्ट्यांच्या विकासावर भर देते.

अ) नैतिक ब) कायदेशीर क) फायदेशीर ड) सांस्कृतिक

९) नीतिमूल्यांच्या प्रकारांमध्ये वर्णनात्मक नीतिमूल्ये, आदर्श नीतिमूल्ये आणि ---------- नीतिमूल्ये यांचा समावेश होतो.

अ) सद्गुण ब) व्यवसाय क) सांस्कृतिक ड) कायदेशीर

१०) कॉर्पोरेट नीतिमूल्ये संस्थेतील ---------- वर्तनाचा प्रचार करण्यावर लक्ष केंद्रित करतात.

अ) अनैतिक ब) नैतिक क) कायदेशीर ड) फायदेशीर

११) नैतिक वर्तन अंकेक्षण संस्था ---------- मानकांचे पालन करते याचे मूल्यांकन करते.

अ) नैतिक ब) कायदेशीर क) फायदेशीर ड) सांस्कृतिक

१२) कोहलबर्गच्या नैतिक विकासाच्या टप्प्यांमध्ये पूर्व-पारंपारिक, पारंपारिक आणि ---------- टप्पे समाविष्ट आहेत.

अ) उत्तर-पारंपारिक ब) उप-पारंपारिक क) उत्कृष्ट-पारंपारिक ड) अति-पारंपारिक

१३) सद्गुण नीतिमूल्ये व्यक्तींमध्ये ---------- आणि सचोटी यासारखे गुण विकसित करण्याला महत्त्व देतात.

अ) नफा ब) नवोपक्रम क) प्रामाणिकपणा ड) स्वातंत्र्य

१४) वर्णनात्मक नीतिमूल्यांमध्ये विशिष्ट संस्कृती किंवा समाजात ---------- काय आहे याबद्दल लोकांच्या विश्वासांचा अभ्यास समाविष्ट असतो.

अ) फायदेशीर ब) कायदेशीर क) नैतिक ड) सांस्कृतिक

१५) नैतिकता संहिता कर्मचाऱ्यांना ---------- दुविधांचा सामना करताना संदर्भ बिंदू म्हणून काम करते.

अ) फायदेशीर ब) सांस्कृतिक क) नैतिक ड) कायदेशीर

१६) उपयुक्ततावाद सर्वात मोठ्या संख्येसाठी ---------- या तत्त्वावर आधारित क्रियांचे मूल्यमापन करतो.

अ) आनंद ब) नफा क) शक्ती ड) प्रतिष्ठा

१७) नियमप्रधान सिद्धांत ---------- कर्तव्ये आणि तत्त्वांचे पालन करण्याच्या महत्त्वावर जोर देतो.

अ) नैतिक ब) कायदेशीर क) फायदेशीर ड) सांस्कृतिक

१८) औषधातील व्यावहारिक मूल्यांमध्ये ---------- आणि रुग्णाच्या कल्याणासाठी वचनबद्धता समाविष्ट असते.

अ) नफा ब) प्रामाणिकपणा क) नवोपक्रम ड) स्वातंत्र्य

१९) सहानुभूती आणि करुणा यासारखी मानवी मूल्ये ---------- संस्कृतीच्या विकासात योगदान देतात.

अ) फायदेशीर ब) कायदेशीर क) नैतिक ड) सांस्कृतिक

२०) नीतिमूल्याधारित निर्णय प्रक्रियेमध्ये क्रियांच्या ---------- परिणामांचा विचार करणे समाविष्ट असते.

अ) सांस्कृतिक ब) कायदेशीर क) नैतिक ड) फायदेशीर

२१) सद्गुण नीतिमूल्ये व्यक्तींमध्ये प्रामाणिकपणा आणि ---------- यासारखे सद्गुण जोपासण्यावर भर देतात.

अ) स्वातंत्र्य ब) नवोपक्रम क) नफा ड) सचोटी

२२) ---------- नैतिकदृष्ट्या योग्य की अयोग्य हे ठरवण्यासाठी सामान्य नीतिमूल्ये एक चौकट प्रदान करतात.

अ) काय ब) कसे क) केव्हा ड) का

२३) नीतिमूल्यांचे प्रकार हे विस्तृत श्रेणी आहेत जे नैतिक चौकशीचे विविध ---------- समजून घेण्यात मदत करतात.

अ) क्षेत्र ब) प्रदेश क) शिस्त ड) परिमाण

२४) कॉर्पोरेट नीतिमूल्ये ---------- मध्ये नैतिक वर्तनाची संस्कृती वाढवण्यावर लक्ष केंद्रित करतात.

अ) कायदेशीर चौकट ब) व्यापारी समुदाय क) बाजारातील कल ड) संस्थात्मक क्षेत्र

२५) नैतिक वर्तन अंकेक्षण संस्थेच्या कृती ---------- तत्त्वांशी जुळतात की नाही याचे मूल्यांकन करते.

अ) कायदेशीर ब) नैतिक क) फायदेशीर ड) सांस्कृतिक

२६) कोहलबर्गचे नैतिक विकासाचे टप्पे व्यक्तींच्या नैतिक तर्काच्या ---------- बाबाबत माहिती प्रदान करतात.

अ) प्रगती ब) प्रतिगमन क) स्तब्धता ड) विचलन

२७) सद्गुण नीतिमूल्ये ---------- नियमांचे कठोर पालन करण्याऐवजी सकारात्मक चारित्र्य वैशिष्ट्यांच्या लागवडीवर भर देते.

अ) सांस्कृतिक ब) कायदेशीर क) नैतिक ड) फायदेशीर

२८) वर्णनात्मक नीतिमूल्ये समाजातील व्यक्ती किंवा गटांनी धारण केलेल्या ---------- चे अन्वेषण आणि वर्णन करते.

अ) नियम ब) संस्कृती क) परंपरा ड) नवकल्पना

२९) नीतिमूल्ये आचारसंहिता हा अशा तत्त्वांचा संच आहे जो व्यक्तींना ---------- निर्णय घेण्यास मार्गदर्शन करतो.

अ) फायदेशीर ब) नैतिक क) सांस्कृतिक ड) कायदेशीर

३०) नीतिमूल्याधारित निर्णय प्रक्रियेमध्ये भागधारकांवरील निवडींचा ---------- प्रभाव विचारात घेणे समाविष्ट आहे.

अ) कायदेशीर ब) फायदेशीर क) नैतिक ड) सांस्कृतिक

उत्तरे : १) ब, २) अ, ३) अ, ४) अ, ५) अ, ६) अ, ७) ड, ८) अ, ९) ब, १०) ब, ११) अ, १२) अ, १३) क, १४) क, १५) क, १६) अ, १७) अ, १८) ब, १९) ड, २०) क, २१) ड, २२) अ, २३) क, २४) ड, २५) ब, २६) अ, २७) ड, २८) अ, २९) ब, ३०) क.

सरावासाठी प्रश्न

प्र. १. नीतिमूल्ये म्हणजे काय? नीतिमूल्यांचे प्रकार लिहा.

प्र. २. 'नीतिमूल्ये' आणि 'व्यावसायिक नीतिमूल्ये' या शब्दांची व्याख्या करा. व्यावसायिक नीतिमूल्यांची तत्त्वे तपशीलवार सांगा.

प्र. ३. व्यावसायिक नीतिमूल्ये म्हणजे काय? व्यावसायिक नीतिमूल्यांचे महत्त्व स्पष्ट करा.

प्र. ४. व्यावसायिक नीतिमूल्यांची व्याप्ती स्पष्ट करा.

प्र. ५. व्यावसायिक नीतिमूल्यांवर परिणाम करणाऱ्या घटकांबद्दल माहिती सांगा.

प्र. ६. नीतिमूल्ये आचारसंहिता म्हणजे काय? नीतिमूल्ये आचारसंहितेचे प्रकार स्पष्ट करा

प्र. ७. नीतिमूल्यांचे सिद्धांत आणि त्यांचे प्रकार याबद्दल तपशीलवार स्पष्टीकरण द्या.

प्र. ८. व्यावहारिक मूल्ये म्हणजे काय? व्यावहारिक मूल्यांची व्याप्ती स्पष्ट करा.

प्र. ९. व्यावहारिक मूल्यांचे महत्त्व विशद करा.

प्र. १०. 'व्यावसायिक नीतिमूल्ये' आणि 'व्यावहारिक मूल्ये' म्हणजे काय? व्यावहारिक मूल्यांचे महत्त्व आणि व्याप्ती स्पष्ट करा.

प्र. ११. मानवी मूल्ये म्हणजे काय? मानवी मूल्यांचे प्रकार लिहा.

प्र. १२. मानवी मूल्यांचे महत्त्व विशद करा.

प्र. १३. नीतिमूल्याधारित निर्णय प्रक्रिया म्हणजे काय? त्याचे निर्धारक सांगा.

प्र. १४. नीतिमूल्याधारित निर्णय प्रक्रिया स्पष्ट करा.

प्र. १५. अनैतिक वर्तन म्हणजे काय? अनैतिक वर्तनाची कारणे लिहा.

प्र. १६. 'कॉर्पोरेट नीतिमूल्ये' आणि 'नैतिक वर्तन' या संज्ञेची व्याख्या करा. नैतिक वर्तनाचे अंकेक्षण स्पष्ट करा.

प्र. १७. नैतिक वर्तन म्हणजे काय? नैतिक वर्तनाची वैशिष्ट्ये स्पष्ट करा.

प्र. १८. **खालील विषयांवर टिपा लिहा :**

१) नीतिमूल्यांचे प्रकार.
२) व्यावसायिक नीतिमूल्ये.
३) नीतिमूल्ये आचारसंहिता.
४) व्यावहारिक मूल्ये.
५) मानवी मूल्ये.
६) नीतिमूल्याधारित निर्णय प्रक्रिया.
७) अनैतिक वर्तन.
८) नैतिक वर्तन.
९) नैतिक वर्तनाचे अंकेक्षण.

प्रकरण

जागतिक अर्थव्यवस्था आणि कॉर्पोरेट गव्हर्नन्समधील व्यावसायिक नीतिमूल्ये

२

- २.१ जागतिक व्यवसाय जाळे
- २.२ परकीय व्यापारातील विपणन नीतिमूल्ये
- २.३ सुसंस्कृत समाजाच्या विकासात व्यावसायिक नीतिमूल्ये आणि व्यावहारिक मूल्यांची भूमिका
- २.४ कॉर्पोरेट गव्हर्नन्स
- २.५ व्हिसल ब्लोईंग
- २.६ मूल्याधारित व्यवस्थापन
- २.७ वैदिक व्यवस्थापन

प्रस्तावना :

जागतिक अर्थव्यवस्थेच्या जटिल परिदृश्यामध्ये, कॉर्पोरेट गव्हर्नन्सला आकार देण्यामध्ये आणि शाश्वत पद्धतींना चालना देण्यासाठी व्यावसायिक नीतिमूल्ये महत्त्वपूर्ण भूमिका बजावतात. कंपन्या सीमा ओलांडून कार्यरत असताना, त्यांना विविध सांस्कृतिक, कायदेशीर आणि सामाजिक वातावरणाचा सामना करावा लागतो, ज्यामुळे नैतिक विचारांची सूक्ष्म समज आवश्यक असते. अखंडता, पारदर्शकता आणि उत्तरदायित्व राखणे हे भागधारक, कर्मचारी आणि व्यापक समुदायासारख्या भागधारकांमध्ये विश्वास निर्माण करण्यासाठी अत्यावश्यक बनते. प्रभावी कॉर्पोरेट गव्हर्नन्स चौकटीमध्ये नैतिक मार्गदर्शक तत्त्वे समाविष्ट करणे आवश्यक आहे जे जबाबदार व्यवसाय आचरण, पर्यावरणीय जागरूकता आणि सामाजिक जबाबदारी यांना प्राधान्य देतात. नफा वाढवणे आणि नैतिक निर्णय घेणे यातील समतोल राखणे हे आंतरराष्ट्रीय व्यावसायिक संबंधांच्या गुंतागुंतीच्या जाळ्याशी समाजोजन करण्यासाठी महत्त्वपूर्ण आहे. नैतिक वर्तनाला प्राधान्य देणाऱ्या कंपन्या केवळ कायदेशीर आणि प्रतिष्ठित परिणामांशी निगडित जोखीम कमी करत नाहीत तर जागतिक बाजारपेठेत दीर्घकालीन यश आणि लवचिकतेमध्येही योगदान देतात. या परस्परसंबंधित जगात जागतिक स्तरावर शाश्वत आणि जबाबदार व्यवसाय वर्तनाला चालना देण्यासाठी कॉर्पोरेट गव्हर्नन्स पद्धतींमध्ये व्यवसाय नैतिकतेचे एकीकरण आवश्यक आहे.

२.१ जागतिक व्यवसाय जाळे :

जागतिक व्यवसाय जाळे (GBN) हे १९८७ मध्ये स्थापन झालेल्या धोरणात्मक नियोजन आणि सल्लागार उपक्रमाचा संदर्भ देते. सुरुवातीला एक स्वतंत्र संस्था, नंतर ते पर्यवेक्षण समूह या व्यवस्थापन सल्लागार कंपनीने विकत घेतले

आणि अखेरीस डेलॉइट कन्सल्टिंगचा भाग बनले. जागतिक व्यवसाय जाळे परिस्थिती नियोजन आणि विविध परिणामांशी जुळवून घेण्यासाठी भविष्यातील संभाव्य परिस्थिती आणि रणनीती विकसित करून अनिश्चिततेमध्ये समायोजन करण्यात संस्थांना मदत करण्यात विशेष आहे. त्यांनी विविध क्षेत्रे आणि उद्योगांमध्ये काम केले, बदलते व्यावसायिक परिदृश्य, भौगोलिक राजकीय बदल आणि तांत्रिक प्रगतीचा अंदाज घेण्यासाठी व प्रतिसाद देण्यासाठी माहिती आणि धोरणे प्रदान केली.

२.१.१ अर्थ :

जागतिक व्यवसाय जाळे हे जोडण्यांचे, परस्परसंवादांचे आणि परस्परावलंबनांचे गुंतागुंतीच्या महाजालाचे प्रतिनिधित्व करते जे जागतिक स्तरावर आधुनिक व्यवसायाच्या परिदृश्याची व्याख्या करते. हे जगभरातील व्यवसाय, उद्योग, अर्थव्यवस्था आणि समाज यांच्यातील गुंतागुंतीचे संबंध समाविष्ट करते. ही संकल्पना सहयोग, व्यापार संबंध, तांत्रिक एकात्मता आणि सांस्कृतिक देवाणघेवाण यांचे विस्तृत जाळे दर्शवते, जी सीमा आणि खंडांमधील संघटनांना बांधते. हे जागतिक बाजारपेठांच्या परस्पर विणलेल्या स्वरूपावर जोर देते, जिथे जगाच्या एका कोपऱ्यात घेतलेल्या निर्णयांचे इतरत्र उद्योग आणि समाजांवर दूरगामी परिणाम होऊ शकतात. या विस्तारित जाळ्यात समजून घेणे, समायोजन करणे आणि भरभराट होणे यासाठी विविध संस्कृती, आर्थिक प्रणाली, तांत्रिक प्रगती आणि सतत विकसित होत असलेल्या जागतिक वातावरणात नावीन्य, शाश्वतता आणि वृद्धीसाठी परस्परसंबंधिततेचा लाभ घेण्याची क्षमता आवश्यक आहे.

२.१.२ व्याख्या :

जागतिक व्यवसाय जाळे या संकल्पनेच्या व्याख्या पुढीलप्रमाणे सांगता येतील :

१) पीटर श्वार्ट्झ :

"जागतिक व्यवसाय जाळे हे परिदृश्य नियोजनाद्वारे भविष्याचा शोध घेण्यासाठी एक चौकट आहे."

२) केनिची ओमाई :

"जागतिक व्यवसाय जाळे हे एक धोरणात्मक महाजाल आहे जे राष्ट्रीय सीमांच्या पलीकडे जाते, व्यवसायांना पारंपारिक मर्यादेच्या पलीकडे काम करण्याची आणि जागतिक संवादाद्वारे सादर केलेल्या संधींचा उपयोग करण्याच्या गरजेवर जोर देते."

२.१.३ जागतिक अर्थव्यवस्थेत व्यावसायिक नीतिमूल्ये विकसित करणे :

जागतिक अर्थव्यवस्थेत व्यावसायिक नीतिमूल्यांचा विकास हा एक सततचा प्रवास आहे ज्यासाठी सांस्कृतिक संवेदनशीलता, कायदेशीर अनुपालन, कॉर्पोरेट जबाबदारी, पुरवठा साखळी नीतिमत्ता आणि नैतिक नेतृत्व याबाबत व्यापक दृष्टीकोन आवश्यक आहे. या पैलूंचा स्वीकार केल्याने केवळ जोखीम कमी होत नाहीत तर शाश्वत वृद्धी, ब्रँड प्रतिष्ठा वाढवते आणि अधिक नैतिक व जबाबदार जागतिक व्यावसायिक वातावरणात योगदान मिळते.

१) सांस्कृतिक संवेदनशीलता आणि जागरूकता :

जागतिक अर्थव्यवस्थेत नैतिक व्यवसाय आचरणासाठी सांस्कृतिक संवेदनशीलता महत्त्वपूर्ण आहे. विविध सांस्कृतिक नियम, मूल्ये आणि पद्धती समजून घेणे आवश्यक आहे. यात फक्त फरक मान्य करणे नाही तर त्यांचा आदर करणे आणि त्यांना मान्यता देणे देखील समाविष्ट आहे. यासाठी नवीन बाजारपेठेत प्रवेश करण्यापूर्वी किंवा विविध भागधारकांशी संलग्न होण्यापूर्वी संपूर्ण सांस्कृतिक मूल्यमापन करणे आवश्यक आहे. जागतिक संदर्भात कंपनीचे यश हे तिची धोरणे आणि कार्यपद्धती स्थानिक सांस्कृतिक अपेक्षांशी जुळवून घेण्याच्या क्षमतेवर अवलंबून असते. यामध्ये उत्पादने किंवा सेवा सानुकूलित करणे, संप्रेषण शैली समायोजित करणे आणि स्थानिक प्रथा व परंपरांचा आदर करणे समाविष्ट असते. शेवटी, जागतिक अर्थव्यवस्थेतील नैतिक व्यवसाय पद्धतींना

सांस्कृतिक विविधतेचे सखोल आकलन आणि या फरकांचा आदर व मूल्ये अशा पद्धतीने कार्य करण्याची वचनबद्धता आवश्यक असते.

२) कायदेशीर अनुपालन आणि आंतरराष्ट्रीय मानके :

केवळ स्थानिक कायद्यांचे पालन करण्यापलीकडे, जागतिक अर्थव्यवस्थेतील नैतिक व्यवसाय आचरण आंतरराष्ट्रीय मानके आणि नैतिक चौकटीचे पालन करण्याची मागणी करते. यामध्ये केवळ नियमांचे पालन करणेच नाही तर मानवी हक्क, पर्यावरणीय शाश्वतता, न्याय्य कामगार पद्धती आणि विविध अधिकारक्षेत्रांमधील भ्रष्टाचारविरोधी उपाय यासारख्या सार्वत्रिक तत्त्वांचे पालन करणे देखील समाविष्ट आहे. नैतिक कंपन्या कायदेशीर आवश्यकतांच्या पलीकडे जातात, त्यांची कार्ये जागतिक नैतिक मापदंडांशी संरेखित होतील याची खात्री करून, त्याद्वारे अधिक न्याय्य आणि शाश्वत जागतिक व्यावसायिक पर्यावरणात योगदान देतात.

३) भागधारक प्रतिबद्धता आणि निष्पक्षता :

भागधारकांना नैतिकतेने आणि निष्पक्षपणे गुंतवणे हा जागतिक व्यावसायिक नीतिमूल्यांचा आधारस्तंभ आहे. हे कर्मचारी, ग्राहक, पुरवठादार, समुदाय आणि सरकार यांचा समावेश करण्यासाठी भागधारकांच्या हिताच्या पलीकडे विस्तारित आहे. नैतिक सहभागामध्ये पारदर्शक संवाद, सक्रिय ऐकणे आणि विविध गरजा व भागधारकांच्या अपेक्षा पूर्ण करणे यांचा समावेश होतो. वाजवी वागणूक, आदर आणि विविध भागधारकांवर व्यावसायिक निर्णयांच्या प्रभावाचा विचार करणे महत्त्वाचे आहे. नैतिक व्यवसाय सामाजिक जबाबदारीचे महत्त्व ओळखून आणि भागधारकांमध्ये विश्वास व सद्भावना वाढवून परस्पर फायदेशीर संबंध निर्माण करण्याचा प्रयत्न करतात.

४) शाश्वत पद्धती :

जागतिक अर्थव्यवस्थेतील नैतिक व्यावसायिक आचरणासाठी स्थिरता अविभाज्य आहे. कंपन्यांनी नफा कम ावण्याच्या उद्दिष्टांच्या पलीकडे जाऊन पर्यावरणावर होणारा परिणाम कमी करणाऱ्या, संसाधनांचे संरक्षण आणि समाजासाठी सकारात्मक योगदान देणाऱ्या शाश्वत पद्धती स्वीकारल्या पाहिजेत. यामध्ये कार्बन उत्सर्जन कमी करणे, अक्षय ऊर्जा उपाय लागू करणे, पुनर्वापराला प्रोत्साहन देणे आणि सामाजिक विकास कार्यक्रमांना समर्थन देणे यासारख्या उपक्रमांचा समावेश आहे. नैतिक कंपन्या पृथ्वी आणि भावी पिढ्यांचे दीर्घकालीन कल्याण सुनिश्चित करण्यासाठी त्यांची जबाबदारी ओळखतात.

५) नैतिक पुरवठा साखळी व्यवस्थापन :

नैतिक विचार संपूर्ण पुरवठा शृंखलामध्ये विस्तारतात. कंपन्यांनी पुरवठादारांच्या कार्यपद्धतींचे मूल्यांकन करणे, त्यांच्या वर्तनाचे परीक्षण करणे आणि नैतिक व पर्यावरणीय मानकांशी संरेखन सुनिश्चित करणे आवश्यक आहे. यामध्ये पुरवठा साखळीतील सक्तीची मजुरी, बालमजुरी आणि पर्यावरणाचा ऱ्हास यासारख्या समस्यांशी लढा देणे समाविष्ट आहे. नैतिक व्यवसाय त्यांच्या पुरवठादारांच्या कृतींची जबाबदारी घेतात, अनैतिक प्रथा दूर करण्यासाठी सक्रियपणे कार्य करतात आणि संपूर्ण पुरवठा साखळीमध्ये नैतिक मानकांना प्रोत्साहन देतात.

६) नैतिक नेतृत्व आणि शासन :

नैतिक नेतृत्व हे जागतिक संदर्भात नैतिक संघटनात्मक संस्कृतीला चालना देण्यासाठी महत्त्वपूर्ण भूमिका बजावते. नैतिक वर्तनाचे उदाहरण देऊन, स्पष्ट आचारसंहिता प्रस्थापित करून आणि संस्थेच्या मूलभूत मूल्यांमध्ये नैतिक तत्त्वे अंतर्भूत करून नेते उदाहरण देतात. नैतिक प्रशासन संरचना सर्व स्तरांवर जबाबदारी, पारदर्शकता आणि अखंडता सुनिश्चित करून या तत्त्वांना बळकट करतात. यामध्ये नैतिक निर्णय घेण्यास प्रोत्साहन देणारी धोरणे तयार करणे, अनैतिक वर्तनाचा अहवाल देण्यासाठी माध्यमे स्थापित करणे आणि व्यक्तींना त्यांच्या कृतींसाठी

जबाबदार धरणे यांचा समावेश आहे. नैतिक नेते अल्पकालीन नफ्यांपेक्षा संस्थेच्या दीर्घकालीन नैतिक बाजूस प्राधान्य देतात, भागधारकांमध्ये विश्वास आणि आत्मविश्वास वाढवतात.

७) जोखीम व्यवस्थापन आणि नैतिक निर्णय घेणे :

जागतिक अर्थव्यवस्थेत जोखीम व्यवस्थापन धोरणांमध्ये नैतिक बाबी महत्त्वाच्या असतात. नैतिक निर्णय घेण्याची चौकट संस्थांना संभाव्य जोखमींसोबत नैतिक परिणामांचे मोजमाप करून जटिल परिस्थितींमध्ये समायोजन करण्यास मदत करते. नैतिक त्रुटींशी संबंधित जोखमींचे मूल्यमापन करण्यामध्ये प्रतिष्ठा, कायदेशीर परिणाम, आर्थिक परिणाम आणि भागधारकांच्या विश्वासावर होणाऱ्या परिणामाची अपेक्षा करणे समाविष्ट आहे. नैतिक जोखीम व्यवस्थापन नैतिक तत्त्वांना निर्णय घेण्याच्या प्रक्रियेत समाकलित करते, अनैतिक वर्तनाशी संबंधित जोखीम कमी करते आणि संस्थेची अखंडता टिकवून ठेवते.

८) तंत्रज्ञान आणि नैतिक विचार :

जागतिक व्यवसाय कार्यपद्धतींमध्ये तंत्रज्ञान महत्त्वपूर्ण भूमिका बजावते. तंत्रज्ञानाच्या वापरातील नैतिक विचारांमध्ये माहितीची गोपनीयता, सायबर सुरक्षा, कृत्रिम बुद्धिमत्ता नीतिशास्त्र आणि तंत्रज्ञानाचा न्याय्य प्रवेश यासारख्या विविध पैलूंचा समावेश होतो. व्यवसायांनी माहितीचे नैतिक संकलन आणि वापर सुनिश्चित करणे, ग्राहकांच्या गोपनीयतेचे संरक्षण करणे आणि उदयोन्मुख तंत्रज्ञानाशी संबंधित जोखीम कमी करणे आवश्यक आहे. नैतिक तंत्रज्ञान पद्धतींमध्ये तंत्रज्ञानाच्या अवलंबनाच्या सामाजिक परिणामांचा विचार करणे आणि असमानता न वाढवता किंवा व्यक्तींच्या हक्कांचे उल्लंघन न करता प्रगतीचा संपूर्ण समाजाला फायदा होईल याची खात्री करणे देखील समाविष्ट आहे.

९) कॉर्पोरेट सामाजिक जबाबदारी (CSR) :

कॉर्पोरेट सामाजिक जबाबदारी उपक्रम स्वीकारणे नफा कमावण्याच्या उद्दिष्टांच्या पलीकडे असते. जागतिक अर्थव्यवस्थेत कॉर्पोरेट सामाजिक जबाबदारीमध्ये स्थानिक समुदायाच्या गरजा पूर्ण करून, शिक्षण, आरोग्यसेवा, पर्यावरण संवर्धन आणि शाश्वत विकासाला समर्थन देऊन समाजासाठी सकारात्मक योगदान देणे समाविष्ट आहे. नैतिक व्यवसाय सक्रियपणे परोपकारी उपक्रम, स्वयंसेवक कार्यक्रम आणि भागीदारींमध्ये गुंतलेले असतात ज्यांचे उद्दिष्ट समुदायांचे उत्थान करणे आणि सामाजिक कल्याणाचा प्रचार करणे आहे, ज्यामुळे त्यांची प्रतिष्ठा वाढते आणि सामाजिक कल्याणासाठी योगदान दिले जाते.

१०) नैतिक विपणन आणि ग्राहक हक्क :

नैतिक विपणन पद्धती प्रामाणिकपणा, पारदर्शकता आणि ग्राहक हक्कांचा आदर करण्याभोवती फिरतात. व्यवसायांनी फसव्या जाहिराती टाळल्या पाहिजेत, उत्पादनाची सुरक्षितता आणि गुणवत्ता सुनिश्चित केली पाहिजे आणि जागतिक स्तरावर ग्राहकांना अचूक माहिती दिली पाहिजे. ग्राहक हक्कांचा आदर करण्यामध्ये वाजवी किंमत, सत्य जाहिराती आणि नैतिक व गुणवत्ता मानके पूर्ण करणारी उत्पादने किंवा सेवा वितरीत करणे समाविष्ट आहे. नैतिक विपणन पद्धती ग्राहकांमध्ये विश्वास निर्माण करतात आणि दीर्घकालीन ब्रँड निष्ठेमध्ये योगदान देतात.

▶ २.२ परकीय व्यापारातील विपणन नीतिमूल्ये :

परकीय व्यापारातील विपणन नीतिमूल्यांसाठी सांस्कृतिक संवेदनशीलता, प्रामाणिकपणा, ग्राहक हक्क संरक्षण, सामाजिक जबाबदारी आणि आंतरराष्ट्रीय मानकांचे पालन यांचा समावेश करणाऱ्या बहुआयामी दृष्टिकोनाची आवश्यकता असते. परकीय व्यापार विपणनामध्ये नैतिक तत्त्वांचे पालन केल्याने केवळ सकारात्मक ब्रँड प्रतिमा

सुनिश्चित होत नाही तर विश्वास वाढतो, ग्राहकांशी संबंध मजबूत होतात आणि विविध जागतिक बाजारपेठांमध्ये शाश्वत व्यवसाय वृद्धी सुलभ होते.

१) विपणनातील सांस्कृतिक संवेदनशीलता :

परकीय व्यापार विपणन नीतिमूल्यांमध्ये सांस्कृतिक जागरूकता महत्त्वपूर्ण आहे. विविध सांस्कृतिक बारकावे, विश्वास आणि लक्ष्य बाजारातील पद्धती समजून घेणे मूलभूत असते. नैतिक विपणनामध्ये सांस्कृतिक नियम आणि मूल्यांशी सरेखित करण्यासाठी धोरणे स्वीकारणे, स्थानिक रीतिरिवाजांचा अपमान किंवा अनादर करणारे संदेश किंवा मोहिमा टाळणे समाविष्ट आहे. उदाहरणार्थ, विपणन सामग्रीमध्ये वापरलेले रंग, चिन्हे किंवा भाषा लक्ष्यित प्रेक्षकांद्वारे सकारात्मकतेने प्रतिध्वनी करण्यासाठी सांस्कृतिकदृष्ट्या योग्य असावी.

२) प्रामाणिकपणा आणि पारदर्शकता :

परकीय व्यापारातील नैतिक विपणन हे संप्रेषणातील प्रामाणिकपणा आणि पारदर्शकतेवर भर देते. उत्पादने किंवा सेवांबद्दल अचूक आणि सत्य माहिती प्रदान करणे आवश्यक असते. कंपन्यांनी उत्पादनाच्या फायद्यांची अतिशयोक्ती करणे किंवा ग्राहकांना फसवण्यासाठी खोटे दावे करणे टाळावे. प्रामाणिकपणामुळे परदेशी बाजारपेठेत ग्राहकांचा विश्वास निर्माण होतो आणि विश्वासार्हतेवर आधारित सकारात्मक ब्रँड प्रतिष्ठा स्थापित होते.

३) ग्राहक हक्कांचा आदर :

ग्राहक हक्कांचा आदर करणे सर्वोपरि आहे. यामध्ये ग्राहकांच्या गोपनीयतेचे रक्षण करणे, उत्पादनाची सुरक्षितता आणि गुणवत्ता सुनिश्चित करणे आणि हमींचा सन्मान करणे समाविष्ट आहे. परदेशी व्यापारात ग्राहकांना न्याय्य वागणूक मिळावी यासाठी व्यवसायांनी स्थानिक ग्राहक संरक्षण कायदे आणि आंतरराष्ट्रीय मानकांचे पालन केले पाहिजे.

४) पर्यावरणीय आणि सामाजिक जबाबदारी :

नैतिक परकीय व्यापार विपणन हे पर्यावरण आणि सामाजिक प्रभावांचा विचार करते. कंपन्यांनी अशी उत्पादने किंवा सेवांचा प्रचार केला पाहिजे जी पर्यावरणीयदृष्ट्या शाश्वत पद्धतींचे पालन करतात आणि सामाजिकतेला समर्थन देतात. विपणन प्रयत्नांनी नैतिक आणि शाश्वत उत्पादनांना प्राधान्य देणाऱ्या ग्राहकांच्या अनुषंगाने जबाबदार उत्पादन पद्धती, पर्यावरणपूरक गुणधर्म आणि सामाजिक उपक्रमांवर प्रकाश टाकला पाहिजे.

५) शोषणात्मक प्रथा टाळणे :

नैतिक विपणन हे परकीय व्यापारातील शोषणात्मक पद्धतींना प्रतिबंधित करते. यामध्ये असुरक्षित लोकसंख्येला लक्ष्य करण्यापासून परावृत्त करणे, फसव्या किंमत धोरणांचा वापर न करणे किंवा स्थानिक व्यवसायांना हानी पोहोचवणाऱ्या अयोग्य स्पर्धेत सहभागी न होणे समाविष्ट आहे. कंपन्यांनी नफा वाढवण्यासाठी शोषण टाळून, सर्व भागधारकांना लाभदायक ठरणाऱ्या वाजवी व्यापार पद्धतींचे समर्थन केले पाहिजे.

६) आंतरराष्ट्रीय मानकांचे पालन :

आंतरराष्ट्रीय विपणन मानके आणि नियमांचे पालन करणे आवश्यक आहे. नैतिक परकीय व्यापार विक्रेते जाहिरात आणि विपणनावरील आंतरराष्ट्रीय चेंबर ऑफ कॉमर्स (ICC) नियमांसारख्या जागतिक चौकटीचे पालन सुनिश्चित करतात, सीमा ओलांडून नैतिक विपणन पद्धती राखण्यासाठी मार्गदर्शक तत्त्वांचा आदर करतात.

७) विपणन धोरणांमध्ये सांस्कृतिक एकात्मता :

नैतिक विपणक हे स्थानिक संस्कृतींना एकत्रित करण्यासाठी आणि त्यांचा आदर करण्यासाठी त्यांची धोरणे तयार करतात. यामध्ये भाषेचे स्थानिकीकरण, प्रतिमा किंवा प्रतीकात्मकतेमधील सांस्कृतिक संवेदनशीलता समजून

घेणे आणि विविध सांस्कृतिक प्राधान्यांनुसार प्रचारात्मक क्रियाकलापांचे रुपांतर करणे समाविष्ट आहे. स्थानिक संस्कृतींचा आदर करून, विक्रेते ग्राहकांशी मजबूत संबंध वाढवतात, ब्रँड निष्ठा आणि स्वीकृती वाढवतात.

८) भागीदार आणि पुरवठादार यांच्याशी नैतिक वागणूक :

परकीय व्यापारामध्ये विविध सांस्कृतिक पार्श्वभूमीतील भागीदार आणि पुरवठादार यांच्या सहकार्याचा समावेश होतो. नैतिक विपणन हे भागीदार आणि पुरवठादारांशी निष्पक्ष आणि आदराने वागण्याचे समर्थन करते. यामध्ये संपूर्ण पुरवठा साखळीमध्ये नैतिक व्यवसाय पद्धती सुनिश्चित करणे, शोषणात्मक संबंध टाळणे आणि पारदर्शक व न्याय्य भागीदारी राखणे यांचा समावेश आहे.

९) शिक्षण आणि माहितीची देवाणघेवाण :

परदेशी व्यापारातील नैतिक विपणनामध्ये ग्राहकांना उत्पादने किंवा सेवांबद्दल प्रामाणिक आणि माहितीपूर्ण पद्धतीने शिक्षित करणे समाविष्ट आहे. अचूक आणि सर्वसमावेशक माहिती प्रदान केल्याने ग्राहकांना माहितीपूर्ण निवडी करण्यास मदत होते, ब्रँडवर विश्वास बसतो आणि विश्वासार्हता वाढते. नैतिक विक्रेते ग्राहकांना फसव्या डावपेचांद्वारे हाताळण्याऐवजी त्यांना शिक्षित करण्यास प्राधान्य देतात.

१०) दीर्घकालीन नातेसंबंध निर्मिती :

नैतिक परकीय व्यापार विपणन ग्राहकांशी दीर्घकालीन संबंध निर्माण करण्यावर लक्ष केंद्रित करते. अल्प-मुदतीच्या नफ्याला प्राधान्य देण्याऐवजी, नैतिक विक्रेते सातत्यपूर्ण गुणवत्ता, मूल्य आणि नैतिक आचरण प्रदान करून शाश्वत ग्राहक निष्ठा राखण्याचे ध्येय ठेवतात. नैतिक विपणन पद्धतींद्वारे विश्वास आणि निष्ठा निर्माण करणे हे परकीय बाजारपेठांमध्ये शाश्वत यशाचा पाया घालते.

▶ २.३ सुसंस्कृत समाजाच्या विकासात व्यावसायिक नीतिमूल्ये आणि व्यावहारिक मूल्यांची भूमिका :

सुसंस्कृत समाजाचा पाया रचण्यात व्यावसायिक नीतिमूल्ये आणि व्यावहारिक मूल्ये महत्वपुर्ण भूमिका बजावतात. ही मूल्ये विश्वास निर्माण करणे, मानवी हक्कांबद्दल आदर, आर्थिक विकास, नैतिक नेतृत्व आणि समुदाय प्रतिबद्धतेमध्ये योगदान देतात. या मूल्यांचे पालन केल्याने केवळ व्यवसायांनाच फायदा होत नाही तर निष्पक्षता, सर्वसमावेशकता, समृद्धी आणि मानवतेच्या उन्नतीसाठी सामायिक जबाबदारीची भावना असलेल्या समाजाला प्रोत्साहन मिळते.

२.३.१ सुसंस्कृत समाजाच्या विकासात व्यावसायिक नीतिमूल्यांची भूमिका :

व्यावसायिक नीतिमूल्ये व्यवसायांना अशाप्रकारे कार्य करण्यासाठी मार्गदर्शक वारसा म्हणून काम करते की, जे केवळ नफाच सुनिश्चित करत नाही तर एक निष्पक्ष, न्याय्य आणि सुसंस्कृत समाजाला प्रोत्साहन देते. नैतिक तत्त्वांचे पालन केल्याने सामाजिक विकासाच्या विविध पैलूंवर विश्वास वाढवण्यापासून ते शाश्वतता आणि सामाजिक जबाबदारीला चालना देण्यापर्यंत एक लहरी प्रभाव निर्माण होतो.

१) विश्वास आणि सामाजिक एकता :

व्यावसायिक नीतिमूल्ये समाजातील विश्वासाचा पाया बनवतात. जेव्हा व्यवसाय नैतिक मानकांचे पालन करतात तेव्हा ते भागधारक-ग्राहक, कर्मचारी, गुंतवणूकदार आणि समुदाय यांच्यात विश्वास निर्माण करण्यासाठी योगदान देतात. हा विश्वास समाजात निष्पक्षता, विश्वासार्हता आणि जबाबदारीची सामायिक समज निर्माण करून सामाजिक एकसंधता वाढवतो.

२) मानवी प्रतिष्ठेचा आदर :

नैतिक व्यवसाय पद्धती व्यक्तींचा सन्मान राखतात. ते न्याय्य वागणुकीला प्रोत्साहन देतात, विविधतेचा आदर करतात आणि वंश, लिंगभाव किंवा पार्श्वभूमी विचारात न घेता समान संधी सुनिश्चित करतात. जेव्हा व्यवसाय मानवी प्रतिष्ठेला प्राधान्य देतात, तेव्हा ते प्रत्येक व्यक्तीच्या मूल्यास आणि योगदानाला महत्त्व देणाऱ्या सामाजिक निकषांसाठी एक आदर्श ठेवतात.

४) सामाजिक जबाबदारीसह आर्थिक विकास :

व्यावसायिक नीतिमूल्ये नफा मिळवण्याच्या उद्दिष्टांच्या पलीकडे आहेत. नैतिक व्यवसाय सामाजिक जबाबदारी सांभाळून आर्थिक विकासाला हातभार लावतात. ते रोजगाराच्या संधी निर्माण करतात, सामुदायिक विकास प्रकल्पांमध्ये गुंतवणूक करतात आणि समाजाला फायदा होईल अशा मार्गांनी कार्य करतात, ज्यामुळे संपत्ती आणि संसाधनांचे अधिक न्याय्य वितरण होते.

४) पर्यावरणीय शाश्वतता :

नैतिक व्यवसाय पर्यावरणीय स्थिरतेसाठी त्यांची जबाबदारी ओळखतात. पर्यावरणास पूरक पद्धतींचा अवलंब करून, कार्बनचे ठसे कमी करून आणि नूतनीकरणयोग्य संसाधनांमध्ये गुंतवणूक करून ते निरोगी पर्यावरणात योगदान देतात. ही मानसिकता सामाजिक जागरूकता आणि भावी पिढ्यांसाठी निसर्गाचे रक्षण करण्यासाठी कृती करण्यास प्रोत्साहन देते.

५) नैतिक नेतृत्व आणि शासन :

व्यवसायातील नैतिक नेतृत्व सामाजिक निकषांसाठी रूपरेषा प्रदान करते. जेव्हा नेते सचोटी, पारदर्शकता आणि उत्तरदायित्व याला प्राधान्य देतात, तेव्हा ते प्रशासन संरचना आणि सामाजिक अपेक्षांवर प्रभाव टाकतात. नैतिक शासन प्रारूप संस्थांवर विश्वास वाढवतात, समाजात निष्पक्षता आणि न्यायाची संस्कृती वाढवतात.

६) ग्राहक संरक्षण आणि सक्षमीकरण :

नैतिक व्यवसाय ग्राहक हक्क आणि संरक्षणास प्राधान्य देतात. ते उत्पादनाची सुरक्षितता सुनिश्चित करतात, अचूक माहिती देतात आणि ग्राहकांच्या गोपनीयतेचे संरक्षण करतात. ग्राहकांना ज्ञान आणि न्याय्य वागणूक देऊन सक्षम करून, नैतिक व्यवसाय प्रामाणिकपणे निवडी करण्यास सक्षम असलेल्या माहितीपूर्ण आणि सशक्त समाजात योगदान देतात.

७) शिक्षण आणि जागरूकता :

नैतिक व्यवसाय अनेकदा शैक्षणिक उपक्रम आणि जागरूकता मोहिमांमध्ये व्यस्त असतात. ते नैतिक मूल्यांना प्रोत्साहन देतात, भेदभाव किंवा शोषणासारख्या सामाजिक समस्यांविरुद्ध समर्थन करतात आणि जबाबदार नागरिकत्वाची संस्कृती वाढवतात. या उपक्रमांद्वारे ते अधिक माहितीपूर्ण आणि नैतिकदृष्ट्या जागरूक समाज घडवण्यात योगदान देतात.

८) सामाजिक उत्तरदायित्व आणि पारदर्शकता :

नैतिक व्यवसाय सामाजिक उत्तरदायित्व आणि पारदर्शकतेचा सराव करतात. ते त्यांचे कार्य, वित्त आणि समाजावरील प्रभावाविषयीची माहिती उघडपणे खुली करतात. ही पारदर्शकता केवळ व्यवसायांमध्येच नव्हे तर व्यापक सामाजिक चौकटीतही जबाबदार वर्तनास प्रोत्साहन देते.

९) संघर्षाचे निराकरण आणि नैतिक निर्णय घेणे :

नैतिकतेला प्राधान्य देणारे व्यवसाय संवाद आणि नैतिक निर्णय प्रक्रियेद्वारे संघर्षांचे निराकरण करण्यात योगदान देतात. अनैतिक मार्गांचा अवलंब न करता संघर्ष व्यवस्थापित करण्यासाठी समाजासमोर उदाहरणे मांडून, विवाद निष्पक्ष आणि सौहार्दपूर्णपणे कसे सोडवले जाऊ शकतात हे ते प्रदर्शित करतात.

१०) आदर्श आणि प्रभाव :

नैतिक व्यवसाय आदर्श म्हणून काम करतात, इतर संस्था आणि व्यक्तींवर प्रभाव टाकतात. जेव्हा नैतिक आचरण यश आणि सकारात्मक परिणामाकडे घेऊन जाते, तेव्हा ते अनुकरण करण्यास प्रेरित करते, सामाजिक संस्कृतीला प्रोत्साहन देते जेथे नैतिक वर्तन साजरे केले जाते आणि पुरस्कृत केले जाते, अशाप्रकारे सामाजिक मानके उंचावतात.

२.३.२ सुसंस्कृत समाजाच्या विकासात व्यावहारिक मूल्यांची भूमिका :

नैतिक वर्तन, जबाबदारी, आदर आणि समाजाच्या भल्यासाठी वचनबद्धतेला प्रोत्साहन देऊन व्यावहारिक मूल्ये सुसंस्कृत समाजाचा आधारस्तंभ बनवतात. जेव्हा व्यक्ती आणि संस्था ही मूल्ये टिकवून ठेवतात तेव्हा ते अखंडता, सहकार्य आणि प्रगतीची संस्कृती जोपासतात. ही मूल्ये सुसंस्कृत आणि समृद्ध समाजाच्या सर्वांगीण विकास आणि शाश्वततेमध्ये योगदान देतात.

१) सचोटी आणि विश्वासार्हता :

सचोटी सारखी व्यावहारिक मूल्ये ही सुसंस्कृत समाजाची आधारशिला बनवतात. नैतिक मानकांचे पालन करणाऱ्या व्यक्ती आणि त्यांच्या व्यावसायिक भूमिकेतील प्रामाणिकपणा विश्वासाची संस्कृती प्रस्थापित करतात. हा विश्वास सामाजिक परस्परसंवादाचा आधार बनतो, सहकार्य वाढवतो आणि लोकांना त्यांच्या परस्परसंवादात सुरक्षित व आत्मविश्वास वाटतो असे वातावरण निर्माण करतो.

२) नैतिक निर्णय घेणे :

व्यावहारिक मूल्ये नैतिक निर्णय घेण्यावर भर देतात. जेव्हा व्यक्ती त्यांच्या व्यावसायिक क्षमतेमध्ये नैतिक तत्त्वांचे पालन करतात, तेव्हा त्यांनी समाजात नैतिक वर्तनाचा आदर्श ठेवलेला असतो. नैतिक निर्णय घेण्यामध्ये इतरांवरील कृतींचा प्रभाव विचारात घेणे, नैतिक मूल्यांसारखे पर्याय संरेखित करणे आणि सर्व व्यवहारांमध्ये निष्पक्षता आणि न्यायाचा प्रचार करणे समाविष्ट आहे.

३) विविधता आणि सर्वसमावेशकतेचा आदर :

व्यावहारिक मूल्ये विविधतेचा आदर करण्यासाठी आणि सर्वसमावेशकतेला प्रोत्साहन देण्यासाठी समर्थन करतात. सुसंस्कृत समाजात वैविध्यपूर्ण दृष्टीकोन, पार्श्वभूमी आणि कल्पनांचे मूल्य अभिनवता, समज आणि एकता वाढवते. व्यावसायिक क्षेत्रामध्ये या मूल्यांचे पालन केल्याने सर्वांसाठी सर्वसमावेशकता आणि समानतेसाठी सामाजिक नियमांवर प्रभाव पडतो.

४) उत्तरदायित्व आणि जबाबदारी :

व्यावहारिक मूल्ये उत्तरदायित्व आणि जबाबदारीची भावना निर्माण करतात. ज्या व्यक्ती त्यांच्या कृतींसाठी स्वत:ला जबाबदार धरतात, त्यांच्या भूमिकांची जबाबदारी घेतात आणि त्यांच्या निर्णयांसाठी उत्तरदायी असतात. ते समाजात जबाबदारीच्या संस्कृती निर्मितीत योगदान देतात. ते इतरांना अधिक सुसंस्कृत आणि कायद्याचे पालन करणाऱ्या समुदायाला प्रोत्साहन देऊन जबाबदारीने वागण्यास प्रोत्साहित करतात.

५) सतत शिकणे आणि विकास :

व्यावहारिक मूल्ये सतत शिक्षण आणि कौशल्य विकासाला प्रोत्साहन देतात. सुसंस्कृत समाजात व्यक्ती शिक्षणाला महत्त्व देतात, वैयक्तिक आणि व्यावसायिक वृद्धीच्या संधी शोधतात आणि ज्ञानाच्या प्रगतीमध्ये योगदान देतात. शिकण्यावर भर दिल्याने प्रगती आणि नावीन्यपूर्ण संस्कृती निर्माण होते तसेच सामाजिक विकासाला चालना मिळते.

६) सहयोग आणि सांघिक कार्य :

व्यावहारिक मूल्ये सहयोग आणि सांघिक कार्यावर भर देतात. एकत्र काम करणाऱ्या व्यक्ती वैयक्तिक यशापेक्षा सामूहिक यशाला महत्त्व देतात, पूल बांधतात आणि समुदायाची भावना वाढवतात. ही मूल्ये सहकार्य, परस्पर समर्थन आणि समाजातील समान उद्दिष्टे साध्य करण्यासाठी सामायिक वचनबद्धतेला प्रोत्साहन देतात.

७) संवाद आणि पारदर्शकता :

व्यावहारिक मूल्ये प्रभावी संवाद आणि पारदर्शकता टिकवून ठेवतात. स्पष्ट आणि पारदर्शक संवाद समजूतदारपणा वाढवतो, संघर्ष कमी करतो आणि समाजात खुल्या संवादाला प्रोत्साहन देतो. जेव्हा व्यक्ती व्यावसायिक क्षेत्रामध्ये पारदर्शकतेला महत्त्व देतात, तेव्हा ते व्यापक सामाजिक परस्परसंवादांमध्ये प्रामाणिकपणा आणि मोकळेपणासाठी एक मानक निश्चित करतात.

८) नेतृत्व आणि मार्गदर्शन :

व्यावहारिक मूल्यांमध्ये नेतृत्व आणि मार्गदर्शन यांचा समावेश होतो. नैतिक आणि जबाबदार नेते आदर्श म्हणून काम करतात, इतरांना नैतिक आचरण आणि व्यावसायिक उत्कृष्टतेसाठी मार्गदर्शन करतात. मजबूत नेतृत्व गुणांचे प्रदर्शन करून आणि मार्गदर्शन देऊन व्यक्ती भावी पिढ्यांना आकार देण्यास आणि नैतिक नेतृत्व तत्त्वांवर आधारित सुसंस्कृत समाजाला चालना देण्यासाठी योगदान देतात.

९) समुदाय प्रतिबद्धता आणि योगदान :

व्यावहारिक मूल्ये समुदाय प्रतिबद्धता आणि योगदान यावर भर देतात. ज्या व्यक्ती सामुदायिक सेवा, स्वयंसेवा किंवा परोपकारी कार्यात सक्रियपणे सहभागी होतात त्या समाजाच्या सुधारणेस हातभार लावतात. ही मूल्ये इतरांना सामाजिक कल्याणामध्ये सक्रिय भूमिका घेण्यास प्रेरित करतात, अधिक दयाळू आणि काळजी घेणारा समुदाय तयार करतात.

१०) अनुकूलता आणि लवचिकता :

व्यावहारिक मूल्यांमध्ये अनुकूलता आणि लवचिकता समाविष्ट आहे. या मूल्यांचे प्रदर्शन करणाऱ्या व्यक्ती आव्हानांना तोंड देण्यास, बदलाशी जुळवून घेण्यास आणि अडथळ्यांमधून परत येण्यास सक्षम असलेल्या समाजात योगदान देतात. ही मूल्ये चिकाटी आणि लवचिकतेची संस्कृती जोपासतात, सामाजिक प्रगती आणि विकासासाठी आवश्यक असतात.

▶ २.४ कॉर्पोरेट गव्हर्नन्स :

कॉर्पोरेट प्रशासनाद्वारे कंपन्या संचलित केल्या जातात किंवा व्यावसायिक संघटनांचे नियंत्रण केले जाते. प्रशासनाच्या संरचनेमध्ये व्यावसायिक संस्थांमध्ये सहभाग नोंदविणाऱ्या विविध सहभागींमध्ये काही महत्त्वपूर्ण अधिकारांचे वितरण केलेले असते. ही एक व्यवस्थापकीय साखळी असते. या यंत्रणेद्वारे कंपनीला नियंत्रित केले जाते. (उदा. संचालक मंडळ, व्यवस्थापकीय मंडळ, भागधारक, धनको, लेखापरिक्षक, विनियामक व इतर भागधारक इत्यादी) कॉर्पोरेट विषयासंदर्भात निर्णय घेण्यासाठी नियम तसेच बाजारविषयक वातावरण यांचा संदर्भ देत असताना प्रशासनाद्वारे एक अशी संरचना तयार होते ज्याद्वारे कंपनी आपली उद्दिष्टे पूर्ण करण्याचा प्रयत्न करत असते. तसेच त्या प्रयत्नांचा वेळोवेळी पाठपुरवठा करत असते. प्रशासनाद्वारे कंपन्यांच्या विविध कृती, धोरणे आणि अनेक प्रकारच्या निर्णयावर नियंत्रण ठेवण्याचे काम होत असते.

२.४.१ अर्थ :

कंपनीच्या प्रशासनाला प्रभावित करणाऱ्या रूढी, परंपरा, धोरणे आणि कायदे यांना कंपनी समूहाशी संबंधित ठेवणारी यंत्रणा म्हणजेच कॉर्पोरेट प्रशासन होय. कॉर्पोरेट प्रशासनामध्ये अनेक सहभागी घटकांचा आणि कंपनीच्या

सहसंबंधाचा समावेश असतो. यात भागधारक, व्यवस्थापकीय मंडळ, संचालक मंडळ हे प्रमुख सहभागी असतात. यासोबतच पुरवठादार, ग्राहक, संबंधित बँका तसेच व्यवसायिक वातावरण इत्यादी घटक समाविष्ट असतात. व्यक्तींची जबाबदारी आणि कंपनीची आर्थिक क्षमता हे कॉर्पोरेट विश्वाचे दोन मुख्य आधारस्तंभ आहेत. अनेक विषयांचा कॉर्पोरेट प्रशासनात समावेश असतो.

२.४.२ व्याख्या :

कॉर्पोरेट प्रशासनाच्या व्याख्या पुढीलप्रमाणे जाणून घेता येतील :

१) अेनोवन :

"'कॉर्पोरेट प्रशासन' ही एक अशा प्रकारची अंतर्गत प्रणाली आहे जिच्यामध्ये चांगल्या व्यावसायिक विवेकबुद्धी, वस्तुनिष्ठता आणि प्रामाणिकपणा यांच्याद्वारे व्यवस्थापकीय क्रिया संचलित आणि नियंत्रित करून भागधारकांच्या गरजा भागविणाऱ्या धोरणे, प्रक्रिया आणि व्यक्तींचा समावेश होतो. सुयोग्य कॉर्पोरेट प्रशासन हे बाह्यबाजार प्रतिबद्धता व कायदे, त्याचप्रमाणे जी धोरणे आणि प्रक्रियांचा बचाव करते अशी व्यापक संस्कृती यावर अवलंबून असते."

२) सेबी :

"कॉर्पोरेट प्रशासन म्हणजे व्यवस्थापनाद्वारे कंपनीचे खरे मालक म्हणून भागधारकांच्या अपरीहार्य अधिकारांचे आणि प्रशासनाची स्वत:ची भागधारकांच्या वतीने विश्वस्तांची भूमिका यांचा स्विकार करणे होय".

३) ओईसीडी (*OECD*) :

"ऑरगनायझेशन फॉर इकोनॉमिक को-ओपरेशन अँड डेव्हलपमेंट यांच्याद्वारे कार्पोरेट प्रशासनाची पुढील व्याख्या केली आहे. "कॉर्पोरेट प्रशासन" हा कंपनीच्या मंडळाचा संघ असतो. त्यात गुंतवणुकदारापासून, भागभांडवलदारांचा समावेश असतो. कंपनीच्या व्यवस्थापनाचा याद्वारे आराखडा आखला जातो."

४) अ‍ॅड्रीयन कॅडबरी :

"कॉर्पोरेट प्रशासन हे कंपनीच्या आर्थिक आणि सामाजिक उद्दिष्टांना नियंत्रित करते".

२.४.३ कॉर्पोरेट गव्हर्नन्सची उद्दिष्टे :

कॉर्पोरेट गव्हर्नन्सची मूलभूत उद्दिष्टे खालीलप्रमाणे आहेत :

१) जबाबदारी सुनिश्चित करणे :

कॉर्पोरेट गव्हर्नन्सच्या प्राथमिक उद्दिष्टांपैकी एक म्हणजे संपूर्ण संस्थेमध्ये जबाबदारी सुनिश्चित करणारी यंत्रणा स्थापन करणे. भूमिका, जबाबदाऱ्या आणि निर्णय घेण्याची प्रक्रिया परिभाषित करून, कॉर्पोरेट गव्हर्नन्स कंपनीमधील व्यक्ती आणि संस्थांना त्यांच्या कृतींसाठी जबाबदार धरते. हे भागधारक, कर्मचारी, ग्राहक आणि व्यापक समुदायासारख्या भागधारकांमध्ये पारदर्शकता आणि विश्वास वाढवते.

२) भागधारकांच्या हितसंबंधांचे संरक्षण :

कॉर्पोरेट गव्हर्नन्सचे उद्दिष्ट कंपनीमध्ये गुंतलेल्या सर्व भागधारकांच्या हिताचे रक्षण करणे आहे. हे सुनिश्चित करते की संचालक मंडळ आणि व्यवस्थापन हे कर्मचारी, ग्राहक, पुरवठादार आणि समुदायाच्या गरजा लक्षात घेऊन भागधारकांच्या सर्वोत्तम हितासाठी कार्य करतात. या स्वारस्यांचा समतोल साधून, कॉर्पोरेट गव्हर्नन्स सर्व भागधारकांसाठी शाश्वत मूल्य निर्माण करण्यात मदत करते.

३) जोखीम व्यवस्थापन आणि अनुपालन :

प्रभावी कॉर्पोरेट गव्हर्नन्स चौकट कंपनीला भेडसावणाऱ्या जोखीम ओळखण्यासाठी, मूल्यांकन करण्यासाठी आणि व्यवस्थापित करण्यासाठी तयार केली आहे. ते कायदेशीर, नियामक आणि नैतिक मानकांचे पालन करण्यासाठी

कार्यपद्धती स्थापित करतात. मजबूत जोखीम व्यवस्थापन पद्धती अंमलात आणून कॉर्पोरेट गव्हर्नन्स कंपनीची प्रतिष्ठा, वित्तपुरवठा आणि कार्यपद्धतीचे संभाव्य धोके कमी करते, दीर्घकालीन शाश्वतता सुनिश्चित करते.

४) पारदर्शकता आणि प्रकटीकरण वाढवणे :

कॉर्पोरेट गव्हर्नन्स आर्थिक अहवाल आणि कार्यपद्धतीमध्ये पारदर्शकतेला प्रोत्साहन देते. हे वित्तीय विवरणपत्रे, कार्यकारी भरपाई आणि धोरणात्मक निर्णयांसारख्या संबंधितांना माहितीचे स्पष्ट आणि अचूक प्रकटीकरण अनिवार्य करते. वर्धित पारदर्शकता गुंतवणूकदारांचा आत्मविश्वास वाढवते, माहितीपूर्ण निर्णय घेण्यास सुलभ करते आणि फसवे क्रियाकलाप किंवा हितसंबंधांच्या संघर्षाची शक्यता कमी करते.

५) धोरणात्मक निर्णय घेणे सुलभ करणे :

कॉर्पोरेट गव्हर्नन्सचे आणखी एक उद्दिष्ट म्हणजे प्रभावी धोरणात्मक नियोजन आणि निर्णय घेण्यासाठी एक चौकट प्रदान करणे. हे व्यवसाय संधींचे मूल्यांकन करण्यासाठी, उद्दिष्टे निश्चित करण्यासाठी आणि या उद्दिष्टांच्या विरूद्ध कार्यप्रदर्शनाचे निरीक्षण करण्यासाठी कार्यपद्धती स्थापित करते. संरचित निर्णय प्रक्रियेला चालना देऊन कॉर्पोरेट गव्हर्नन्स कंपनीला दीर्घकालीन उद्दिष्टे साध्य करण्यासाठी मार्गदर्शन करते.

६) नैतिक आचरण आणि कॉर्पोरेट सामाजिक जबाबदारी (CSR) :

कॉर्पोरेट गव्हर्नन्स चौकटी नैतिक आचरणावर भर देतात आणि कॉर्पोरेट सामाजिक जबाबदारीला प्रोत्साहन देतात. ते आचारसंहिता आणि नैतिक मार्गदर्शक तत्त्वे स्थापित करतात, जे कर्मचाऱ्यांना आणि व्यवस्थापनास त्यांच्या संस्थेमध्ये व बाहेरील परस्परसंवादात मार्गदर्शन करतात. नैतिक वर्तन आणि कॉर्पोरेट सामाजिक जबाबदारी उपक्रमांवर हे लक्ष केंद्रित केल्याने कंपनीची प्रतिष्ठा आणि सामाजिक प्रभाव वाढतो.

७) संचालक मंडळाचे स्वातंत्र्य आणि परिणामकारकता :

कॉर्पोरेट गव्हर्नन्सचे उद्दिष्ट संचालक मंडळाचे स्वातंत्र्य आणि परिणामकारकता सुनिश्चित करणे आहे. हे मंडळाची रचना परिभाषित करते, विविधतेला प्रोत्साहन देते आणि बोर्ड सदस्यांच्या निवडीसाठी निकष निश्चित करते. विविध कौशल्य आणि स्वतंत्र देखरेख असलेले प्रभावी संचालक मंडळ निर्णयक्षमता वाढवते आणि हितसंबंधांचे संघर्ष कमी करते.

८) भागधारक प्रतिबद्धता आणि अधिकारांना प्रोत्साहन :

कॉर्पोरेट गव्हर्नन्स चौकटीचे उद्दिष्ट भागधारकांच्या हक्कांचे संरक्षण आणि प्रचार करणे आहे. ते संप्रेषण, मतदानाचे अधिकार आणि संबंधित माहितीमध्ये प्रवेश करून भागधारकांच्या सहभागास प्रोत्साहन देतात. सशक्त भागधारक अधिक जबाबदार आणि प्रतिसादात्मक व्यवस्थापनात योगदान देतात.

९) भांडवल वाटप आणि कार्यक्षमता अनुकूल करणे :

कॉर्पोरेट गव्हर्नन्स कंपनीमधील भांडवल आणि संसाधनांचे वाटप इष्टतम करण्याचा प्रयत्न करते. कार्यक्षम वित्तीय नियंत्रणे लागू करून, गुंतवणुकीच्या संधींचे मूल्यमापन करून आणि विवेकपूर्ण वित्तीय व्यवस्थापन सुनिश्चित करून कॉर्पोरेट गव्हर्नन्स चौकट अनावश्यक जोखीम कमी करताना भागधारकांसाठी जास्तीत-जास्त परतावा मिळवण्यास मदत करते.

१०) सतत सुधारणा आणि अनुकूलन :

कॉर्पोरेट गव्हर्नन्सचा एक महत्त्वाचा उद्देश म्हणजे सतत सुधारणा आणि अनुकूलनास प्रोत्साहन देणे. बदलत्या बाजारातील गतिशीलता, नियामक आवश्यकता आणि भागधारकांच्या अपेक्षांशी सुसंगत राहण्यासाठी शासन पद्धती विकसित होतात. सतत सुधारणे हे सुनिश्चित करते की सतत विकसित होत असलेल्या व्यावसायिक पर्यावरणास प्रशासन चौकटी प्रभावी आणि संबंधित राहतील.

२.४.४ कॉर्पोरेट गव्हर्नन्सची वैशिष्ट्ये :

कॉर्पोरेट गव्हर्नन्सला प्रणाली, प्रक्रिया आणि तत्त्वे यांचा एक समूह म्हणून परिभाषित केले जाऊ शकते; जे हे सुनिश्चित करते की कंपनी सर्व भागधारकांच्या हितासाठी अनुकूल आहे. ही ती प्रणाली आहे ज्याद्वारे कंपन्यांना निर्देशित आणि नियंत्रित केले जाते. हे कॉर्पोरेट निष्पक्षता, पारदर्शकता आणि उत्तरदायित्वाची जाहिरात करण्याबद्दल आहे. दुसऱ्या शब्दात, 'चांगले कॉर्पोरेट गव्हर्नन्स' म्हणजे फक्त 'चांगला व्यवसाय'. कॉर्पोरेट गव्हर्नन्सची वैशिष्ट्ये खालीलप्रमाणे आहेत :

१) पारदर्शकता :

याचा अर्थ असा आहे की संचालक मंडळाने सर्व संबंधित माहिती भागधारकांना जाहीर केली पाहिजे. त्यांनी भागधारकांना सर्व आवश्यक आर्थिक आणि परिचालन माहिती दर्शविली पाहिजे. त्यांनी कोणतीही महत्वाची माहिती लपवू नये किंवा त्याबाबत गोपनीयता बाळगू नये.

२) भागधारकांच्या हक्कांचे संरक्षण :

संचालक मंडळाने भागधारकांच्या हक्कांचे संरक्षण केले पाहिजे. त्यांनी सर्व भागधारकांचे, विशेषत: अल्पसंख्यांक हितधारकांचे संरक्षण केले पाहिजे.

३) मुख्य कार्यकारी अधिकारी यांना अधिक अधिकार :

मुख्य कार्यकारी अधिकारी यांना अधिक अधिकार दिले जावेत जेणेकरुन ते कंपनीच्या योजना आणि धोरणात्मक निर्णय स्वतंत्रपणे मंजूर करु शकतील.

४) जबाबदारी :

मुख्य कार्यकारी अधिकारी आणि संचालक मंडळ हे भागधारक आणि संपूर्ण समाजाच्या त्यांच्या कृतीबद्दल जबाबदार असणे आवश्यक आहे.

५) नीतिमत्तेवर आधारित :

कॉर्पोरेट गव्हर्नन्स नैतिकता, नैतिक तत्त्वे आणि मूल्यांवर आधारित आहे. तर संचालक मंडळाने अन्यायकारक पद्धती, फसवणूक, शोषण इत्यादी टाळणे आवश्यक आहे.

६) युनिव्हर्सल ॲप्लिकेशन :

कॉर्पोरेट गव्हर्नन्सचा सार्वत्रिक वापर आहे. म्हणजेच जगभरातील कंपन्या याचा वापर करतात. अनेक देशांमध्ये याला कायदेशीर मान्यता दिली जाते. सर्व कंपन्यांनी कॉर्पोरेट गव्हर्नन्स स्वेच्छेने वापरणे आवश्यक आहे.

७) पद्धतशीर :

कॉर्पोरेट गव्हर्नन्स खूप पद्धतशीर आहे. हे कायदे, कार्यपद्धती, पद्धती, नियम इत्यादींवर आधारित आहे. हे सर्व कायदे भागधारकांची संपत्ती वाढवण्यासाठी आणि कंपनीच्या सर्व भागधारकांच्या हक्कांचे संरक्षण करण्यासाठी बनविलेले आहेत.

८) शिस्त व वचनबद्धता :

कॉर्पोरेट धोरणे त्यांच्या अंमलबजावणीइतकीच प्रभावी आहेत. एखाद्या कंपनीचे व्यवस्थापन नवीन बाजारपेठेत ढकलण्याचे धोरण विकसित करण्यासाठी वर्षांचा कालावधी व्यतीत करू शकते, परंतु जर ते कार्यक्षेत्राची अंमलबजावणी करण्यासाठी आपले कार्यबल एकत्रित करू शकत नसेल तर पुढाकार अयशस्वी होईल. चांगल्या कॉर्पोरेट गव्हर्नन्ससाठी धोरणे, ठराव आणि रणनीती अंमलात आणण्यासाठी शिस्त आणि वचनबद्धता असणे आवश्यक असते.

९) नियमित स्व–मूल्यांकन :

आपण आपली कंपनी किती चांगल्या प्रकारे व्यवस्थापित केली तरीही चुका काढल्या जातील. समस्या ओळखणे आणि कमी करण्यासाठी नियमित स्व–मूल्यांकन करणे ही मुख्य गोष्ट आहे. उदाहरणार्थ कर्मचारी आणि ग्राहक सर्वेक्षण आपल्या सध्याच्या धोरणांच्या प्रभावीतेबद्दल महत्त्वपूर्ण अभिप्राय देऊ शकतात. आपल्या ऑपरेशन्सचे विश्लेषण करण्यासाठी बाहेरील सल्लागार आपल्या कंपनीची कार्यक्षमता आणि कार्यप्रदर्शन सुधारण्याचे मार्ग ओळखण्यास देखील मदत करू शकतात.

१०) प्रभावी जोखीम व्यवस्थापन :

जोखीम हा कोणत्याही व्यवसायाचा मूळ भाग असतो. प्रभावी व्यवसाय धोरण आणि प्रस्थापित ऑपरेशन्स प्रक्रियेचे अनुसरण करून कंपन्यांना जोखीम कमी करण्यास मदत करता येते, तरीही व्यवसायांना जोखीम व्यवस्थापन योजनेची आवश्यकता असते. ग्राहक एखाद्या स्पर्धकाकडे जाऊ शकतात किंवा गुंतवणूकदार शेवटच्या क्षणी निधी बाहेर आणू शकतात. परिणामी व्यवसायाकडे योजना असणे आवश्यक असते जे त्यास जोखीमच्या वेळी यशस्वीपणे ऑपरेट करण्यास मदत करते.

११) कर्मचारी आणि ग्राहकांना योग्यता :

व्यवस्थापनासाठी नेहमीच निष्पक्षता उच्च प्राथमिकता असणे आवश्यक आहे. उदाहरणार्थ, व्यवस्थापकांनी त्यांच्या कर्मचाऱ्यांना त्यांचे सर्वोत्कृष्ट होण्यासाठी उत्तेजन दिले पाहिजे, परंतु त्यांनी हे देखील ओळखले पाहिजे की अवजड कामाचे ओझे, कमी मनोबल आणि उच्च उलाढाली सारखे नकारात्मक दीर्घकालीन प्रभाव पडू शकतात. नैतिक आणि जनसंपर्क या दोन्ही कारणांसाठी कंपन्या त्यांच्या ग्राहकांशी उचित असायला हव्या. अल्प–मुदतीच्या फायद्यांबरोबरच ग्राहकांना अन्यायकारक वागणूक दिल्यामुळे कंपनीच्या दीर्घकालीन संभाव्यतेला नेहमीच त्रास होतो.

२.४.५ कॉर्पोरेट गव्हर्नन्सचे फायदे :

कॉर्पोरेट गव्हर्नन्सचे खालील फायदे आहेत :

१) मालकीची रचना बदलणे :

अलिकडच्या वर्षांत, कंपन्यांच्या मालकीची रचना खूप बदलली आहे. सार्वजनिक वित्तीय संस्था, म्युच्युअल फंड इ. बहुतेक मोठ्या कंपन्यांमध्ये सर्वात मोठे भागधारक आहेत. त्यामुळे कंपन्यांच्या व्यवस्थापनावर त्यांचे प्रभावी नियंत्रण असते. ते व्यवस्थापनाला कॉर्पोरेट गव्हर्नन्स वापरण्यास भाग पाडतात. म्हणजेच, ते व्यवस्थापनावर अधिक कार्यक्षम, पारदर्शक, उत्तरदायी होण्यासाठी दबाव आणतात. ते व्यवस्थापनाला ग्राहक–अनुकूल धोरणे, सर्व सामाजिक गटांचे संरक्षण आणि पर्यावरणाचे रक्षण करण्यास सांगतात. तर, बदलत्या मालकी रचनेचा परिणाम कॉर्पोरेट गव्हर्नन्सवर झाला आहे.

२) सामाजिक जबाबदारीचे महत्त्व :

आज सामाजिक जबाबदारीला खूप महत्त्व दिले जाते. संचालक मंडळाने ग्राहक, कर्मचारी, भागधारक, पुरवठादार, स्थानिक समुदाय इत्यादींच्या हक्कांचे रक्षण केले पाहिजे. जर त्यांनी कॉर्पोरेट गव्हर्नन्सचा वापर केला तरच हे शक्य आहे.

३) घोटाळ्यांची वाढती संख्या :

अलीकडच्या काळात अनेक घोटाळे, फसवणूक आणि भ्रष्ट व्यवहार घडत आहेत. सार्वजनिक पैशाचा दुरुपयोग आणि गैरवापर भारतात तसेच जगभरात दररोज होत आहे. शेअर बाजार, बँका, वित्तीय संस्था, कंपन्या, सरकारी

कार्यालयांमध्ये हे घडत आहे. हे घोटाळे आणि वित्तीय अनियमितता टाळण्यासाठी अनेक कंपन्यांनी कॉर्पोरेट गव्हर्नन्स सुरू केले आहे.

४) भागधारकांची उदासीनता :

सर्वसाधारणपणे भागधारक त्यांच्या कंपन्यांच्या व्यवस्थापनात निष्क्रिय असतात. ते फक्त वार्षिक सर्वसाधारण सभेला उपस्थित राहतात. पोस्टल मतपत्रिका अजूनही भारतात अनुपस्थित आहे. प्रतिनिधींना सभांमध्ये बोलू दिले जात नाही. भागधारकांच्या संघटना मजबूत नाहीत. त्यामुळे संचालक स्वतःच्या फायद्यासाठी सत्तेचा दुरुपयोग करतात. त्यामुळे कंपनीच्या सर्व भागधारकांचे संरक्षण करण्यासाठी कॉर्पोरेट गव्हर्नन्सची आवश्यकता आहे.

५) जागतिकीकरण :

आज बहुतेक मोठ्या कंपन्या जागतिक बाजारपेठेत आपला माल विकत आहेत. त्यामुळे त्यांना परदेशी गुंतवणूकदार आणि परदेशी ग्राहकांना आकर्षित करावे लागेल. त्यांनाही परकीय नियम पाळावे लागतात. या सगळ्यासाठी कॉर्पोरेट गव्हर्नन्सची गरज आहे. कॉर्पोरेट गव्हर्नन्सशिवाय जागतिक बाजारपेठेत प्रवेश करणे, टिकणे आणि यशस्वी होणे अशक्य आहे.

६) संपादन आणि विलीनीकरण :

आज व्यवसाय जगतात अनेक संपादन आणि विलीनीकरण होत आहेत. संपादन आणि विलीनीकरणादरम्यान सर्व पक्षांच्या हिताचे रक्षण करण्यासाठी कॉर्पोरेट प्रशासन आवश्यक आहे.

७) कॉर्पोरेट कामगिरी :

सुधारित प्रशासन संरचना आणि प्रक्रिया दर्जेदार निर्णयक्षमता सुनिश्चित करतात, वरिष्ठ व्यवस्थापनासाठी प्रभावी उत्तराधिकार नियोजनास प्रोत्साहन देतात आणि कंपनीच्या प्रकारापासून आणि तिच्या वित्त स्त्रोतांपासून स्वतंत्र असलेल्या कंपन्यांची दीर्घकालीन समृद्धी वाढवतात. हे सुधारित कॉर्पोरेट कामगिरीशी जोडले जाऊ शकते- एकतर शेअर किंमत किंवा नफा या बाबतीत.

८) वर्धित गुंतवणूकदार विश्वास :

गुंतवणुकीसाठी कंपन्यांचे मूल्यांकन करताना गुंतवणूकदार कॉर्पोरेट गव्हर्नन्सला वित्तीय कामगिरीइतके महत्त्वाचे मानतात. ज्या गुंतवणूकदारांना उच्च पातळीचे प्रकटन आणि पारदर्शकता प्रदान केली जाते ते त्या कंपन्यांमध्ये खुलेपणाने गुंतवणूक करतील. सल्लागार फर्म मॅकिन्सेने सर्वेक्षण केले आणि निश्चित केले की जागतिक संस्थात्मक गुंतवणूकदार उच्च कॉर्पोरेट गव्हर्नन्स पद्धती असलेल्या कंपन्यांमधील समभागांसाठी ४० टक्के पर्यंत अधिमूल्य भरण्यास तयार आहेत.

९) जागतिक बाजारपेठेतील उत्तम प्रवेश :

चांगल्या कॉर्पोरेट गव्हर्नन्स प्रणालीमुळे जागतिक गुंतवणूकदारांकडून गुंतवणूक आकर्षित होते, ज्यामुळे नंतर वित्तीय क्षेत्रात अधिक कार्यक्षमता निर्माण होते.

१०) भ्रष्टाचाराशी लढा :

ज्या कंपन्या पारदर्शक आहेत आणि लेखापरीक्षण प्रक्रियेचे संपूर्ण प्रकटीकरण प्रदान करणारी प्रणाली आहे, सर्व व्यावसायिक व्यवहारांमध्ये पारदर्शकता आणू देतात, भ्रष्टाचार निश्चितपणे नष्ट होईल असे वातावरण प्रदान करतात. कॉर्पोरेट गव्हर्नन्स कॉर्पोरेशनला अधिक कार्यक्षमतेने स्पर्धा करण्यास आणि संस्थेतील फसवणूक आणि गैरप्रकार रोखण्यास सक्षम करते.

११) संस्थांकडून सुलभ वित्तपुरवठा :

वित्तीय मध्यस्थ आणि संस्थात्मक गुंतवणूकदारांची वाढलेली भूमिका, उपक्रमांचा आकार, गुंतवणूकदारांसाठी उपलब्ध गुंतवणूक पर्याय, वाढलेली स्पर्धा आणि वाढती जोखीम यासारख्या अनेक संरचनात्मक बदलांमुळे

भांडवलाच्या वापरावर देखरेख ठेवणे अधिक क्लिष्ट झाले आहे, ज्यामुळे चांगल्या कॉर्पोरेट गव्हर्नन्सची गरज वाढली आहे. पुरावे असे सूचित करतात की सुशासित कंपन्या उच्च बाजार मूल्ये प्राप्त करतात. कंपनीमध्ये सरावलेल्या कॉर्पोरेट गव्हर्नन्सच्या आधारावर कंपनीच्या पत पात्रतेवर विश्वास ठेवला जाऊ शकतो.

१२) जबाबदारी :

गुंतवणूकदार संबंध हे चांगल्या कॉर्पोरेट गव्हर्नन्सचा आवश्यक भाग आहेत. गुंतवणूकदार त्यांच्या गुंतवणुकीसाठी वर्धित मूल्य निर्माण करण्यासाठी प्रत्यक्ष/अप्रत्यक्षपणे कंपनीचे व्यवस्थापन सोपवतात. त्यामुळे कॉर्पोरेट गव्हर्नन्सम धील सर्व भागधारकांना नियमितपणे वेळेवर खुलासे करण्यास कंपनी बांधील आहे, हे कंपनीच्या अस्तित्वाचा अविभाज्य घटक आहे.

▶ २.५ व्हिसल ब्लोईंग :

व्हिसल ब्लोईंग ही एक अशी पद्धत आहे ज्यामध्ये उद्योग-व्यवसाय संस्थेतील कर्मचारी किंवा कंत्राटदार किंवा पुरवठादार हा व्यवसाय/उद्योगसंस्थेत चालू असणाऱ्या चुकीच्या कामाची माहिती व्यवस्थापनाला न देता चुकीच्या पद्धतीने व गोपनीय पद्धतीनी सर्वांच्या समोर बोलतो त्याला व्हिसल ब्लोईंग असे म्हणतात. हे व्हिसल ब्लोईंग अंतर्गत आणि बाह्य अशा दोन्हीही मार्गाने होऊ शकते.

२.५.१ अर्थ :

व्हिसल ब्लोईंग ही अशी संकल्पना आहे की जिचा वापर हा ज्यावेळेस कर्मचारी उद्योग-व्यवसाय संस्थेत जर एखादे काम चुकीच्या पद्धतीने केले जात असेल तर त्याची माहिती ही चुकीच्या पद्धतीने सर्वांच्या समोर प्रकट करतो किंवा सर्वांपर्यंत चुकीच्या मार्गाने पोचवतो.

२.५.२ व्याख्या :

व्हिसल ब्लोईंगच्या व्याख्या पुढीलप्रमाणे सांगता येतील :

१) जुडी नडलर आणि मिरिअम शुलमन :

''व्हिसल ब्लोईंग म्हणजे कोणत्याही उद्योग-व्यवसाय संघटनेमध्ये चालू असणारी जी चुकीची कामे आहेत त्या कामांवरती एखाद्या कर्मचाऱ्याकडून लक्ष केंद्रित केले जाणे होय.''

२) दाफ्ट :

''उद्योग-व्यवसाय संस्थेत चालू असणारे एखादे अनैतिक आणि बेकायदेशीर काम हे कर्मचाऱ्याकडून चुकीच्या पद्धतीने प्रकट केले जाते त्यावेळेस त्याला व्हिसल ब्लोईंग असे म्हणतात.''

२.५.३ व्हिसल ब्लोईंगची संहिता :

एक नियोक्ता म्हणून एक मोकळे, पारदर्शक आणि सुरक्षित कामाचे वातावरण तयार करणे हा एक चांगला सराव आहे जिथे कामगार बोलू शकतील. कायद्याने नियोक्त्यांना व्हिसल ब्लोईंगचे धोरण आवश्यक नसले तरी, व्हिसल ब्लोईंगचे धोरण अस्तित्वात असणे हे कामगारांच्या चिंता ऐकण्यासाठी नियोक्ताची वचनबद्धता दर्शवते. व्हिसल ब्लोईंगबाबत स्पष्ट धोरणे आणि कार्यपद्धती ठेवून एखादी संस्था दाखवते की ती व्यवस्थापनाच्या निदर्शनास आणलेल्या माहितीचे स्वागत करते.

१) स्पष्ट व्याख्या :

व्हिसल ब्लोईंग संहितेची सुरुवात संस्थेमध्ये व्हिसल ब्लोईंग म्हणजे काय हे स्पष्टपणे परिभाषित करून होते. यात फसवणूक, भ्रष्टाचार, सुरक्षेचे उल्लंघन, छळ किंवा अनैतिक वर्तन यासारख्या समस्यांचे किंवा गैरवर्तनाच्या

प्रकारांचे तपशील दिले जातात. ही स्पष्टता अत्यावश्यक आहे कारण ती कर्मचाऱ्यांना अशा परिस्थिती ओळखण्यास मदत करते ज्यात अहवाल देणे आवश्यक आहे, हे सुनिश्चित करणे की कायदेशीर समस्या योग्यरित्या संबोधित केल्या जातात.

२) गोपनीय अहवाल माध्यम :

संहिता गोपनीय अहवाल यंत्रणा स्थापित करते, अहवालात अनामिकता किंवा गोपनीयतेच्या महत्त्वावर जोर देते. यात निनावी हॉटलाइन, सुरक्षित ऑनलाइन प्लॅटफॉर्म किंवा समर्पित ईमेल पत्ते समाविष्ट असू शकतात. गोपनीयतेची खात्री केल्याने व्यक्तींना प्रतिशोध किंवा अत्याचाराच्या भीतीशिवाय पुढे येण्यास प्रोत्साहित करते, मोकळेपणा आणि जबाबदारीची संस्कृती वाढवते.

३) प्रतिशोधापासून संरक्षण :

संहिता स्पष्टपणे प्रतिशोधापासून व्हिसल ब्लोअर्सना संरक्षण देते, हे सुनिश्चित करते की ज्या व्यक्ती चांगल्या विश्वासाने तक्रार करतात त्यांना प्रतिकूल परिणामांपासून संरक्षण दिले जाते. हे संरक्षण त्यांच्या रोजगाराची स्थिती, प्रतिष्ठा किंवा कामाच्या परिस्थितीचे रक्षण करण्यापर्यंत विस्तारित आहे. व्हिसल ब्लोअर्सना त्यांच्या सुरक्षिततेची खात्री देऊन संहिता अधिक खुलासे करण्यास प्रोत्साहित करते आणि नैतिक वर्तनाचे समर्थन करते.

४) निष्पक्ष आणि वेळेवर तपास :

संहितेमध्ये नोंदवलेल्या समस्या हाताळण्याच्या प्रक्रियेची रूपरेषा, तपास कसे केले जातील, त्यांची देखरेख कोण करेल आणि निराकरणासाठी अपेक्षित कालावधी याबाबत स्पष्टता असते. हे संपूर्ण तपास प्रक्रियेत निष्पक्षता, निःपक्षपातीपणा आणि गोपनीयतेवर भर देते. नोंदवलेले मुद्दे पूर्ण आणि वस्तुनिष्ठपणे हाताळले जातात याची खात्री करून देते.

५) संवाद आणि अभिप्राय :

व्हिसल ब्लोईंग संहितेमध्ये अनेकदा व्हिसल ब्लोअरशी नियमित संवाद साधण्याच्या तरतुदींचा समावेश होतो. तपासाची प्रगती आणि नोंदवलेल्या समस्यांच्या प्रतिसादात केलेल्या कृतींचे अद्यतने पारदर्शकता राखण्यासाठी आणि व्हिसल ब्लोअरला माहिती देण्यासाठी प्रदान केले जातात. हा संवाद प्रक्रियेवर विश्वास आणि आत्मविश्वास वाढवतो.

६) व्हिसल ब्लोअर ओळख उघड न करणे :

व्हिसल ब्लोअरच्या ओळखीच्या गोपनीयतेचे रक्षण करणे महत्वाचे आहे. संहिता हे सुनिश्चित करते की कायद्याने आवश्यक नसल्यास व्हिसल ब्लोअरची ओळख गोपनीय राहते. ही तरतूद व्यक्तींना प्रतिशोधाच्या भीतीशिवाय समस्या व्यक्त करण्यास प्रोत्साहित करते, अहवाल प्रणालीची परिणामकारकता वाढवते.

७) अनुपालन आणि कायदेशीर चौकट :

व्हिसल ब्लोईंगशी संबंधित कायदे, नियम आणि उद्योग मानकांशी संरेखित केलेली ही संहिता हे सुनिश्चित करते की संस्थेची धोरणे आणि पद्धती कायदेशीर आवश्यकतांचे पालन करतात. कायदे व नियम व्हिसल ब्लोईंगसाठी एक मजबूत चौकट प्रदान करतात जे कायदेशीर मानकांची पूर्तता करते.

८) प्रशिक्षण आणि जागरूकता :

संहितेत कर्मचाऱ्यांना व्हिसल ब्लोईंग धोरणाबद्दल शिक्षित करणे, अहवाल देण्याच्या यंत्रणेबद्दल जागरूकता वाढवणे आणि नैतिक आचरणाबद्दल मार्गदर्शन प्रदान करण्याच्या तरतुदींचा समावेश असतो. प्रशिक्षण कार्यक्रम कर्मचाऱ्यांना त्यांचे हक्क, जबाबदाऱ्या आणि नैतिक अहवालाचे महत्त्व समजून घेण्यास मदत करतात.

९) व्यवस्थापन आणि मंडळाच्या देखरेखीची जबाबदारी :

संहिता व्हिसल ब्लोईंग प्रक्रियेवर देखरेख ठेवण्यासाठी व्यवस्थापन आणि संचालक मंडळाच्या जबाबदाऱ्यांचे वर्णन करते. यामध्ये उत्तरदायित्व सुनिश्चित करणे, पारदर्शकतेच्या संस्कृतीचे समर्थन करणे आणि तक्रार केलेल्या समस्येवर योग्य कारवाई करणे समाविष्ट आहे. संचालक मंडळाचे निरीक्षण हे सुनिश्चित करते की व्हिसल ब्लोईंग प्रणाली प्रभावीपणे आणि नैतिकतेने चालते.

१०) दस्तऐवजीकरण आणि नोंदींचे व्यवस्थापन :

संहिता अहवाल, तपास आणि परिणामांचे दस्तऐवजीकरण करण्याच्या प्रक्रियेची रूपरेषा देते. हे सुनिश्चित करते की संवेदनशील माहितीचे रक्षण करताना अचूक नोंदी ठेवल्या जातात. तपासाच्या प्रगतीचा मागोवा घेण्यासाठी आणि संस्थेतील उत्तरदायित्व सुनिश्चित करण्यासाठी योग्य दस्तऐवजीकरण आवश्यक आहे.

११) सतत सुधारणा :

बदलत्या परिस्थितीशी जुळवून घेण्यासाठी व्हिसल ब्लोईंग संहितेचे नियमित पुनरावलोकन आणि सुधारणा केल्या जातात. अभिप्राय समाविष्ट करणे, उणीवा दूर करणे आणि परिणामकारकता वाढवणे हे सुनिश्चित करते की अहवाल प्रणाली वेळोवेळी मजबूत आणि संबंधित राहते.

१२) संघटनात्मक संस्कृतीशी एकीकरण :

संहितेमध्ये संस्थेच्या नैतिक चौकटीचा एक महत्त्वाचा घटक म्हणून व्हिसल ब्लोईंगला एकत्रित करण्याच्या महत्त्वावर जोर देण्यात आला आहे. हे अशा संस्कृतीला प्रोत्साहन देते जे संस्थेच्या सर्व स्तरांवर मुक्त संवाद, नैतिक वर्तन आणि जबाबदारीला प्रोत्साहन देईल.

२.५.४ व्हिसल ब्लोईंगचे प्रकार :

व्हिसल ब्लोईंगचे प्रकार खालीलप्रमाणे आहेत :

१) अंतर्गत व्हिसल ब्लोईंग :

जेव्हा एखादा कर्मचारी त्याच्या स्वत:च्या संस्थेतील संशयित गैरवर्तन, चुकीच्या किंवा अनैतिक वर्तनाचा अहवाल थेट उच्च अधिकाऱ्यांना किंवा नियुक्त अंतर्गत यंत्रणेला देतो तेव्हा ते अंतर्गत व्हिसल ब्लोईंग असते. या पद्धतीमध्ये अनेकदा पर्यवेक्षक, व्यवस्थापक, नैतिकता यंत्रणा किंवा कंपनीमधील अनुपालन अधिकारी यांना अहवाल देणे समाविष्ट असते. अंतर्गत व्हिसल ब्लोईंगचे उद्दीष्ट हे आहे की समस्या वाढण्याआधी आणि संस्थेच्या प्रतिष्ठेला हानी पोहोचवण्याआधी ते आंतरिकरित्या दूर झाल्या पाहिजेत. गोपनीयतेचे रक्षण करताना आणि व्हिसलब्लोअरला संभाव्य प्रतिशोधापासून संरक्षण करताना हे कंपनीला समस्या तपासण्याची आणि सुधारण्याची परवानगी देते. संस्थेमध्ये पारदर्शकता आणि जबाबदारीची संस्कृती वाढवण्यासाठी अंतर्गत व्हिसल ब्लोईंग यंत्रणा आवश्यक आहेत.

२) बाह्य व्हिसल ब्लोईंग :

जेव्हा एखादा कर्मचारी किंवा व्यक्ती त्याच्या संस्थेतील गैरवर्तणूक किंवा बेकायदेशीर क्रियाकलापांचा अहवाल कंपनीच्या बाहेरील संस्था किंवा अधिकाऱ्यांना देतो तेव्हा ते बाह्य व्हिसल ब्लोईंग असते. यामध्ये नियामक संस्था, सरकारी संस्था, कायद्याची अंमलबजावणी, मीडिया किंवा गैर-सरकारी संस्था (एनजीओ) यांचा समावेश असू शकतो. बाह्य व्हिसल ब्लोईंग सामान्यत: जेव्हा अंतर्गत अहवाल यंत्रणा अयशस्वी होते किंवा चुकीच्या कृतीची तीव्रता बाहेरील हस्तक्षेपाची हमी देते तेव्हा होते. व्हिसलब्लोअर्स जर त्यांना सूडाची भीती वाटत असेल, अंतर्गत प्रक्रियांवर विश्वास नसेल किंवा बाह्य संस्थांकडे या समस्येचे प्रभावीपणे निराकरण करण्यासाठी अधिक

शक्ती किंवा प्रभाव आहे असा विश्वास असेल तर ते हा मार्ग निवडू शकतात. बाह्य व्हिसल ब्लोईंगमुळे अनेकदा सार्वजनिक छाननी आणि कायदेशीर कारवाई होते, ज्यामुळे संस्था आणि व्हिसलब्लोअरच्या व्यावसायिक व वैयक्तिक जीवनावर परिणाम होतो.

३) निनावी/अनामिक व्हिसल ब्लोईंग :

निनावी व्हिसल ब्लोईंगमध्ये एखाद्याची ओळख उघड न करता गैरवर्तन किंवा चुकीची तक्रार करणे समाविष्ट असते. व्हिसलब्लोअर्स संस्थेतील संभाव्य बदला किंवा परिणामांपासून स्वतःचे संरक्षण करण्यासाठी निनावीपणाचा पर्याय निवडतात. ते निनावी हॉटलाइन, टिप लाइन्स किंवा ऑनलाइन प्लॅटफॉर्म वापरू शकतात जे विशेषतः अनामित अहवाल प्राप्त करण्यासाठी आणि त्यावर प्रक्रिया करण्यासाठी तयार केलेले असतात. निनावी रिपोर्टिंग व्यक्तींना प्रतिशोधाच्या भीतीशिवाय समस्या व्यक्त करण्यास परवानगी देते, परंतु माहितीच्या विश्वासार्हतेची पडताळणी आणि सखोल तपास करण्याच्या दृष्टीने ते आव्हाने निर्माण करू शकतात. तथापि, निनावी व्हिसल ब्लोईंग गंभीर समस्या उघड करण्याचा एक महत्त्वाचा मार्ग आहे ज्या अन्यथा परिणामांच्या भीतीमुळे समोर येऊ शकत नाहीत.

४) सार्वजनिक हित किंवा मीडिया व्हिसल ब्लोईंग :

सार्वजनिक हित किंवा मीडिया व्हिसल ब्लोईंग तेव्हा होते जेव्हा व्यक्ती चुकीची किंवा अनैतिक वर्तनाची माहिती मीडिया किंवा सार्वजनिक व्यासपीठांवर उघड करतात, अनेकदा चांगल्यासाठी किंवा सार्वजनिक हिताच्या बाबी उघड करण्यासाठी हे केले जाते. पर्यावरणीय धोके, सार्वजनिक सुरक्षितता समस्या, कॉर्पोरेट फसवणूक किंवा सरकारी गैरवर्तन यासारख्या महत्त्वपूर्ण सामाजिक समस्यांकडे लक्ष वेधण्यासाठी व्हिसलब्लोअर हा मार्ग निवडतात. ही पद्धत जरी जागरूकता वाढवत असली आणि सुधारणा किंवा कायदेशीर कृतींकडे नेऊ शकत असली, तरीही ती व्हिसलब्लोअर्सना कायदेशीर लढाया, सार्वजनिक छाननी आणि वैयक्तिक परिणामांसारख्या महत्त्वपूर्ण जोखमींना तोंड द्यावे लागते.

५) प्रतिशोधात्मक व्हिसल ब्लोईंग :

प्रतिशोधात्मक व्हिसल ब्लोईंग तेव्हा घडते जेव्हा एखादा कर्मचारी किंवा व्यक्ती संस्थेमध्ये प्रतिउत्तर म्हणून किंवा चुकीच्या वागणुकीला प्रतिसाद म्हणून व्हिसलब्लोअर बनते. यामध्ये व्हिसलब्लोअरने अनुभवलेल्या गैरवर्तन, भेदभाव किंवा अनुचित प्रथांबद्दल संस्थेविरुद्ध सूड घेण्याचा एक प्रकार म्हणून समस्या किंवा गैरवर्तनाची तक्रार करणे समाविष्ट असू शकते. ज्यांना त्यांच्या कामाच्या ठिकाणी उपेक्षित किंवा वाईट वागणूक दिली जाते अशा व्यक्तींसाठी प्रतिशोधात्मक व्हिसल ब्लोईंग हा एक शेवटचा उपाय असतो.

२.५.५ व्हिसल ब्लोईंगविरूद्ध युक्तिवाद :

व्हिसल ब्लोईंगविरुद्धचे युक्तिवाद संस्थांमधील गैरवर्तनाची माहिती उघड करण्याशी संबंधित जटिल नैतिक, कायदेशीर आणि व्यावहारिक आव्हाने अधोरेखित करतात.

१) प्रतिशोध घेण्याचा धोका :

व्हिसल ब्लोअर्सना प्रतिशोधाच्या वास्तविक भीतीचा सामना करावा लागतो, ज्यामुळे अहवालावर एक शांत प्रभाव निर्माण होतो. एखाद्याची नोकरी गमावण्याची, छळाचा सामना करण्याची किंवा त्यांच्या उद्योगास काळ्या यादीत टाकण्याची धमकी भीती आणि अनिश्चिततेचे वातावरण निर्माण करते. ही भीती व्यक्तींना त्यांच्या कारकीर्दीवर आणि वैयक्तिक जीवनावर होणाऱ्या संभाव्य परिणामाच्या भीतीने पुढे येण्यापासून परावृत्त करते. मजबूत संरक्षणाशिवाय, व्हिसल ब्लोअर्स गैरवर्तनाच्या विरोधात बोलून त्यांची उपजीविका धोक्यात आणतात.

२) खराब झालेले नातेसंबंध आणि परकेपणा :

व्हिसल ब्लोईंगमुळे अनेकदा कामाच्या ठिकाणी संबंध ताणले जातात. गैरवर्तनाची तक्रार केल्याने व्हिसल ब्लोअर सहकाऱ्यांपासून दूर जाऊ शकतो, प्रतिकूल किंवा कामाचे वेगळे वातावरण तयार करू शकते. या परकेपणामुळे सहकार्य आणि सांघिक कार्यावर परिणाम होतो, ज्यामुळे व्हिसल ब्लोअरसाठी भावनिक त्रास आणि परकेपणाची भावना निर्माण होते.

३) प्रभावी कायदेशीर संरक्षणाचा अभाव :

व्हिसल ब्लोअर्ससाठी अपुरी कायदेशीर सुरक्षा त्यांना असुरक्षित ठेवू शकते. कमकुवत किंवा विसंगतपणे अंमलात आणलेले कायदे बदलाविरूद्ध पुरेसे संरक्षण प्रदान करण्यास अयशस्वी ठरतात, ज्यामुळे व्हिसल ब्लोअर्सला मर्यादित आधार मिळतो. भक्कम कायदेशीर पाठिंब्याशिवाय, व्यक्ती त्यांच्या सुरक्षिततेला आणि रोजगाराच्या जोखमीमुळे चुकीविरुद्ध तक्रार करण्यास संकोच करतात.

४) व्यावसायिक आणि वैयक्तिक परिणाम :

व्हिसल ब्लोईंगचे खोलवर वैयक्तिक आणि व्यावसायिक परिणाम होऊ शकतात. यामुळे अनेकदा भविष्यातील रोजगार शोधण्यात अडचणी येतात, प्रतिष्ठा खराब होते, आर्थिक आणि मानसिक ताण येतो. दूरगामी परिणाम केवळ व्हिसल ब्लोअरच्या कारकिर्दीवरच नव्हे तर त्यांचे वैयक्तिक कल्याण आणि नातेसंबंधांवर देखील परिणाम करतात.

५) संभाव्य कायदेशीर दायित्वे :

व्हिसल ब्लोअरला कायदेशीर आव्हानांचा सामना करावा लागू शकतो; ज्यामध्ये खटले, मानहानीचे दावे किंवा गोपनीयतेच्या करारांचे उल्लंघन यांचा समावेश आहे. कायदेशीर परिणामांची भीती आणि प्रकटीकरणांच्या कायदेशीरतेबद्दल अनिश्चितता व्यक्तींना पुढे येण्यापासून परावृत्त करू शकते. खटला आणि वित्तीय भार यांच्या भीतीने व्यक्ती तक्रार करण्यास संकोच करतात.

६) विश्वासघातकीपणा आणि नैतिक दुविधा :

व्हिसल ब्लोईंग ही निष्ठा म्हणून समजली जाऊ शकते, ज्यामुळे संस्थेवरील त्यांची निष्ठा आणि त्यांच्या नैतिक जबाबदाऱ्या यांच्यात सापडलेल्या व्यक्तींसाठी नैतिक कोंडी निर्माण होते. हितसंबंधांच्या या संघर्षामुळे नैतिक त्रास होऊ शकतो, ज्यामुळे गैरवर्तणुकीची तक्रार करायची की नाही याचा विचार करणाऱ्या कर्मचाऱ्यांसाठी अंतर्गत अशांतता निर्माण होऊ शकते.

७) अकार्यक्षमता किंवा दुर्लक्षित अहवाल :

व्हिसल ब्लोईंग अहवाल व्यवस्थापनाद्वारे अपुरेपणे संबोधित केले गेले किंवा बडतर्फ केले गेले या घटना अहवाल यंत्रणेच्या परिणामकारकतेला कमी करतात. जेव्हा अहवालांकडे दुर्लक्ष केले जाते किंवा त्यावर योग्य कारवाई केली जात नाही, तेव्हा व्हिसल ब्लोअर्सचा व्यवस्थेवरील विश्वास कमी होतो, भविष्यातील खुलासे निष्क्रिय होतात आणि समस्यांचे निराकरण होत नाही.

८) संघटनात्मक प्रतिष्ठेचे नुकसान :

अंतर्गत समस्या किंवा घोटाळ्यांचे सार्वजनिक प्रकटीकरण संस्थेच्या प्रतिष्ठेला गंभीरपणे हानी पोहोचवते. हे नुकसान भागधारकांच्या विश्वासावर परिणाम करते, ज्यामुळे वित्तीय नुकसान होते, गुंतवणूकदारांचा आत्मविश्वास कमी होतो आणि ब्रँडची प्रतिमा घसरते. व्हिसल ब्लोईंगचे संभाव्य परिणाम गैरवर्तन उघड करण्याच्या सुरुवातीच्या फायद्यांपेक्षा जास्त असतात.

९) गैरवापर किंवा खोट्या दाव्यांची संभाव्यता :

वैयक्तिक फायद्यासाठी किंवा सूडबुद्धीसाठी केलेल्या खोट्या दाव्यांमुळे व्हिसल ब्लोईंग प्रणाली गैरवापरास संवेदनशील असतात. अशा घटना अस्सल व्हिसल ब्लोअर्सची विश्वासार्हता कमी करतात आणि अहवाल प्रक्रियेच्या अखंडतेबद्दल शंका निर्माण करतात, संभाव्यत: भविष्यातील अहवालांच्या वैधतेला हानी पोहोचवतात.

१०) अंतर्गत निराकरण आणि नुकसान नियंत्रण :

अंतर्गत निराकरणासाठी समर्थकांचा असा युक्तिवाद आहे की संस्थांनी सार्वजनिक प्रकटीकरणाशिवाय अंतर्गत समस्यांचे निराकरण केले पाहिजे. व्हिसल ब्लोईंग अंतर्गत संस्थेला स्वतःच्या चौकटीमध्ये समस्यांचे निराकरण करण्याच्या आणि प्रतिष्ठेचे नुकसान प्रभावीपणे व्यवस्थापित करण्याच्या क्षमतेस अडथळा आणू शकते.

११) संघटनात्मक सुसंवाद आणि उत्पादकतेसाठी आव्हाने :

व्हिसल ब्लोईंग संघटनात्मक सुसंवाद, टीमवर्क, मनोबल आणि उत्पादकता प्रभावित करू शकते. तपास आणि व्हिसल ब्लोईंग घटनांचे परिणाम मुख्य व्यावसायिक क्रियाकलापांपासून लक्ष विचलित करतात, ज्यामुळे उत्पादकता आणि कर्मचाऱ्यांचे मनोबल घसरते.

१२) बदलासाठी पर्यायी दृष्टीकोन :

टीकाकार सुचवतात की बदलाला चालना देण्यासाठी व्हिसल ब्लोईंग हे नेहमीच सर्वात प्रभावी माध्यम असू शकत नाही. ते सार्वजनिक प्रकटीकरणाशी संबंधित जोखमींशिवाय समस्यांचे निराकरण करण्यासाठी अधिक योग्य मार्ग म्हणून अंतर्गत पाठपुरावा, धोरणातील बदल किंवा नियामक संस्थांना संलग्न करणे यासारख्या पर्यायी पद्धतींचा पुरस्कार करतात.

२.५.६ व्हिसल ब्लोईंगच्या बाजूने युक्तिवाद :

व्हिसल ब्लोईंगच्या बाजूने असणारे युक्तिवाद पुढील मुद्यांच्या आधारे जाणून घेता येतील :

१) नैतिक अत्यावश्यकता :

व्हिसल ब्लोईंग व्यक्तींना त्यांच्या नैतिक कर्तव्ये आणि विवेकानुसार वागण्याची परवानगी देऊन नैतिक तत्त्वांशी संरेखित करते. जेव्हा कर्मचारी गैरवर्तन, फसवणूक, सुरक्षेचे उल्लंघन किंवा अनैतिक वर्तन पाहतात, तेव्हा भागधारकांचे नुकसान टाळण्यासाठी आणि संस्थेतील नैतिक मानकांचे पालन करण्यासाठी अहवाल देणे ही एक नैतिक अत्यावश्यकता बनते.

२) सार्वजनिक हित आणि जबाबदारी :

व्हिसल ब्लोईंग कर्मचाऱ्यांचे, ग्राहकांचे, गुंतवणूकदारांचे किंवा मोठ्या प्रमाणावर समुदायाचे कल्याण धोक्यात आणणारे चुकीचे काम उघड करून सार्वजनिक हित साधते. हे संस्थांना त्यांच्या कृतींसाठी जबाबदार धरते, पारदर्शकता सुनिश्चित करते आणि सार्वजनिक हिताचे रक्षण करताना समाजाची हानी रोखते.

३) हानी प्रतिबंध :

व्हिसल ब्लोईंगद्वारे गैरवर्तनाची तक्रार केल्याने संभाव्य हानी टाळता येते, मग ते वित्तीय नुकसान असो, पर्यावरणाचे नुकसान असो, सुरक्षितता धोक्यात असो किंवा मानवी हक्कांचे उल्लंघन असो. अनैतिक वर्तनाचे वेळेवर प्रकटीकरण गंभीर परिणाम कमी करू शकते किंवा टाळू शकते, ज्यामुळे व्यक्ती आणि संस्था यांचे संरक्षण होते.

४) अंतर्गत सुधारात्मक कृती :

व्हिसल ब्लोईंग संस्थांमधील अंतर्गत सुधारात्मक क्रियांना प्रोत्साहन देते. समस्यांकडे लक्ष देऊन, संस्था अंतर्गत समस्या सोडवू शकतात, तपास सुरू करू शकतात आणि गैरवर्तनाची पुनरावृत्ती टाळण्यासाठी आवश्यक सुधारणा किंवा बदल अंमलात आणू शकतात, शेवटी कार्यपद्धती आणि अनुपालन सुधारू शकतात.

५) असुरक्षित व्यक्तींचे संरक्षण :

व्हिसल ब्लोईंग असुरक्षित व्यक्तींचे संरक्षण करू शकते जे कदाचित याबबाबत अनभिज्ञ असतील किंवा गैरवर्तनाची तक्रार करू शकत नाहीत. ज्यांना धमकावणे किंवा भेदभावाचा सामना करावा लागू शकतो, त्यांच्या समस्या ऐकल्या जातात आणि त्यावर कारवाई केली जाते याची खात्री करून ते त्यांच्यासाठी आवाज म्हणून काम करते.

६) कायदेशीर आणि नियामक अनुपालन :

व्हिसल ब्लोईंग कायदेशीर आणि नियामक आवश्यकतांना सरेखित करते. अनेक अधिकार क्षेत्रांमध्ये व्हिसल ब्लोअर्सचे संरक्षण करणारे कायदे आहेत आणि गैरवर्तनाची तक्रार करण्यासाठी संस्थांना यंत्रणा असतात. व्हिसल ब्लोईंग हे एक महत्त्वपूर्ण अनुपालन साधन म्हणून काम करते, कायदेशीर दायित्वांचे पालन सुनिश्चित करते.

७) सक्रिय जोखीम व्यवस्थापन :

व्हिसल ब्लोईंग संस्थांमध्ये सक्रिय जोखीम व्यवस्थापनात योगदान देते. हे जोखीम वाढण्यापूर्वी त्यांची ओळख करते आणि त्या कमी करण्यास चालना देते. तसेच संस्थांना संभाव्य कायदेशीर दायित्वे, वित्तीय नुकसान किंवा त्यांच्या ब्रँड प्रतिष्ठेचे नुकसान टाळण्यास मदत करते.

८) संघटनात्मक अखंडतेचे जतन :

गैरवर्तनाची तक्रार केल्याने संस्थांची अखंडता आणि विश्वासार्हता टिकवून ठेवण्यास मदत होते. समस्यांचे त्वरित निराकरण करून, संस्था त्यांची प्रतिष्ठा आणि विश्वासार्हता टिकवून ठेवू शकतात, भागधारक आणि कर्मचाऱ्यांमध्ये विश्वास वाढवू शकतात.

९) नैतिक संस्कृतीला प्रोत्साहन :

एक मजबूत व्हिसल ब्लोईंग संस्कृती संस्थांमध्ये नैतिक आचरण आणि जबाबदारीचे पर्यावरण निर्माण करते. कर्मचाऱ्यांना समस्येची तक्रार करण्यासाठी प्रोत्साहित करणे हे नैतिक वर्तनासाठी संस्थेच्या वचनबद्धतेचे संकेत देते, अशा संस्कृतीवर प्रभाव टाकते जिथे चुकीची वागणूक सहन केली जात नाही.

१०) माहितीचे लोकशाहीकरण :

व्हिसल ब्लोईंग संस्थांमधील माहितीचे लोकशाहीकरण करते, गंभीर समस्यांना पुरून उरेल किंवा दुर्लक्षित करण्याऐवजी प्रकाशात आणले जाईल याची खात्री करते. ही पारदर्शकता संस्थेच्या सर्व स्तरांवर माहितीपूर्ण निर्णय घेण्यास मदत करते, मोकळेपणा आणि विश्वासाची संस्कृती वाढवते.

११) बाह्य निरीक्षण आणि तपासणी :

व्हिसल ब्लोईंग बाह्य निरीक्षण आणि संस्थांची तपासणी करण्यास सक्षम करते. नियामक संस्था, सरकारी यंत्रणा किंवा प्रसारमाध्यमांना दिलेले अहवाल बाह्य तपासांना सूचित करू शकतात, स्वतंत्र छाननी आणि अंतर्गत नियंत्रणापलीकडे उत्तरदायित्व सुनिश्चित करतात.

१२) सकारात्मक बदलासाठी उत्प्रेरक :

व्हिसल ब्लोईंग संस्था आणि उद्योगांमध्ये सकारात्मक बदलासाठी उत्प्रेरक असते. हे प्रणालीगत सुधारणा घडवून आणते, चांगल्या प्रशासन पद्धतींना प्रोत्साहन देते आणि अखंडता, पारदर्शकता व नैतिक वर्तनाला महत्त्व देणारी संस्कृती वाढवते.

२.६ मूल्याधारित व्यवस्थापन :

मूल्याधारित व्यवस्थापन हे व्यवस्थापनाचे तत्त्वज्ञान आणि दृष्टिकोन असून याद्वारे संघटनेमध्ये अधिकाधिक मूल्य निर्मिती करण्याचा प्रयत्न केला जातो आणि कंपनीचे जे भागधारक असतात त्यांचे मूल्य वाढवले जाते. मूल्याधारित व्यवस्थापन ही एक प्रक्रिया असून त्याद्वारे मूल्यांची निर्मिती, व्यवस्थापन आणि मापन केले जाते. मूल्य निर्मितीची प्रक्रिया ही बाजारातील किंवा उद्योगाचा जो आकर्षकपणा आहे त्याचे आकलन करून घेण्यासाठी महत्त्वाचा ठरतो. मूल्याधारित व्यवस्थापन हे कंपनीचा सर्वांगीण विकास, विश्लेषणात्मक तंत्रे आणि महत्वपूर्ण मूल्यांचे वाहक यांची निर्धारणा करते.

२.६.१ अर्थ :

मूल्याधारित व्यवस्थापन हे विश्वास, तत्वे आणि प्रक्रिया जी कंपनीला बाजारातील स्पर्धेमध्ये परिणामकारकपणे यश प्राप्ती करून देते त्या सर्वांचे एकत्रित मिश्रण असते. ही मूल्ये, विश्वास, तत्त्वे आणि ही कंपनीची जी प्रशासकीय उद्दिष्टे आहेत त्यांच्या प्राप्तीसाठी आधारभूत ठरत असतात. मूल्याधारित व्यवस्थापन हा कंपनीचा एक व्यवस्थापनाचा पवित्र दृष्टिकोन आहे, ज्याद्वारे कंपनीची ध्येय आणि उद्दिष्टे ही तपासून पाहिली जातात, तसेच कंपनीची असणारी संरचना आणि प्रणाली यांचे पुनरारेखन केले जाते आणि कंपनीची व्यूहरचनात्मक आणि कार्यात्मक प्रक्रियेचे नूतनीकरण केले जाते. आणि मानवी संसाधनांच्या कृतींचे व त्यांच्या कार्यपद्धतीचे पुनरावलोकन केले जाते. मूल्याधारित व्यवस्थापन हे कायम स्वरूपी लागू करता येत नाही पण त्याकरिता सातत्य आणि बांधीलकीची आवश्यकता असते. मूल्याधारित व्यवस्थापन हे अल्पकालीन आणि दीर्घकालीन अशा दोन्हीही प्रकारच्या उद्दिष्टांच्यासाठी आणि तसेच कंपनीचे आर्थिक मूल्य वाढवण्यासाठी उपयुक्त असून मूल्याधारित व्यवस्थापन ही एक साधी संकल्पना आहे.

२.६.२ व्याख्या :

मूल्याधारित व्यवस्थापनाच्या व्याख्या पुढीलप्रमाणे स्पष्ट करता येतील :

१) **फ्रीगो :**

"मूल्याधारित व्यवस्थापन म्हणजे मूल्यांच्या आधारे व्यूहरचनात्मक मूल्य अभिकर्त्यांची निश्चिती करण्याची एक प्रक्रिया होय."

२) **अरनॉल्ड :**

"मूल्याधारित व्यवस्थापन ही एक प्रक्रिया आहे की जिच्याद्वारे कंपनीच्या तत्वज्ञानाच्या मध्यभागी भागधारकांचे मूल्य निश्चित केले जाते. कंपनीच्या भागधारकांचे मूल्य वाढवून कंपनीची व्यूहरचना, संरचना आणि प्रक्रिया यांना मूल्यांच्याद्वारे मार्गदर्शन केले जाते. तसेच कर्मचाऱ्यांच्या कार्यात सुधारणा घडवून आणण्यासाठी देखील काही उपाययोजना केल्या जातात."

३) **ल्यू व बार्नार्ड :**

"मूल्याधारित व्यवस्थापन हे आत्यंतिक वेगाने व्यवस्थापनासाठी मूल्ये या दृष्टिकोनातून विकसित होते. मूल्याधारित व्यवस्थापनाच्या आधारे भागधारक आणि ग्राहक या दोहोंच्या दृष्टिकोनातून कशाप्रकारे व्यूहरचना केल्या जातील यांचा विचार केला जातो."

४) **मार्श :**

"मूल्याधारित व्यवस्थापन हा एक आराखडा आहे त्यांच्याद्वारे भागधारकांसाठी दीर्घकालीन मूल्ये निर्माण करण्याचे आणि त्यांचे मापन व व्यवस्थापन करावयाचे काम हे या मूल्याधारित व्यवस्थापनाच्याद्वारे केले जाते."

२.६.३ मूल्याधारित व्यवस्थापनाचे फायदे :

मूल्याधारित व्यवस्थापनाचे खालील फायदे आहेत :

१) वर्धित भागधारक मूल्य :

मूल्याधारित व्यवस्थापनाचे मुख्य उद्दिष्ट भागधारकाचे मूल्य वाढवण्याभोवती फिरते. हा दृष्टिकोन गुंतवणूकदारांसाठी शाश्वत, दीर्घकालीन परतावा निर्माण करण्याच्या महत्त्वावर भर देतो. नफा आणि एकूण मूल्य वाढवण्यात थेट योगदान देणाऱ्या धोरणांवर आणि निर्णयांवर लक्ष केंद्रित करून, मूल्य आधारित व्यवस्थापन कंपन्यांना या उद्दिष्टाशी जुळणाऱ्या गुंतवणूक आणि उपक्रमांना प्राधान्य देण्यास सक्षम करते. हे धोरणात्मक नियोजन आणि कार्यक्षम संसाधन वाटपाद्वारे शाश्वत मूल्याच्या निर्मितीवर भर देऊन, अल्पकालीन लाभांच्या पलीकडे जाते. हा दृष्टिकोन अनेकदा सुधारित स्टॉक कामगिरी, वाढीव लाभांश आणि मजबूत बाजार स्थितीकडे नेतो, परिणामी दीर्घकालीन वृद्धीसाठी अधिक गुंतवणूकदारांना आकर्षित करतो.

२) निर्णय घेताना स्पष्टता :

मूल्याधारित व्यवस्थापन इकॉनॉमिक व्हॅल्यू डेड (EVA) किंवा रिटर्न ऑन इन्व्हेस्टेड कॅपिटल (ROIC) सारख्या मेट्रिक्सचा वापर करून एक स्पष्ट निर्णय घेण्याची चौकट स्थापित करते. हे निर्देशांक कंपनीच्या मूल्यावरील विविध निर्णयांच्या संभाव्य प्रभावाचे मूल्यांकन करण्याचा एक प्रमाणित मार्ग प्रदान करतात. उपायांचा सातत्यपूर्ण संच करून, विभागातील व्यवस्थापक संस्थेच्या व्यापक उद्दिष्टांशी सरेखित माहितीपूर्ण निवडी करू शकतात. ही स्पष्टता निर्णय प्रक्रियेतील संदिग्धता आणि व्यक्तिनिष्ठता कमी करते, कंपनीने सुरू केलेले उपक्रम जास्तीतजास्त मूल्याच्या अनुषंगाने आहेत हे सुनिश्चित करते.

३) धोरणात्मक सरेखन :

मूल्याधारित व्यवस्थापन हे सुनिश्चित करते की निर्णय आणि कृती संस्थेच्या मूळ मूल्यांशी आणि दीर्घकालीन धोरणाशी सुसंगत आहेत. हे कर्मचाऱ्यांमध्ये कंपनीच्या दिशा आणि मूल्यांबद्दल सामायिक समज निर्माण करते, हे सुनिश्चित करते की प्रयत्न सामान्य उद्दिष्टांकडे निर्देशित केले जातात. हे सरेखन एक एकसंध संघटनात्मक संस्कृती जोपासते जिथे प्रत्येकजण एकत्रित दृष्टीच्या दिशेने कार्य करतो, कार्यपद्धतीची कार्यक्षमता आणि अनुकूलता वाढवतो.

४) अनुकूल भांडवल वाटप :

मूल्याधारित व्यवस्थापन सर्वात जास्त परतावा देण्याचे वचन देणाऱ्या प्रकल्प किंवा क्षेत्रांमध्ये गुंतवणूक निर्देशित करून इष्टतम संसाधन वाटप करण्यास मदत करते. केवळ महसूल निर्मितीवर आधारित न राहता मूल्य निर्माण करण्याच्या त्यांच्या क्षमतेवर आधारित संधींचे मूल्यांकन करून, संस्था अधिक कार्यक्षमतेने भांडवलाचे वाटप करू शकतात. यामध्ये दीर्घकालीन मूल्य निर्मितीमध्ये योगदान न देणाऱ्या, कमी कामगिरी करणाऱ्या मालमत्ता किंवा प्रकल्प काढून टाकणे आणि उच्च वाढीच्या क्षमता असणाऱ्या उपक्रमांसाठी संसाधनांचे पुन्हा वाटप करणे, अशाप्रकारे उपलब्ध संसाधनांचा वापर अनुकूल करणे समाविष्ट आहे.

५) कार्यप्रदर्शन मोजमाप आणि जबाबदारी :

मूल्याधारित व्यवस्थापन संपूर्ण संस्थेमध्ये उत्तरदायित्व प्रस्थापित करून मूल्य निर्मितीशी जोडलेले स्पष्ट कार्यप्रदर्शन निर्देशक निश्चित करते. हे निर्देशक कामगिरी-चालित संस्कृती तयार करतात जिथे कर्मचाऱ्यांना त्यांच्या योगदानाचा कंपनीच्या एकूण मूल्यावर कसा परिणाम होतो हे समजते. हे वैयक्तिक उत्तरदायित्व, वैयक्तिक उद्दिष्टे संस्थात्मक उद्दिष्टांशी सरेखित करणे, मालकीची भावना वाढवणे आणि मूल्य वाढवण्याच्या दिशेने सामूहिक प्रयत्नांना प्रोत्साहन देते.

६) दीर्घकालीन शाश्वततेवर लक्ष :

मूल्याधारित व्यवस्थापन अल्प-मुदतीच्या नफ्यांकडून दीर्घकालीन शाश्वततेकडे लक्ष केंद्रित करते. हे नावीन्यपूर्ण, संशोधन आणि विकासातील गुंतवणुकीला प्रोत्साहन देते, शाश्वत प्रभावाद्वारे पुढाकारांना महत्त्व देणाऱ्या संस्कृतीला प्रोत्साहन देते. हा दीर्घकालीन दृष्टीकोन कंपनी स्पर्धात्मक, बाजारातील बदलांशी जुळवून घेणारी आणि कालांतराने मूल्य निर्मिती टिकवून ठेवण्यास सक्षम असल्याची खात्री करतो.

७) सुधारित जोखीम व्यवस्थापन :

मूल्याधारित व्यवस्थापन निर्णय घेण्याच्या प्रक्रियेत जोखीम व्यवस्थापन समाकलित करते. वेगवेगळ्या उपक्रमांशी संबंधित जोखमींचे मूल्यांकन करून, संस्था जोखीम आणि बक्षीस संतुलित करणाऱ्या माहितीपूर्ण निवडी करू शकतात. हे कंपन्यांना संभाव्य जोखीम कमी करण्यास सक्षम करते जे भागधारकांच्या मूल्यावर नकारात्मक परिणाम करू शकतात, हे सुनिश्चित करून जोखीम घेण्याची गणना आणि धोरणात्मक उद्दिष्टांशी सरेखित आहे.

८) कर्मचारी प्रतिबद्धता आणि सरेखन :

मूल्याधारित व्यवस्थापन कर्मचाऱ्यांना त्यांच्या भूमिका संस्थेच्या मूल्य निर्मितीमध्ये कशा प्रकारे योगदान देतात हे समजण्यास मदत करते. जेव्हा कर्मचारी त्यांचे काम आणि कंपनीची उद्दिष्टे यांच्यातील थेट संबंध समजून घेतात, तेव्हा ते सामायिक उद्दिष्टे साध्य करण्यासाठी अधिक व्यस्त, प्रेरित आणि वचनबद्ध होतात. हे सरेखन हेतूची भावना वाढवते; ज्यामुळे उत्पादकता, नाविन्य आणि सकारात्मक कार्य संस्कृती निर्माण होते.

९) वर्धित संप्रेषण आणि पारदर्शकता :

मूल्याधारित व्यवस्थापन संस्थेचे कार्यप्रदर्शन, धोरणे आणि निर्णय घेण्याच्या तर्कांबद्दल पारदर्शक संवादाला प्रोत्साहन देते. ही पारदर्शकता भागधारक, कर्मचारी, ग्राहक आणि पुरवठादारांसारख्या भागधारकांमध्ये विश्वास निर्माण करते. हे मोकळेपणाची संस्कृती वाढवते, जिथे भागधारकांना कंपनीची दिशा आणि मुख्य निर्णयांमागील तर्काची स्पष्ट समज असते, ज्यामुळे मजबूत संबंध निर्माण होऊन समर्थन मिळते.

१०) अनुकूलता आणि सतत सुधारणा :

मूल्याधारित व्यवस्थापन मूल्य-चालित निर्देशांकाच्या विरूद्ध कार्यक्षमतेचे नियमितपणे मूल्यमापन करून अनुकूलता आणि सतत सुधारणा करण्याच्या संस्कृतीला प्रोत्साहन देते. धोरणात्मक पुनरावलोकने आणि कार्यप्रदर्शन मूल्यांकनांद्वारे, संस्था बाजारातील बदलांना प्रभावीपणे प्रतिसाद देण्यासाठी त्यांची धोरणे, कार्यपद्धती आणि संसाधन वाटप समायोजित करू शकतात. ही अनुकूलता सुनिश्चित करते की कंपनी तत्पर, प्रतिसादशील राहते आणि शाश्वत मूल्य निर्मितीसाठी सतत विकसित होते.

२.६.४ मूल्याधारित व्यवस्थापनाच्या पद्धती :

मूल्याधारित व्यवस्थापनाच्या पद्धती या पुढीलप्रमाणे स्पष्ट करता येतील :

अ) मार्कोन दृष्टिकोन :

या पद्धतीचा वापर हा मार्कोन असोसिएट्स या आंतरराष्ट्रीय व्यवस्थापन कंसल्टंसीने १९७८ मध्ये सर्वात पहिल्यांदा केला. हा दृष्टिकोन किंवा ही पद्धत मार्केट-टू-बुक रेशो वरती आधारलेली आहे. दीर्घकालीन संतुलित बाजार मूल्याचे गणन करत असताना यामध्ये बाजारमूल्याचा समावेश केला जातो.

ब) अल्कार दृष्टिकोन :

या पद्धतीचा परिचय हा लेक/अल्कार कन्सल्टन्सी समूहाने करून दिला. या दृष्टिकोनाच्या मतानुसार व्यावसायिक व्यूहरचनेचे मूल्यांकन हे पुढील पायऱ्यांच्या आधारे केले जाते :

१) पायरी : १ :

व्यवसायातील नियोजन काळातील नगद प्रवाहाचे पूर्वअंदाजन करणे.

२) पायरी : २ :

भारीत सरासरी भांडवल व्ययाच्या बरोबरच नगदी प्रवाहाचे अंदाजन करणे.

३) पायरी : ३:

व्यवसायाच्या विविध भागांच्या व्यूहरचनेचे अवशिष्ट मूल्य जे असेल त्याचे अंदाजन हे नियोजन काळाच्या शेवटी आणि त्याचे जे सध्याचे मूल्य आहे त्याचे स्थिरीकरण करणे.

४) पायरी : ४ :

एकूण भागधारकांचे मूल्य निश्चित करणे.

५) पायरी : ५ :

पूर्व व्यूहरचना मूल्याचे गणन करणे.

६) पायरी : ६ :

व्यूहरचनेच्या द्वारे निर्माण केलेल्या मूल्याची निश्चिती करणे.

क) मॅकिन्से दृष्टिकोन :

या दृष्टिकोणाची किंवा पद्धतीची निर्मीती ही मॅकिन्से अणि कंपनीने केली. मूल्याधारित व्यवस्थापनातील या दृष्टिकोनाने सांगितलेल्या पायऱ्या पुढीलप्रमाणे स्पष्ट करता येतील :

१) मूल्यांच्या महत्तमीकरणाच्या श्रेष्ठत्वाची खात्रीकरून घेणे.

२) मूल्यांच्या वहन करणाऱ्या मूल्यांचा शोध घेणे.

३) योग्य व्यवस्थापकीय प्रक्रियांची स्थापना करणे.

३) योग्य प्रकारे मूल्याधारित व्यवस्थापनाची अंमलबजावणी करणे.

ड) बीसीजी दृष्टिकोन :

या दृष्टिकोनाची निर्मिती ही बोस्टन कन्सल्टिंग समूहाने केली. या दृष्टिकोनामध्ये एकूण भागधारक परतावा आणि एकूण व्यवसाय परतावा या दोन संकल्पनांवरती हा दृष्टिकोन आधारलेला आहे. या दोन संकल्पनांचे प्रत्यक्ष उपयोजन करण्यासाठी गुंतवणूकीवरील नगदी प्रवाह परतावे आणि कॅश व्हॅल्यू ॲडेड या दोन गणना पद्धतींचा वापर केला जातो.

इ) इकॉनॉमिक व्हॅल्यू ॲडेड दृष्टिकोन :

या दृष्टीकोनाची निर्मिती ही स्टर्न स्टिवर्ट आणि कंपनीने केली. इकॉनॉमिक व्हॅल्यू ॲडेड म्हणजे भांडवल व्ययानंतर राहणारा नफा होय. धन स्वरूपाचा इकॉनॉमिक व्हॅल्यू ॲडेड हा व्यवसायातून केवळ उत्पन्नच मिळते असे नाही तर त्या व्यवसायातून जे निधीचा पुरवठा करणारे आहेत ते देखील पुरेशा प्रमाणात समाधानी आहेत असे दिसून येते. त्यामुळे लेखांकन नफ्या पेक्षा देखील इकॉनॉमिक व्हॅल्यू ॲडेड याद्वारे मोजले जाणारे जे कार्य सादरीकरण असते ते अधिक चांगले असते.

इकॉनॉमिक व्हॅल्यू ॲडेड याद्वारे जे व्यवस्थापक आणि कार्य संचालक असतात त्यांना स्पष्ट स्वरूपात संदेश दिला जातो की, पुढील गुंतवणुकीतून व्यवसायासाठी गुंतवलेल्या भांडवलातून पूर्ण स्वरूपाचे नफाक्षम परतावे मिळणार असतील तर पुढील गुंतवणूक करा. इकॉनॉमिक व्हॅल्यू ॲडेड या द्वारे व्यवसायाचे जे अल्पकालीन प्रकल्प असतात त्यांना मोठ्या प्रमाणावरती चालना दिली जाते. इकॉनॉमिक व्हॅल्यू ॲडेड यामध्ये जर सुधारणा झाली तर मार्केट व्हॅल्यू ॲडेड (एमव्हीए) मध्ये देखील सुधारणा घडवून आणली जाते.

२.७ वैदिक व्यवस्थापन :

व्यवस्थापनविषयक विचार आणि व्यवस्थापनाची संकल्पना यांमध्ये बदल घडून यायचे प्रमुख कारण म्हणजे व्यावसायिक आणि आर्थिक बदल घडून आले. व्यवस्थापन विषयक जे विचार आहेत ते विचार बदलत्या व्यवस्थापनाच्या दृष्टीकोनातून करायला गेल्यास उपयुक्त आहेत का? याचा विचार करायला गेल्यास असे दिसून येते की, सद्यस्थितीत अस्तित्त्वात असणाऱ्या या विचारांचे मूळ हे पाश्चत्य व्यवस्थापकीय दृष्टिकोन आणि पौव्रात्य विचारसरणीचा अधिक प्रभाव या व्यवस्थापन विषयक विचारांवरती असल्याचे दिसून येते. पूर्वेकडील जे व्यवस्थापकीय विचार आहेत त्यांना प्रामुख्याने भारतीय व्यवस्थापन विचार किंवा वैदिक व्यवस्थापन विषयक दृष्टिकोन असे म्हणले जाते.

२.७.१ अर्थ :

वैदिक व्यवस्थापन ही व्यवस्थापनातील एक पद्धती किंवा विचारसरणी असून ती वेदांतातील तत्त्वांवरती आधारलेली असते. अन्य शब्दात सांगायचे झाल्यास वैदिक व्यवस्थापन हे मी आणि माझे याच्या पलीकडे जाऊन आम्ही आणि आम्हाला असे वाटते याचा विचार करते. याचा मूळ आधारच सर्वांना आनंद आणि सर्वांचे चांगले करणे ही भावना आहे. यालाच संस्कृतमध्ये 'सर्व जन हिताय, सर्व जन सुखाय' असे म्हणले जाते. वैदिक व्यवस्थापन हे अशा स्वरूपाचे एक व्यवस्थापन आहे की ज्याच्याद्वारे कोणतीही तोडफोड किंवा कोणताही विध्वंस न होता प्रगती आणि विकास साधण्याचे ध्येय समोर बाळगले जाते. निसर्गाशी अधिकाधिक जवळीक साधण्याचा प्रयत्न हा या वैदिक व्यवस्थापनातून केला जातो. कामाच्या सवयी आणि सर्वच एकरीतरित्या काम करणारी माणसे यांच्यात सौहार्द प्रस्थापित करून अपेक्षित ध्येयपूर्ती ही या व्यवस्थापनाच्या माध्यमातून केली जाते. कामाचा आनंद घेणे, वृद्धीकडे वाटचाल करणे आणि परिवर्तन घडवून आणणे हे याचे ध्येय आहे. आर्थिक उन्नती साधत असताना आणि तसेच प्रगतीच्या मार्गावरती वाटचाल करत असताना जी नैसर्गिक संसाधने आहेत त्यांचा कुठेही दुरुपयोग न होता आणि तसेच कोणत्याही प्रकारे प्रदूषण होऊ न देता आणि जैवविविधतेला कोणताही धोका निर्माण होऊ न देता त्याचप्रमाणे कोणत्याही प्रकारे सामाजिक आणि कौटुंबिक जीवन हे नष्ट न करता, पृथ्वीचे सौन्दर्य कमी होऊ न देता प्रगती साधण्याची संकल्पना ही वैदिक व्यवस्थापनाच्याद्वारे रुजवली जाते.

२.७.२ व्याख्या :

वैदिक व्यवस्थापनाच्या व्याख्या खालीलप्रमाणे आहेत :

१) **आचार्य बाळकृष्ण :**

''वैदिक व्यवस्थापनामध्ये आधुनिक व्यवस्थापनात प्राचीन वैदिक शहाणपण लागू करणे, शाश्वत आणि नैतिक व्यवस्थापनासाठी सामंजस्य, संतुलन आणि सर्वांगीण दृष्टिकोन यावर जोर देणे समाविष्ट आहे.''

२) **डॉ. एस.के. चक्रवर्ती :**

''वैदिक व्यवस्थापन म्हणजे धर्म (धार्मिकता), अर्थ (संपत्ती), काम (इच्छा) आणि मोक्ष (मुक्ती) यासारख्या वैदिक तत्त्वांचे व्यवस्थापन, नैतिक मूल्यांना प्रोत्साहन देणे आणि शाश्वत विकास करणे होय.''

३) **सुभाष शर्मा :**

''वैदिक व्यवस्थापन हा एक समग्र दृष्टीकोन आहे जो प्राचीन वैदिक ज्ञानाला समकालीन व्यवस्थापनाशी एकत्रित करतो, स्वयं-व्यवस्थापन, आंतरिक नेतृत्व आणि संघटनात्मक नेतृत्वामध्ये वैश्विक चेतना यावर लक्ष केंद्रित करतो.''

४) स्वामी ज्ञानेश्वर भारती :

"वैदिक व्यवस्थापन अध्यात्मिक मूल्ये, सजगता आणि आत्म-जागरूकता यांना व्यवस्थापन पद्धतींमध्ये एकत्रित करते, वर्धित परिणामकारकता आणि नैतिक आचरणासाठी ध्यान व योग यांचा समावेश करण्यासाठी समर्थन करते."

२.७.३ व्यावसायिक नीतिमूल्यांमध्ये वैदिक व्यवस्थापन :

वैदिक व्यवस्थापन तत्त्वे व्यवसाय चालविण्यासाठी एक समृद्ध नैतिक चौकट प्रदान करतात. या तत्त्वांमध्ये नैतिक नेतृत्व, धर्म, विविधता आणि सर्वसमावेशकता, सजगता, कार्पोरेट सामाजिक जबाबदारी किंवा सेवा, भौतिक यश आणि आध्यात्मिक मूल्ये यांच्यातील समतोल, संघर्ष निराकरण, नैतिक संवाद, पर्यावरणीय स्थिरता आणि नैतिक कारभार यांचा समावेश आहे. ही तत्त्वे व्यवसाय पद्धतींमध्ये समाकलित केल्याने एक नैतिक संस्कृती वाढीस लागते, भागधारकांच्या विश्वासाला प्रोत्साहन मिळते आणि संस्थांच्या दीर्घकालीन यश व शाश्वततेमध्ये योगदान प्राप्त होते.

१) वेदांमधील नैतिक पाया :

वैदिक व्यवस्थापन वेद, उपनिषदे आणि भगवद्गीता यासारख्या प्राचीन वैदिक ग्रंथांमधून नैतिक पाया तयार करते. हे ग्रंथ नैतिक मूल्ये, नीतिमत्ता आणि नैतिक आचरण यावर एक सुसंवादी आणि यशस्वी जीवन जगण्यासाठी आवश्यक घटक म्हणून भर देतात. व्यवसायाच्या संदर्भात, ही तत्त्वे नैतिक निर्णय घेण्यासाठी मार्गदर्शक म्हणून काम करतात. तसेच सचोटी, प्रामाणिकपणा, निष्पक्षता आणि सर्व भागधारकांचा आदर करतात.

२) धर्म आणि नैतिक नेतृत्व :

वैदिक व्यवस्थापन धर्माच्या संकल्पनेला प्रोत्साहन देते, जे एखाद्याचे कर्तव्य, जबाबदारी आणि नैतिक दायित्वे दर्शवते. व्यवसायाच्या संदर्भात धर्म नैतिक नेतृत्वाला प्रोत्साहन देतो जेथे नेते केवळ नफा कमावण्यापलीकडे अधिक चांगल्या, सेवा करणाऱ्या भागधारकांना आणि समाजाला प्राधान्य देतात. नैतिक जबाबदाऱ्या आणि सामाजिक कल्याणाशी व्यवसाय पद्धतींचे संरेखन करून, धर्माने मार्गदर्शन केलेले नेते संस्थेमध्ये नैतिक संस्कृती वाढवतात.

३) सहिष्णुता आणि विविधतेचा आदर :

वेद सहिष्णुता, विविधतेचा आदर आणि सर्वसमावेशकता शिकवतात, जे नैतिक व्यवसाय पद्धतींमध्ये महत्त्वपूर्ण आहेत. वैदिक व्यवस्थापन सर्वसमावेशक पर्यावरणास प्रोत्साहन देते जेथे विविध दृष्टीकोन, श्रद्धा आणि संस्कृतींचा आदर केला जातो. विविधतेचा स्वीकार कर्मचाऱ्यांमध्ये परस्पर आदर, सहिष्णुता आणि समजूतदारपणाची संस्कृती वाढवते, संस्थेमध्ये नैतिक वर्तन आणि सहकार्याला प्रोत्साहन देते.

४) सजगता आणि नैतिक निर्णय घेणे :

वैदिक शिकवणी सजगता आणि आत्म-जागरूकतेवर भर देतात, जे व्यवसायात नैतिक निर्णय घेण्याच्या मूलभूत गोष्टी आहेत. आत्मनिरीक्षण आणि आत्म-चिंतनाला प्रोत्साहन देऊन वैदिक व्यवस्थापन नेत्यांना नैतिक मूल्यांशी संरेखित जाणीवपूर्वक, नैतिकदृष्ट्या सरळ निर्णय घेण्यास सक्षम करते. सजगता पद्धती कर्मचाऱ्यांमध्ये नैतिक जागरूकता वाढवतात, संस्थेच्या सर्व स्तरांवर नैतिक निर्णय घेण्यास मदत करतात.

५) कॉर्पोरेट सामाजिक जबाबदारी (CSR) आणि सेवा :

वैदिक व्यवस्थापन सेवा किंवा निःस्वार्थ सेवेच्या संकल्पनेला प्रोत्साहन देते. व्यवसायाच्या संदर्भात हे कॉर्पोरेट सामाजिक जबाबदारी (CSR) मध्ये भाषांतरित होते, जिथे कंपन्या त्यांच्या नफ्याच्या हेतूंच्या पलीकडे समाजाला लाभ देणाऱ्या उपक्रमांमध्ये गुंततात. नैतिक मूल्यांशी संरेखित करून सेवा करणाऱ्या संस्था सामाजिक कल्याण,

पर्यावरणीय स्थिरता आणि समुदाय विकासासाठी, सद्भावना आणि नैतिक व्यवसाय पद्धतींना चालना देण्यासाठी योगदान देतात.

६) भौतिक यश आणि आध्यात्मिक मूल्यांचा समतोल :

वैदिक व्यवस्थापन भौतिक यश आणि आध्यात्मिक मूल्ये यांच्यातील संतुलनावर भर देते. व्यवसायातील यश नैतिक मूल्ये किंवा आध्यात्मिक कल्याणाच्या किंमतीवर येऊ नये असे ते समर्थन करते. हा दृष्टीकोन सर्वांगीण दृष्टीकोन प्रोत्साहित करतो, नैतिक मूल्यांना व्यवसाय पद्धतींमध्ये समाकलित करतो, ज्यामुळे नैतिक तत्त्वांशी संरेखित शाश्वत यशाचा प्रचार होतो.

७) संघर्षाचे निराकरण आणि नैतिक संवाद :

वैदिक व्यवस्थापन संघर्ष निराकरण आणि नैतिक संवादाबाबाबत माहिती देते. उदाहरणार्थ, भगवद्गीतेची शिकवण नैतिक संवादावर, विविध दृष्टिकोनांना समजून घेण्यावर आणि शांततेच्या मार्गाने संघर्षांचे निराकरण करण्यावर भर देते. ही तत्त्वे व्यवसायात लागू केल्याने मुक्त, प्रामाणिक आणि आदरयुक्त संवादाला प्रोत्साहन मिळते, नैतिक आचरणाची संस्कृती वाढवणे आणि संघर्षाचे प्रभावी निराकरण करणे शक्य होते.

८) पर्यावरणीय स्थिरता आणि नैतिक प्रमुखता :

वैदिक शिकवणी पर्यावरणीय प्रमुखता आणि शाश्वततेचे महत्त्व अधोरेखित करतात. ही तत्त्वे नैसर्गिक संसाधनांचा जबाबदार वापर आणि पर्यावरणाचा आदर करतात. व्यवसायात वैदिक व्यवस्थापन नैतिक पद्धतींना प्रोत्साहन देते जे पर्यावरणीय जबाबदारीसाठी समकालीन नैतिक मानकांशी संरेखित करून पर्यावरणीय परिणाम कमी करतात, शाश्वततेला प्रोत्साहन देतात आणि पर्यावरणीय समस्यांचे निराकरण करतात.

९) भागधारकांचा आदर :

वैदिक व्यवस्थापनातील व्यावसायिक नैतिकता सर्व भागधारकांशी आदर आणि निष्पक्षतेने वागण्याच्या महत्त्वावर जोर देते. कर्मचारी, ग्राहक, पुरवठादार, समुदाय आणि पर्यावरण हे व्यवसाय परिसंस्थेचे अविभाज्य भाग मानले जातात. नैतिक आचरणामध्ये सर्व भागधारकांचे कल्याण सुनिश्चित करणे, त्यांच्या योगदानाची कदर करणे आणि व्यावसायिक निर्णयांमध्ये त्यांच्या स्वारस्यांचा विचार करणे समाविष्ट आहे.

१०) कर्म आणि नैतिक कृती :

वैदिक तत्त्वज्ञानातील कर्माची संकल्पना कृतींचे नैतिक परिणाम अधोरेखित करते. वैदिक व्यवस्थापन तात्काळ नफ्याकडे दुर्लक्ष करून नैतिक कृतींना प्रोत्साहन देते, नैतिकतेने आणि निःस्वार्थपणे एखाद्याचे कर्तव्य (कर्म) पार पाडण्याचे महत्त्व अधोरेखित करते. हा नैतिक दृष्टीकोन व्यक्ती आणि व्यवसायांना त्यांच्या कृतींमध्ये जबाबदारी आणि उत्तरदायित्व यावर जोर देतो.

११) शाश्वत पद्धती :

वैदिक व्यवस्थापनातील नैतिकता पर्यावरणीय स्थिरतेपर्यंत विस्तारित आहे. व्यवसायांना शाश्वत पद्धतींचा अवलंब करण्यास प्रोत्साहित केले जाते जे सर्व जीवन स्वरूपांच्या परस्परसंबंधाचा आदर करतात. पर्यावरण-पूरक पद्धती आणि जबाबदार संसाधन व्यवस्थापन स्वीकारणे हे पर्यावरणाचे रक्षण आणि आदर करण्याच्या वैदिक तत्त्वांशी संरेखित होते.

१२) पारदर्शकता आणि विश्वास :

वैदिक व्यवस्थापन व्यावसायिक व्यवहारांमध्ये पारदर्शकता आणि विश्वास अधोरेखित करते. नैतिक आचरणामध्ये मुक्त आणि पारदर्शक संवाद, वित्तीय व्यवहारातील प्रामाणिकपणा आणि नैतिक शासन पद्धती यांचा समावेश होतो. पारदर्शक कृतींद्वारे भागधारकांमध्ये विश्वास निर्माण करण्यातून विश्वासार्हता आणि दीर्घकालीन संबंधांना प्रोत्साहन मिळते.

बहुविकल्पी प्रश्न

१) जागतिक व्यापार नेटवर्क आंतरराष्ट्रीय व्यापार सुलभ करते आणि सीमा ओलांडून ---------- ला प्रोत्साहन देते.

अ) सहयोग ब) स्पर्धा क) अलगीकरण ड) पृथक्करण

२) जागतिक अर्थव्यवस्थेत व्यावसायिक नीतिमूल्ये विकसित करण्यामध्ये जागतिक ---------- मानकांसारखी संस्थात्मक मूल्ये सरेखित करणे समाविष्ट आहे.

अ) नैतिक ब) नियामक क) सांस्कृतिक ड) फायदेशीर

३) परकीय व्यापारातील विपणन नीतिमूल्यांची कंपन्यांनी त्यांच्या लक्ष्य बाजारपेठेतील सांस्कृतिक आणि ---------- फरक विचारात घेणे आवश्यक आहे.

अ) कायदेशीर ब) राजकीय क) आर्थिक ड) सामाजिक

४) कॉर्पोरेट गव्हर्नन्स नैतिक निर्णय घेण्यासाठी आणि संघटनात्मक ---------- सुनिश्चित करण्यासाठी एक चौकट स्थापित करण्यावर लक्ष केंद्रित करते.

अ) नफा ब) शाश्वतता क) मक्तेदारी ड) हुकूमशाही

५) व्हिसल ब्लोइंगची संहिता कर्मचाऱ्यांना ---------- च्या भीतीशिवाय अनैतिक वर्तनाची तक्रार करण्यास प्रोत्साहित करते.

अ) नफा ब) प्रतिशोध क) बक्षीस ड) पदोन्नती

६) व्यवसाय नीतिशास्त्रातील युक्तिवाद आणि समर्थनाच्या प्रकारांमध्ये नियमप्रधान नीतिशास्त्र, हेतुदर्शक आणि ---------- दृष्टीकोनांचा समावेश आहे.

अ) उपयुक्ततावादी ब) अलगाववादी क) हुकूमशाही ड) साम्यवादी

७) मूल्य–आधारित व्यवस्थापन संस्थात्मक निर्णयांना कंपनीच्या गाभ्याशी सरेखित ---------- लक्ष केंद्रित करते.

अ) नियामक ब) नैतिक क) फायदेशीर ड) राजकीय

८) व्यावसायिक नीतिमूल्यांची वैदिक व्यवस्थापन प्राचीन भारतीय ---------- ग्रंथांमधून प्रेरणा घेते.

अ) कायदेशीर ब) नैतिक क) राजकीय ड) धार्मिक

९) जागतिक व्यापार नेटवर्क आर्थिक ---------- आणि देशांमधील सहकार्याला प्रोत्साहन देते.

अ) अलगीकरण ब) स्पर्धा क) स्वकार्यान्वीत ड) एकत्रीकरण

१०) जागतिक अर्थव्यवस्थेमध्ये व्यावसायिक नीतिमूल्ये विकसित करण्यासाठी विविध ---------- मानदंड समजून घेणे आणि त्यांचा आदर करणे आवश्यक आहे.

अ) कायदेशीर ब) सांस्कृतिक क) आर्थिक ड) सामाजिक

११) विदेशी व्यापारातील विपणन नीतिमूल्यांमध्ये फसव्या पद्धती टाळणे आणि लक्ष्य बाजाराच्या ---------- चा आदर करणे समाविष्ट आहे.

अ) राजकीय वातावरण ब) सांस्कृतिक बारकावे

क) आर्थिक विषमता ड) कायदेशीर निर्बंध

१२) पारदर्शकता, उत्तरदायित्व आणि दीर्घकालीन ---------- सुनिश्चित करण्यासाठी कॉर्पोरेट प्रशासन आवश्यक आहे.

अ) मक्तेदारी **ब)** हुकूमशाही **क)** नफा **ड)** शाश्वतता

१३) व्हिसल ब्लोइंग ही एक नैतिक प्रथा आहे जी कर्मचाऱ्यांना ---------- च्या भीतीशिवाय चुकीविरोधी तक्रार करण्यास प्रोत्साहित करते.

अ) नफा **ब)** प्रतिशोध **क)** बक्षीस **ड)** पदोन्नती

१४) व्यवसाय नैतिकतेतील युक्तिवादाचे प्रकार आणि औचित्य ---------- ते नैतिक निर्णय घेण्याच्या भिन्नतेचा शोध घेतात.

अ) दृष्टीकोन **ब)** अलगीकरण **क)** हुकूमशाही **ड)** तडजोड

१५) मूल्य-आधारित व्यवस्थापनाचे उद्दिष्ट संस्थात्मक मूल्यांद्वारे क्रिया संरेखित करून शाश्वत ---------- निर्माण करणे आहे.

अ) नफा **ब)** वाढ **क)** फायदा **ड)** समृद्धी

१६) व्यावसायिक नीतिमूल्यांठी वैदिक व्यवस्थापन ---------- ग्रंथांमधील आध्यात्मिक आणि नैतिक तत्त्वे एकत्रित करते.

अ) पाश्चात्त्य तत्त्वज्ञान **ब)** पौर्वात्य तत्त्वज्ञान **क)** राजकीय सिद्धांत **ड)** आर्थिक सिद्धांत

१७) जागतिक व्यापार नेटवर्क आंतरराष्ट्रीय व्यापाराला चालना देते, ज्यामुळे राष्ट्रांमध्ये ---------- वाढते.

अ) स्पर्धा **ब)** सहकार्य **क)** अलगीकरण **ड)** पृथक्करण

१८) जागतिक अर्थव्यवस्थेमध्ये व्यावसायिक नीतिमूल्ये विकसित करण्यामध्ये नैतिक मानकांचे सार्वत्रिक ---------- अंगीकारणे समाविष्ट आहे.

अ) नियामक **ब)** नैतिक **क)** राजकीय **ड)** फायदेशीर

१९) परकीय व्यापारातील विपणन नीतिमूल्यांसाठी कंपन्यांनी लक्ष्य बाजाराचा ---------- आणि आर्थिक संदर्भ विचारात घेणे आवश्यक आहे.

अ) कायदेशीर **ब)** सांस्कृतिक **क)** राजकीय **ड)** नैतिक

२०) संस्थांमधील नैतिक ---------- रोखण्यात कॉर्पोरेट गव्हर्नन्स महत्त्वपूर्ण भूमिका बजावते.

अ) स्पर्धा **ब)** चूक **क)** हुकूमशाही **ड)** मक्तेदारी

२१) व्हिसल ब्लोइंगची संहिता ---------- च्या संस्कृतीला आणि संस्थांमधील जबाबदारीला प्रोत्साहन देते.

अ) गुप्तता **ब)** प्रतिशोध **क)** पारदर्शकता **ड)** अलगीकरण

२२) व्यावसायिक नीतिमूल्यांमध्ये युक्तिवादाचे प्रकार आणि औचित्य यामध्ये कारणे शोधणे आणि नैतिक निर्णयांसाठी ---------- यांचा समावेश होतो.

अ) दृष्टिकोन **ब)** औचित्य **क)** स्पर्धा **ड)** तडजोड

२३) मूल्य-आधारित व्यवस्थापन मुख्य संस्थात्मक मूल्यांचे पालन करून दीर्घकालीन ---------- निर्माण करण्यावर लक्ष केंद्रित करते.

अ) नफा **ब)** वाढ **क)** फायदा **ड)** शाश्वतता

२४) व्यावसायिक नीतिमूल्यांसाठी वैदिक व्यवस्थापन नैतिक व्यवसाय पद्धतींचे मार्गदर्शन करण्यासाठी ---------- परंपरांमधून माहिती प्राप्त करते.

अ) पाश्चात्य **ब)** पूर्वेकडील **क)** राजकीय **ड)** आर्थिक

२५) जागतिक व्यापार नेटवर्क बाजारांना जोडून आणि व्यापार सुलभ करून आर्थिक ---------- वाढवते.

अ) स्वकार्यान्वीत **ब)** एकत्रीकरण **क)** अलगीकरण **ड)** स्पर्धा

२६) जागतिक अर्थव्यवस्थेत व्यावसायिक नीतिमूल्ये विकसित करण्यासाठी संस्थांनी सांस्कृतिक ---------- आणि विविधता स्वीकारणे आवश्यक आहे.

अ) कायदेशीरता **ब)** राजकारण **क)** बारकावे **ड)** नफा

२७) परकीय व्यापारातील विपणन नीतिमूल्यांमध्ये वेगवेगळ्या प्रदेशातील ग्राहकांच्या ---------- चा आदर करणे समाविष्ट आहे.

अ) कायदेशीर अधिकार **ब)** सांस्कृतिक बारकावे **क)** आर्थिक धोरणे **ड)** राजकीय विचारधारा

२८) कॉर्पोरेट गव्हर्नन्स अनैतिक ---------- रोखण्यासाठी आणि नैतिक निर्णय घेणे सुनिश्चित करण्यासाठी यंत्रणा स्थापित करते.

अ) हुकूमशाही **ब)** मक्तेदारी **क)** चूक **ड)** स्पर्धा

२९) कर्मचाऱ्यांना ---------- वर्तनाची तक्रार करण्यास प्रोत्साहित करण्यासाठी व्हिसल ब्लोइंगची संहिता एक यंत्रणा म्हणून काम करते.

अ) अनैतिक **ब)** फायदेशीर **क)** स्पर्धात्मक **ड)** सांस्कृतिक

३०) मूल्य-आधारित व्यवस्थापन एक शाश्वत व्यवसाय तयार करण्यासाठी संस्थात्मक क्रिया ---------- सह संरेखित करते.

अ) नफा **ब)** वाढ **क)** मूल्ये **ड)** स्पर्धा

उत्तरे : १) अ, २) क, ३) क, ४) ब, ५) ब, ६) अ, ७) ब, ८) ड, ९) ड, १०) ब, ११) ब, १२) क, १३) ब, १४) अ, १५) क, १६) ब, १७) ब, १८) ब, १९) ब, २०) ब, २१) क, २२) ब, २३) ड, २४) ब, २५) ब, २६) क, २७) ब, २८) क, २९) अ, ३०) क.

सरावासाठी प्रश्न

प्र. १. जागतिक व्यवसाय जाळे म्हणजे काय? जागतिक अर्थव्यवस्थेत व्यावसायिक नीतिमूल्ये विकसित करणे स्पष्ट करा.

प्र. २. परकीय व्यापारातील विपणन नीतिमूल्यांबद्दल तपशीलवार माहिती सांगा.

प्र. ३. सुसंस्कृत समाजाच्या विकासात व्यावसायिक नीतिमूल्ये आणि व्यावहारिक मूल्यांची भूमिका विशद करा.

प्र. ४. कॉर्पोरेट गव्हर्नन्स म्हणजे काय? कॉर्पोरेट गव्हर्नन्सची उद्दिष्टे आणि वैशिष्ट्ये स्पष्ट करा.

प्र. ५. कॉर्पोरेट गव्हर्नन्सचे फायदे स्पष्ट करा.

प्र. ६. व्हिसल ब्लोइंग म्हणजे काय? व्हिसल ब्लोइंगची संहिता सांगा.

प्र. ७. व्हिसल ब्लोइंगचे प्रकार स्पष्ट करा.

प्र. ८. व्हिसल ब्लोइंग विरुद्ध युक्तिवाद लिहा.

प्र. ९. व्हिसल ब्लोइंगच्या बाजूने असलेले युक्तिवाद स्पष्ट करा.

प्र. १०. मूल्याधारित व्यवस्थापन म्हणजे काय? त्याचे फायदे समजावून सांगा.

प्र. ११. मूल्याधारित व्यवस्थापनाच्या पद्धती सांगा.

प्र. १२. वैदिक व्यवस्थापन म्हणजे काय? व्यावसायिक नीतिमूल्यांसाठी वैदिक व्यवस्थापन स्पष्ट करा.

प्र. १३. खालील विषयांवर टिपा लिहा:

१) जागतिक व्यवसाय जाळे.

२) कॉर्पोरेट गव्हर्नन्स.

३) व्हिसल ब्लोइंग.

४) मूल्याधारित व्यवस्थापन.

५) वैदिक व्यवस्थापन.

प्रकरण ३

भारतीय नैतिक कार्यपद्धती

- ३.१ वित्तपुरवठ्यातील भारतीय नैतिक कार्यपद्धती
- ३.२ विपणनातील भारतीय नैतिक कार्यपद्धती
- ३.३ माहिती तंत्रज्ञानातील भारतीय नैतिक कार्यपद्धती
- ३.४ कामाच्या ठिकाणी नैतिकता
- ३.५ मानव संसाधन व्यवस्थापनातील भारतीय नैतिक कार्यपद्धती

प्रस्तावना :

व्यावसायिक नीतिमूल्ये हे उपयोजनात्मक नीतिमूल्यांचे एक तत्त्व आहे. व्यावसायिक नीतिमूल्यांद्वारे विविध नीतिमूल्यांचे नियम आणि नीतिमूल्याधारित समस्या यांचे विश्लेषण केले जाते. व्यावसायिक नीतिमूल्ये ही व्यक्तीच्या व्यावसायिक आणि व्यावहारिक जीवनात सहाय्यकारी ठरतात. २१ व्या शतकात प्रत्येक उद्योग आणि व्यवसायाचे स्वरूप हे बदलत चालल्याचे दिसून येते. वाढती स्पर्धात्मकता आणि यांत्रिकरणाचा वाढता प्रभाव यांमुळे व्यवसाय आणि उद्योगांमध्ये गुंतागुंत वाढत चालल्याचे दिसून येते. परिणामी, वाढत्या स्पर्धेला सामोरे जात असताना व्यवसायाच्या किंवा उद्योगाच्या माध्यमातून समाजाची फसवणूक होऊ नये आणि व्यावसायिक आचारसंहितेचा आणि व्यावसायिक नीतिमत्तेचा विलय होऊ नये यासाठी व्यवसायाच्या/उद्योगाच्या प्रत्येक क्षेत्रामध्ये व्यावसायिक नीतिमूल्यांना महत्त्व दिले जाते. उदाहरणार्थ, लेखांकनातील व्यवसायिक नीतिमूल्यांमध्ये व्यवस्थित दस्तऐवज जुळवणे, दस्तऐवजांच्या नोंदी करणे, वित्तीय विश्लेषण करणे, नुकसान भरपाईची नोंद करणे, तसेच तंत्रज्ञानाच्या आधाराने योग्य माहितीचे संग्रहण करून ठेवणे, माहितीचे अद्ययावतीकरण करणे यांसारख्या गोष्टींचा समावेश होतो. कंपनीच्या आर्थिक स्थितीचे आणि कंपनीच्या वित्तीय माहितीचे सादरीकरण हे याद्वारे केले जाते. अशा प्रकारे व्यवसायाचे किंवा उद्योगाचे जे भिन्न-भिन्न विभाग असतात त्यांची सर्वंकष मांडणी ही नीतिमत्तेच्या आधारे केली जावी आणि व्यवसायाद्वारे किंवा उद्योगाद्वारे कोणत्याही प्रकारे समाजाची तसेच व्यवसाय-उद्योगाशी संबधीत घटकांची फसवणूक केली जाऊ नये यासाठी व्यावसायिक नीतिमूल्यांची आवश्यकता ही दैनंदिन उद्योग व्यवसायात असते.

३.१ वित्तपुरवठ्यातील भारतीय नैतिक कार्यपद्धती :

कोणताही उद्योग-व्यवसाय हा सुरळीतपणे चालण्यासाठी आणि त्या उद्योग-व्यवसायाचे दैनंदिन व्यवहार हे सुरळीतपणे पार पडले जावेत यासाठी संबंधित उद्योग-व्यवसाय संस्थेचा वित्त विभाग महत्त्वाचा असतो. किंबहुना विविध व्यावसायिक कृतींमध्ये उद्योग-व्यवसाय संस्थेचा वित्त विभाग हा महत्त्वाची भूमिका बजावतो. पण गेल्या

काही दिवसांमध्ये मात्र व्यवसाय-उद्योगांच्या वित्त विभागाकडून विविध नीतितत्त्वांचे उल्लंघन केले जात असल्याचे दिसून येते. व्यावसायिक नीतिमूल्ये आणि व्यावसायिक वित्त या दोहोंचा आत्यंतिक जवळचा संबंध असल्याचे दिसून येते. कोणत्याही व्यवसायाचा वित्त विभाग हा नीतीतत्वाशिवाय कार्य करू शकत नाही. व्यावसायिक वित्त किंवा व्यावसायिक वित्तपुरवठा ही अशी बाब आहे कि जिथे वारंवार नीतितत्त्वांचे उल्लंघन केले जाते. परिणामी, व्यावसायिक वित्तामध्ये नीतिमूल्यांचे पालन केले जाणे गरजेचे आहे.

३.१.१ व्यावसायिक वित्तातील अनैतिक कार्यपद्धती :

वित्तीय व्यवस्थापनातील नीतिमूल्यांची भूमिका ही व्यवसाय-उद्योगातील जे भागधारक आहेत त्यांच्या हितसंबंधांचे रक्षण करणे, त्यांचे संतुलन करणे अशी आहे. उदाहरणार्थ, ज्यावेळेस एखाद्या कंपनीच्या नीतिमूल्यांची आचारसंहितेमधून व्यवस्थापन, सहकारी कर्मचारी, व्यवसायाचे भागधारक, सार्वजनिक आणि भागधारक यासर्वांचाच समावेश केलेला असेल आणि त्यांना या आचारसंहितेद्वारे संरक्षण दिले गेले असेल तर वित्तीय व्यवस्थापकाला त्या नीतीसंहितेच्या मर्यादेत राहूनच काम करावे लागेल. व्यावसायिक वित्त विभागामध्ये नीतीतत्वांचे अस्तित्व असणे म्हणजे एक प्रकारे वित्त विभागातील सर्वच लोकांवरती योग्य कार्य आणि कृती करण्याचे व योग्य वर्तन करण्याचे बंधन घातल्यासारखेच आहे. व्यावसायिक वित्त विभागातील अनैतिक कृती किंवा कार्यपद्धती या पुढीलप्रमाणे स्पष्ट करता येतील :

१) अयोग्यता :

विमा एजन्ट, शेअर ब्रोकर आणि विक्रीशी संबंधित अन्य व्यक्ती या प्रामाणिक आणि नवीन गुंतवणूकदारांना अयोग्य रोखे आणि वित्तीय उत्पादनात पैसे गुंतवायला सांगून त्यांची फसवणूक करतात.

२) प्रतारणा/फसवणूक :

भारतामध्ये वित्त विभागाकडून कायमच केली जाणारी अनैतिक कृती म्हणजे गुंतवणूक किंवा वित्तामध्ये असणारे जे परतावे आहेत ते जास्त दाखवून त्यामधील असणाऱ्या ज्या जोखीमा आहेत किंवा त्यातील ज्या उणीवा आहेत त्या न दाखवता वित्तीय व्यवहार करणे म्हणजेच ग्राहकांशी प्रतारणा करणे किंवा ग्राहकांची फसवणूक करणे होय.

३) अयोग्य आणि अतिरिक्त ट्रेडिंग :

ज्यावेळेस एखादा वित्तीय मध्यस्थ किंवा ज्याला ब्रोकर असे म्हणले जाते हा ज्यावेळेस केवळ स्वतःचे कमिशन मिळवण्याच्या हेतूने केवळ आणि केवळ ग्राहकाच्या फायदा न बघता ग्राहकाच्या खात्यावर अतिरिक्त आणि अयोग्य स्वरूपाचे ट्रेडिंग करतो, त्यावेळेस ती वित्तीय अनैतिक पद्धती आहे असे म्हणले जाते.

४) बाजारपेठेत केले जाणारे घोटाळे आणि फेरफार :

प्रस्थापित कायद्यांच्या अनुसार वित्तीय बाजारपेठेतील जे समाविष्ट घटक आहेत त्या सर्वांनीच त्यांचे जे व्यवहार आहेत ते पारदर्शकपणे करणे अपेक्षित आहे. येथे पारदर्शकपणा किंवा व्यवहारांची योग्यता म्हणजे केवळ तोट्यांपासून संरक्षण करणे नाही तर वित्तीय व्यवहारांद्वारे सक्षमता प्रदान करणे असे आहे. बाजारपेठेतील घोटाळे माहितीमध्ये फेरफार करणे म्हणजे रोख्यांच्या खरेदी आणि विक्रीच्या बाबतीत चुकीची किंमत आणि संख्या दाखवून ग्राहकांची फसवणूक आणि दिशाभूल करणे होय.

कंपनीकडून गुंतवणूकदारांना योग्य आणि अपेक्षित अशा स्वरूपातील माहिती मिळत नसल्याने ग्राहक हे कंपनीद्वारे केली जाणारी जी फसवणूक आहे त्याला बळी पडतात आणि काही वेळेस अशा ग्राहकांची वित्तीय बाजारपेठेत फसवणूक होते. परिणामी, ग्राहकांना कंपनी किंवा एजंटकडून जी माहिती प्राप्त होते त्या माहितीची तपासणी आणि छाननी करणे गरजेचे असते.

५) असमान सामूहिक सौदा क्षमता :

वित्तीय बाजारातून बऱ्याचदा सर्वच ग्राहकांपर्यंत असमान स्वरूपाची माहिती प्राप्त होते. ग्राहकांपर्यंत असमान स्वरूपाची माहिती पोहोचवणे ही वित्तीय बाजारातील सर्वात महत्त्वाची अशी अनैतिक पद्धती आहे. त्यामुळे असमान स्वरूपाची माहिती ही सर्वच ग्राहकांपर्यंत पोहोचत असल्याने बाजारपेठेत ग्राहकांपर्यंत असमान सौदा शक्ती निर्माण होते.

३.१.२ वित्तपुरवठ्यातील नैतिक कार्यपद्धती :

वित्त व्यवस्थापकाने नेहमीच व्यावसायिक नीतिमूल्यांच्या बाबतीत सकारात्मक दृष्टिकोन बाळगणे गरजेचे आहे. यामध्ये केवळ प्रामाणिकपणे वागणे एवढेच समाविष्ट नसून त्यापेक्षाही असंधीक व्यापक स्वरूपाचे वर्तन अपेक्षित आहे. वित्तीय व्यवस्थापकाने कायमच कंपनीला अचूक आणि वक्तशीरपणे वित्तीय माहिती देणं गरजेचे असते. कंपनीसमोर सादर केली जाणारी वित्तीय माहिती ही अचूक आणि तसेच खरी असावी त्या माहितीमध्ये कोणत्याही प्रकारचे फेरफार केलेले नसावेत. कर्मचाऱ्यांचा विश्वास आणि बाजारातील कंपनीची आर्थिक स्थिती यांचा विश्वास कायम टिकून राहण्यासाठी वित्तीय व्यस्थापकाची भूमिका आणि दृष्टिकोन हा विश्वासार्ह असणे गरजेचे असते. वित्तीय व्यवस्थापकाला नीतिमूल्यांची आणि कायद्याची जी चौकट लाभलेली आहे त्या चौकटीच्या आत राहूनच वित्तीय व्यवस्थापकाने कमी पाहणे गरजेचे असते.

१) हितसंबंधांतील संघर्ष :

व्यवसाय नीतिमूल्यांवरती पूर्णतः आधारून व्यावसायिक वित्ताचे व्यवस्थापन करणे ही एक महत्त्वाची जबाबदारी आहे. व्यवस्थापकांच्या कृतींच्या माध्यमातुन त्यांचे जे ग्राहक आणि कर्मचारी आहेत त्यांच्या हितसंबंधांचे रक्षण झाले पाहिजे.

२) सुरक्षितता आणि माहिती :

२१ व्या शतकामध्ये एखादी व्यक्ती किती सक्षमपणे माहितीची गोपनीयता ठेवू शकते हे देखील नीतिमूल्यांचाच एक भाग म्हणून पाहिले जाते. कोणत्याही प्रकारे उद्योग- व्यवसायाच्या संबधीत वित्तीय माहिती ही ग्राहक किंवा कर्मचाऱ्यांपर्यंत पोहोचू देत नाहीत. व्यवसायाच्या गोपनीयतेचा एक भाग असतो. वित्तीय व्यवहारांविषयी कोणत्याही प्रकारे माहिती ही लोकांपर्यंत पोहोचणे ही बाब व्यवसायासाठी घातक असते. त्यामुळे व्यवसायाची वित्तीय माहिती ही सुरक्षित राहणे आवश्यक असते.

३) वित्तामध्ये प्रतिष्ठा आणि नैतिकता :

वित्तीय व्यवस्थापनामध्ये नैतिकतेची किंवा नीती मूल्यांची आणखीन एक भूमिका असते आणि ती म्हणजे व्यवस्थापकाने स्वतःचे आणि कंपनीच्या नावाचे रक्षण करणे. जर वित्तीय व्यवस्थापकाचे वर्तन हे जर पूर्णतः नैतिकता आधारित असेल तर त्याच्या कामाच्या आणि त्याच्या कार्यपद्धती चे स्वरूप आत्यन्तिक सुस्पष्ट ठेवतो. काही नियमनकर्ते आणि कायदेतज्ज्ञांनी घोटाळे किंवा अपहरणाची जोखीम आणि कंपनीच्या नावाला पोहोचणार असणारा धक्का या बाबतीत वित्तीय व्यवस्थापकांना पुरेशी कल्पना दिल्याचे दिसून येते. अनेक मोठ्या कंपन्यांच्या आर्थिक वाटचालीचा आढावा घेतल्यास असे दिसून येते की, त्या सर्वच मोठ्या कंपन्यांना या आर्थिक घोटाळ्यांचा सामना करावा लागलेला आहे. काही उद्योग विश्लेषकांच्या मते, वित्तीय व्यवस्थापनात अधिकाधिक कठोर कायदे केले जाण्याची आवश्यकता आहे.

४) संतुलित कृती :

कंपनीच्या आर्थिक गरजांची पूर्तता करत असताना अनेक वित्तीय व्यवस्थापकांना विविध पेचप्रसंगांचा सामना करावा लागतो. कोणत्याही व्यावसायिकाचे किंवा उद्योजकाचे अंतिम ध्येय हे जास्तीत-जास्त नफा कमावणे हे असते. परिणामी, हा जास्तीतजास्त नफा कमवत असताना काही वेळेस वेगळ्या मार्गाने पैसा आणावा लागतो किंवा पैसा आणला जातो. त्यामुळे व्यवस्थापकाला असे जर वाटले की कंपनी ही वित्तीय व्यवहारांच्या बाबतीत तिच्या नैतिकतेच्या मर्यादांचे मोठ्या प्रमाणात उल्लंघन करत आहे तर अशा वेळेस संबंधित वित्तीय व्यवस्थापकाने उद्योग-व्यवसायाच्या मालकाला त्याबाबत माहिती पुरवणं हे गरजेचे आहे. त्यावेळेस त्याने अगदीच प्राथमिक उपचार म्हणून योग्य कायद्यांची माहिती देणे गरजेचे आहे. ज्यामुळे उदयोग-व्यवसायाच्या मालकाला संबंधित माहिती देण्यात येईल. ज्यामुळे पुन्हा एकदा किंवा कधीही तो अशा प्रकारचे अनैतिक स्वरूपाचे वर्तन करणार नाही.

५) व्हिसल ब्लोईंग :

कंपनी किंवा उद्योगाच्या मालकाला वित्त व्यवस्थापकाने समजावून सांगोतले तरीसुद्धा त्याचे अनैतिक व्यवहार हे सुरूच राहत असेल तर त्याला चांगली समज देण्यासाठी आणि वित्तीय व्यवहार हे नैतिकतेच्या चौकटीत व्हावेत यासाठी संबधीत व्यवस्थापक कायद्याची अमंलबजावणी करणाऱ्या ज्या शासकीय संस्था असतात किंवा ज्या व्यक्ती असतात त्यांना ही माहिती व्यवस्थापकाने द्यावी याला व्हिसल ब्लोईंग असे म्हणतात.

६) स्वातंत्र्य आणि वस्तुनिष्ठता :

केवळ योग्य आणि अचूक माहिती सादर करण्याऐवजी लेखांकन करणाऱ्या व्यक्तीने त्याचा कामाबाबतचा दृष्टिकोन हा पूर्वग्रहरहित ठेवणे गरजेचे आहे. लेखांकन करणाऱ्या व्यक्तीचा विशिष्ट निर्णयाच्या अथवा व्यवहाराच्या बाबतीत जर काही दूषित स्वरूपाचा दृष्टिकोन असेल तर त्याची कामांमधील अचूकता ही ढळू शकते आणि तसेच तो त्याच्या वित्तीय माहितीचे अचूक सादरीकरण करू शकणार नाही. परिणामी, लेखांकन करणाऱ्याने त्याच्या मर्यादित स्वातंत्र्यात अधिकाधिक वस्तुनिष्ठ स्वरूपात माहितीचे सादरीकरण करावे.

७) एकात्मता :

प्रत्येक लेखांकन करणारी व्यक्ती ही ती जे लेखांकनाचे काम करते त्याला एक निश्चित स्वरूपाची दिशा प्राप्त होते. त्यामुळे कोणत्याही प्रकारची वित्तीय माहिती हाताळत असताना ती आत्यंतिक काळजीपूर्वकपणे हाताळावी लागते.

८) गोपनीयता :

कंपनीच्या किंवा व्यवसायाच्या लेखांकन विभागाकडे असणारी माहिती ही संवेदनशील स्वरूपाची असते. आणि त्यामुळे ही माहिती त्यांना कोणच्याही हाती सहज लागेल अशी ठेवता येणे शक्य नसते. त्यामुळे असे लेखांकनकर्ते की जे एकाचवेळेस अनेक कंपन्यांचे वित्तीय चित्रण करतात त्यांना ही बाब मोठ्या प्रमाणावरती सांभाळावी लागते की, कोणत्याच कंपनीची वित्तीय माहिती ही सगळ्यांपर्यंत पोहोचू द्यावयाची नाही.

९) व्यावसायिक वर्तन :

वित्तीय व्यवस्थापकाचे वित्तीय वर्तन हे जबाबदारीने आणि व्यवसायाने निर्धारित केलेली मानके यांना अनुसरून असणे गरजेचे आहे. त्याने त्याचे कोणत्याही प्रकारचे वर्तन हे कायदेविषयक बाबींमध्ये अडकणार नाही असे ठेवले पाहिजे.

३.१.३ वित्तपुरवठ्यामध्ये नैतिक कार्यपद्धती लागू करण्यासाठी उपाय :

वित्तपुरवठ्यामध्ये नैतिक कार्यपद्धती लागू करण्यासाठीचे उपाय पुढीलप्रमाणे सांगता येतील :

१) पारदर्शक कारभार आणि धोरणे :

वित्तीय संस्थांमध्ये पारदर्शक कारभार आणि धोरणे स्थापित करणे मूलभूत आहे. हे स्पष्टपणे परिभाषित नैतिक मार्गदर्शक तत्त्वांद्वारे सुरू होते जे सर्व स्तरांवर संप्रेषित आणि लागू केले जातात. अनैतिक वर्तनाची तक्रार करण्यासाठी आणि व्हिसल ब्लोअर्ससाठी संरक्षण सुनिश्चित करण्यासाठी मजबूत यंत्रणा लागू केल्याने पारदर्शकता राखण्यास मदत होते. बदलत्या नियामक मानके आणि सामाजिक अपेक्षांशी संरेखित करण्यासाठी धोरणांचे नियमितपणे पुनरावलोकन केले जाते आणि अद्यतनित केले जाते हे महत्त्वाचे आहे. हे अशा संस्कृतीला चालना देते जिथे नैतिक आचरण हा केवळ एक गूढ शब्द नसून एक जिवंत प्रथा आहे.

२) नैतिकता शिक्षण आणि प्रशिक्षण :

वित्तपुरवठा व्यावसायिकांसाठी सतत नैतिकता प्रशिक्षण आणि शिक्षणामध्ये गुंतवणूक करणे अत्यावश्यक आहे. या प्रशिक्षणामध्ये नैतिक निर्णय घेण्याच्या केवळ सैद्धांतिक पैलूंचा समावेश नसून वित्तपुरवठा उद्योगाशी संबंधित व्यावहारिक परिस्थिती देखील समाविष्ट केल्या पाहिजेत. सशक्त नैतिक आराखडा तयार करून आणि अनैतिक वर्तनाच्या परिणामांवर जोर देऊन, कर्मचारी अधिक चांगल्याप्रकारे वित्तपुरवठा क्षेत्रात उद्भवणाऱ्या जटिल नैतिक दुविधांवर अधिक चांगल्या प्रकारे मार्गक्रमण करू शकतात. हे शिक्षण चालू असले पाहिजे, नैतिक चर्चा नियमित प्रशिक्षण सत्रे आणि व्यावसायिक विकास कार्यक्रमांमध्ये एकत्रित करणे आवश्यक आहे.

३) कडक नियामक अनुपालन :

नैतिक वित्तपुरवठ्यासाठी कठोर नियामक मानकांचे पालन करणे अत्यावश्यक आहे. वित्तीय संस्थांनी केवळ विद्यमान नियमांचे पालन केलेच पाहिजे असे नाही तर भविष्यातील नियामक बदलांची पूर्वतयारी करणे आवश्यक आहे. हे अनुपालन कार्यसंघांसाठी संसाधने वाटप करणे आणि तंत्रज्ञानाचा अवलंब करणे आवश्यक आहे जे निरीक्षण, पालन सुनिश्चित करण्यासाठी आणि अनुपालन मानके अद्यतनित करण्यास मदत करतात. अभिप्राय आणि अंतर्दृष्टी प्रदान करण्यासाठी नियामकांशी सहयोग करणे अधिक प्रभावी आणि संबंधित नियमांच्या विकासामध्ये मदत करू शकते.

४) नैतिक गुंतवणूक आणि निर्णय घेणे :

नैतिक गुंतवणुकीच्या पद्धती आणि निर्णय घेण्याच्या प्रक्रियेला प्रोत्साहन देणे उद्योगाच्या नैतिक मानकांवर लक्षणीय परिणाम करू शकते. यामध्ये केवळ वित्तीय परतावाच नाही तर गुंतवणुकीचे सामाजिक, पर्यावरणीय आणि प्रशासनिक परिणाम देखील विचारात घेतले जातात. पर्यावरणीय स्थिरता आणि सामाजिक जबाबदारी यासारख्या गुंतवणुकीच्या नैतिक परिणामांचे मूल्यमापन करणाऱ्या छाटणी प्रक्रियांची अंमलबजावणी करणे, गुंतवणुकीच्या निर्णयांना अधिक नैतिक मार्गांसाठी मार्गदर्शन करू शकते. या संदर्भात जोखीम मूल्यमापन आणि पोर्टफोलिओ व्यवस्थापनामध्ये नैतिक विचारांचे एकत्रीकरण करणे महत्त्वाचे ठरते.

५) जबाबदारी आणि परिणाम व्यवस्थापन :

वित्तीय संस्थांमध्ये जबाबदारीची संस्कृती निर्माण करणे महत्त्वाचे आहे. यात अनैतिक वर्तनासाठी स्पष्ट जबाबदाऱ्या आणि परिणाम स्थापित करणे समाविष्ट आहे. नेत्यांनी उदाहरणाद्वारे नेतृत्व केले पाहिजे, नैतिक वर्तनाची बांधिलकी दाखवून आणि विचलित झाल्यास परिणामांना सामोरे जावे. स्वतंत्र अंकेक्षण समित्या किंवा नैतिक निरीक्षण मंडळे स्थापन केल्याने व्यक्ती आणि संस्थांना जबाबदार धरण्यास मदत होऊ शकते. नैतिक मानकांचे उल्लंघन

केल्याबद्दल जलद आणि न्याय्य शिस्तभंगाच्या कृती एक मजबूत संदेश देतात की अनैतिक वर्तन खपवून घेतले जाणार नाही.

६) **भागधारकांबद्दल प्रतिबद्धता आणि पारदर्शकता :**
नैतिक वित्तपुरवठ्यासाठी ग्राहक, गुंतवणूकदार, कर्मचारी आणि समुदायांसारख्या भागधारकांना गुंतवणे आवश्यक आहे. वित्तीय संस्थांनी त्यांच्या कार्यपद्धती, धोरणे आणि कार्यप्रदर्शन याबाबत पारदर्शक असले पाहिजे. ही पारदर्शकता विश्वास निर्माण करते आणि हितधारकांना संस्थेतील त्यांच्या सहभागाबद्दल माहितीपूर्ण निर्णय घेण्यास चालना देते. अभिप्रायासाठी माध्यमाची स्थापना करणे आणि निर्णय घेताना भागधारकांच्या समस्यांचा खरा विचार करणे जबाबदारी आणि नैतिक वर्तनाला प्रोत्साहन देते.

७) **संघटनात्मक संस्कृतीत नैतिक मूल्यांचे एकत्रीकरण :**
संघटनात्मक संस्कृतीच्या क्षेत्रात नैतिक मूल्यांची रुजवणूक करणे ही दीर्घकालीन वचनबद्धता आहे. यामध्ये भाड्याने घेण्याच्या पद्धती, जाहिराती आणि ओळखीसारखी मूल्ये संरेखित करणे समाविष्ट आहे. नैतिक आव्हानांबद्दल खुल्या चर्चेला प्रोत्साहन देणे, नैतिक यश साजरे करणे आणि कर्मचाऱ्यांना समस्या व्यक्त करण्यास सक्षम वाटेल अशा पर्यावरणास प्रोत्साहन देणे महत्वाचे आहे. संप्रेषण, प्रशिक्षण आणि ओळख उपक्रमांद्वारे नियमितपणे या मूल्यांची पुनरावृत्ती आणि बळकटीकरण संस्थात्मक ओळखीचा एक मुख्य पैलू म्हणून नैतिक वर्तन मजबूत करण्यास मदत करते.

३.२ विपणनातील भारतीय नैतिक कार्यपद्धती :

विपणन नीतिमूल्ये ही नैतिक मूल्ये आणि तत्त्वे असून त्यांची आवश्यकता ही विपणतील विविध संदेशवहनाच्या दरम्यान असते. विपणनातील नीतिमूल्ये ही विविध विपणाच्या कृतींसाठी मार्गदर्शनपर सूचना असून त्याद्वारे कंपनीच्या ज्या विपणन व्यूहरचना आहेत त्यांचे निर्धारण होण्यास मदत होते. अर्थात या नीतिमूल्यांच्या आधारे विपणनाच्या व्यूहरचना करत असताना योग्य आणि अयोग्य यातील फरक व्यवस्थापकांना ओळखता येणे गरजेचे असते. कोणतेही एखादे गैर वर्तन किंवा अनैतिक स्वरूपाचे वर्तन हे बेकायदेशीर असेलच असे नाही. एखादी कंपनी जर त्यांच्या उत्पादनाबद्दल व त्याच्यातील खात्रीशीरतेबद्दल दावा करत असेल पण ती खात्रीशीरता किंवा तो दावा त्या उत्पादनातून पूर्ण होत नसेल तर त्याला अनैतिक स्वरूपाचे वर्तन म्हणतात काही वेळेस अशा बाबतीत हे वर्तन बेकायदेशीर देखील असू शकते.

३.२.१ विपणनातील अनैतिक कार्यपद्धती :

विपणनातील नैतिक समस्या संघर्ष आणि मतभेदांमुळे उद्भवतात. विपणन व्यवहारातील प्रत्येक पक्ष व्यावसायिक संबंध कसे अस्तित्वात असतील आणि व्यवहार कसे केले जावेत याविषयी अपेक्षांचा संच आणतो. विपणनाच्या प्रत्येक पैलूमध्ये नैतिक धोक्याचे बिंदू असतात. या सर्व प्रक्रियेत अनेक कंपन्या खालील प्रकारे काही अनैतिक पद्धतींमध्ये गुंतलेल्या आहेत:

१) **फसव्या जाहिराती :**
अनैतिक विपणनामध्ये अनेकदा फसव्या जाहिरातींचा समावेश असतो, जेथे कंपन्या उत्पादनाच्या फायद्यांची अतिशयोक्ती करतात किंवा ग्राहकांची दिशाभूल करण्यासाठी खोटे दावे करतात. यामुळे ग्राहकांमध्ये निराशा आणि अविश्वास निर्माण होतो, जेव्हा त्यांना जाहिरात केलेली आश्वासने आणि वास्तविक उत्पादन किंवा सेवा यांच्यातील असमानता लक्षात येते.

२) लपविलेले शुल्क :

काही कंपन्या अतिरिक्त शुल्क लपवून फसव्या किंमतीच्या धोरणांमध्ये गुंततात. पारदर्शकतेच्या या अभावामुळे ग्राहकांना एखादे उत्पादन किंवा सेवा प्रत्यक्षात आहे त्यापेक्षा अधिक परवडणारी आहे असा विचार करण्यात दिशाभूल होऊ शकते, विश्वास कमी होतो आणि ग्राहक-व्यावसायिक संबंध खराब होतात.

३) शोषणात्मक लक्ष्यीकरण :

अनैतिक विपणक असुरक्षित किंवा प्रभावशाली लोकसंख्येचे शोषण करू शकतात, जसे की मुले किंवा विशिष्ट असुरक्षा असलेल्या व्यक्ती. या गटांना त्यांच्या कल्याणाचा योग्य विचार न करता त्यांना लक्ष्य करणे शोषणात्मक आणि नैतिकदृष्ट्या संशयास्पद आहे.

४) खोटे समर्थन :

अस्तित्वात नसलेल्या समाधानी ग्राहकांकडून बनावट प्रशंसापत्रे किंवा समर्थन वापरणे ही एक सामान्य अनैतिक विपणन पद्धत आहे. ही दिशाभूल करणारी युक्ती उत्पादन किंवा सेवेभोवती विश्वास आणि विश्वासार्हतेची खोटी भावना निर्माण करण्याचा उद्देश आहे.

५) आमिष आणि फेरफार युक्त्या :

बेईमान विक्रेते आमिष आणि फेरफार रणनीती वापरू शकतात, जेथे ते ग्राहकांना आकर्षक सेवेचे आमिष दाखवतात आणि ग्राहक वचनबद्ध झाल्यानंतर त्यास कमी इष्ट पर्यायाने बदलतात. हा फेरफार करणारा दृष्टीकोन ग्राहकांचा आत्मविश्वास कमी करतो आणि ब्रँडच्या प्रतिष्ठेला हानी पोहोचवतो.

६) गोपनीयतेचे उल्लंघन :

काही विक्रेते ग्राहकांच्या गोपनीयतेच्या अधिकारांचे उल्लंघन करून अनैतिक व्यवहारांमध्ये गुंतलेले असतात. यामध्ये अनाधिकृत माहिती संकलन, संमतीशिवाय वैयक्तिक माहिती सामायिक करणे किंवा लक्ष्यित जाहिरातींसाठी माहिती गोळा करण्यासाठी अनाहूत पद्धती वापरणे इ. समाविष्ट आहे.

७) सांस्कृतिक असंवेदनशीलता :

व्यावसायिक फायद्यासाठी सांस्कृतिक चिन्हे, पूर्वग्रह किंवा परंपरांचे शोषण किंवा विनियोग करणारे विपणन अनैतिक मानले जाते. अशा पद्धती ग्राहकांना त्रास देऊ शकतात आणि त्यांच्यापासून दूर जाऊ शकतात, ज्यामुळे कंपनीच्या प्रतिष्ठेचे नुकसान होऊ शकते.

८) पर्यावरणीय बेजबाबदारपणा :

फायद्यासाठी पर्यावरणास हानीकारक प्रथांमध्ये गुंतलेल्या कंपन्या अनैतिक वर्तनाचे प्रदर्शन करतात. उत्पादनांच्या पर्यावरणीय प्रभावाकडे दुर्लक्ष करणे किंवा कमी करणे यामुळे दीर्घकालीन परिणाम होऊ शकतात आणि ब्रँडची प्रतिष्ठा खराब होऊ शकते.

९) अयोग्य स्पर्धा :

अनैतिक विपणक अनुचित स्पर्धा पद्धतींचा अवलंब करतात, जसे की प्रतिस्पर्ध्यांबद्दल चुकीची माहिती पसरवणे, कॉर्पोरेट हेरगिरीमध्ये गुंतणे किंवा प्रतिस्पर्धी उत्पादनांची तोडफोड करणे. या कृती निष्पक्ष स्पर्धेच्या तत्त्वांना कमी करतात आणि संपूर्ण उद्योगाला हानी पोहोचवतात.

१०) चालाकीद्वारे वर्तणूक लक्ष्यीकरण :

काही विक्रेते ग्राहकांच्या ऑनलाइन वर्तन आणि प्राधान्यांचे शोषण करण्यासाठी अत्याधुनिक अल्गोरिदम वापरतात. यामुळे हेराफेरी होऊ शकते जेथे व्यक्तींना त्यांच्या निर्णयांवर प्रभाव पाडण्यासाठी वैयक्तिकृत सामग्री दरारा लक्ष्य

केले जाते, अनेकदा त्यांच्या जागरूकता किंवा सूचित संमतीशिवाय हे केले जाते. अशा डावपेचांमुळे ग्राहक स्वायत्तता आणि संमतीबाबत नैतिक समस्या निर्माण होते.

३.२.२ विपणनातील नैतिक मुद्दे :

विपणनातील नैतिक समस्या या वादग्रस्त आणि मतभिन्नता असणाऱ्या बनल्या आहेत. विपणन व्यवहारात कार्यरत असणारा प्रत्येक पक्ष हा व्यवसायिक संबंध कसे वृद्धिंगत करता येईल व व्यवहार कसे पुर्णत्वास नेता येईल याबाबतच्या अपेक्षा बाळगत असतो. कारण विपणनाच्या प्रत्येक टप्प्यामध्ये नैतिक मूल्ये समोर येत असतात. पुढील मुद्यांच्या आधारे त्यांची चर्चा करता येईल :

१) **बाजारपेठ संशोधन :**

बाजारपेठ संशोधनाच्या बाबतीत गुप्तता आणि माहितीची उपलब्धता या संदर्भात नैतिक समस्या निर्माण होते. कारण बाजारपेठ संशोधन करत असताना उपलब्ध माहिती कशाप्रकारे साठवुन ठेवायची हा प्रश्न निर्माण होतो तसेच माहिती प्राप्त करताना देखील नैतिक मुल्यांचा प्रश्न उपस्थित होत असतो. त्यामुळे बाजारपेठ संशोधन करताना नीतिमूल्यांची दखल घ्यावी लागते.

२) **बाजारपेठ ग्राहक :**

बाजारपेठेतील ग्राहक हे वेगवेगळ्या प्रकारचे असतात. त्यामुळे त्यांच्या मागण्या देखील वेगवेगळ्या स्वरूपाच्या असतात. बऱ्याच वेळेस बाजारपेठेतील कार्यपद्धतीमुळे एखाद्या विशिष्ट ग्राहक समुहाचे हितसंबंध दुखावले जाण्याची शक्यता असते. अशा परिस्थितीत नीतिमूल्यांचा प्रश्न निर्माण होतो बऱ्याच वेळेस बाजारपेठेतील नवीन पद्धतींची ग्राहकांना माहिती नसते. त्यातून ग्राहकांचा विरोध होतो व नैतिकतेचा प्रश्न उपस्थित होतो.

३) **वृद्धी आणि जाहिरात यातील नैतिकता :**

वृद्धी आणि जाहिरात या विपणनातील महत्त्वपूर्ण क्रिया मानल्या जातात. मात्र या क्रियांच्या संदर्भातच मोठ्या प्रमाणावर नैतिकतेचा प्रश्न उपस्थित होताना दिसतो. कारण आरोग्यास घातक असणाऱ्या पदार्थांची जाहिरात करणे, जाहिरातींसाठी लहान मुलांचा व स्त्रियांचा वापर करणे, बनावट जाहिराती निर्माण करणे इत्यादी प्रकार हे जाहिरात विश्वातील नैतिकतेस प्रश्नांकित करणारे ठरतात. बऱ्याच वेळेस जाहिरातीमुळे काही सामाजिक घटकांच्या भावना दुखावल्या जातात. अशा परिस्थितीत जाहिरातींना विरोध होणे स्वाभाविक ठरते. म्हणजेच नीतिमूल्यांचा प्रश्न उपस्थित होत असतो.

४) **वितरण माध्यमे :**

प्रत्यक्ष वितरणाची माध्यमे ही मोठ्या प्रमाणावर वादग्रस्त बनलेली दिसतात. दूरदर्शनवरील जाहिराती आणि प्रत्यक्ष मेल ही याबाबतची उदाहरणे सांगता येतील. टेलिमार्केटींग व इलेक्ट्रॉनिक मार्केटींग यातून नैतिक सीमारेषांचे मोठ्या प्रमाणावर उल्लंघन होते असे मानले जाते. त्यामुळे वितरण माध्यमांच्या बाबत देखील नैतिकतेचा प्रश्न उपस्थित होतो.

५) **भ्रामक जाहिराती व नैतिकता :**

भ्रामक स्वरूपाच्या जाहिराती देखील मोठ्या प्रमाणावर नैतिकतेचे उल्लंघन करतात. ग्राहकांची फसवणूक भ्रामक जाहिरातींमधून होत असते एखादी वस्तू जशी आहे, त्यापेक्षा वेगळ्याच स्वरूपात त्या वस्तूची जाहिरात केली जाते. ग्राहकांना आकर्षित करण्यासाठी अतिशयोक्तीपूर्ण स्वरूपाच्या जाहिराती निर्माण केल्या जातात. या जाहिराती ग्राहकांची दिशाभूल करणाऱ्या असल्याने, नैतिकदृष्ट्या समर्थनीय ठरत नाही.

६) प्रति-स्पर्धात्मक पद्धती :

ग्राहकांना आकर्षित करण्यासाठी उत्पादक वेगवेगळ्या सवलती देतात, आमिष दाखवितात. सवलतीच्या दरात सदोष वस्तूंची विक्री करतात. तसेच स्पर्धेत टिकून राहण्यासाठी व इतरांना मात देण्यासाठी अनैतिक मार्गांचा वापर करतात. अशा प्रति-स्पर्धात्मक विपणन पद्धती नीतिमूल्यांचा प्रश्न उपस्थित करतात. उत्पादक व विक्रेते यांनी स्विकारलेल्या या पद्धती व्यावसायिक नीतिमूल्यांपासून दूर जाणाऱ्या असतात.

७) किंमत निर्धारण नैतिकता :

किंमत निर्धारणाच्या संदर्भात देखील नैतिकतेचा प्रश्न उपस्थित होतो. कारण बरेच उत्पादक किंमत निर्धारणाबाबतची मानके पाळत नाही. आपल्या स्पर्धकांना स्पर्धेतून बाहेर काढण्यासाठी अतिशय कमी किंमतीत वस्तू विकतात. यातुन नव्या उत्पादकांना देखील बाजारपेठेत प्रवेश करणे शक्य होत नाही. या प्रक्रियेत होणारा घाटा ते आपल्या मक्तेदारीच्या काळात किंमती मोठ्या प्रमाणावर वाढवून भरून काढतात. यातून व्यावसायिक नीतिमूल्यांचे उल्लंघन होते.

८) विपणन व्यूहरचनेतील नैतिकता :

बाजारपेठेत किंवा व्यवसाय जगतात आपली प्रतिष्ठा वाढविण्यासाठी मोठे उद्योजक बऱ्याच वेळेस अयोग्य स्वरूपाच्या विपणन डावपेचांचा अवलंब करतात. ग्राहकांना आकर्षीत करण्यासाठी वेगवेगळ्या व्यूहरचना आखतात. मात्र प्रत्यक्षात ग्राहकांचे समाधान करत नाही. त्यामुळे विपणनविषयक व्यूहरचना देखील व्यावसायिक नीतिमूल्यांचा प्रश्न उपस्थित करतात.

विपणन कंपन्यांना आपली सामाजिक जबाबदारी पार पाडताना विपणनाच्या नैतिकतेकडे लक्ष द्यावे लागते. वस्तू आणि सेवा यांचे विपणन करताना गैरव्यवहार टाळणे आणि ग्राहकांचे नुकसान न होवू देणे महत्त्वाचे असते. विपणन कंपन्यांनी नीतिमूल्यांचे भान ठेवले तर ग्राहकांचा विश्वास वाढतो. तसेच पुरवठादार व व्यावसायिक भागीदार यांच्यासोबतचे संबंध देखील वाढीस लागतात.

३.२.३ विपणनामध्ये नैतिक कार्यपद्धती लागू करण्यासाठीचे उपाय :

विपणनामध्ये नैतिक कार्यपद्धती लागू करण्यासाठीचे उपाय खालीलप्रमाणे सांगता येतील :

१) नैतिक धोरणे स्पष्ट करणे :

स्पष्ट नैतिक धोरणे प्रस्थापित केल्याने विपणन क्रियाकलापांचे मार्गदर्शन करण्यासाठी एक पायाभूत चौकट उपलब्ध होते. ही धोरणे स्वीकारार्ह पद्धती, पारदर्शकतेला चालना देणारी आणि संस्थेला नैतिक मानकांद्वारे सरेखित करतात.

२) अनिवार्य प्रशिक्षण कार्यक्रम :

कर्मचाऱ्यांना नैतिक प्रशिक्षण घेणे आवश्यक आहे हे सुनिश्चित करते की ते नैतिक तत्त्वे, उद्योग नियम आणि संभाव्य आव्हानांबद्दल चांगल्या प्रकारे माहिती आहेत. हा सक्रिय दृष्टिकोन संघांना त्यांच्या दैनंदिन विपणन भूमिकांमध्ये नैतिकदृष्ट्या योग्य निर्णय घेण्यासाठी सज्ज करतो.

३) नैतिक मोहिमेचे नियोजन :

विपणन मोहिमांच्या नियोजन टप्प्यात नैतिक विचारांचे एकत्रीकरण करणे भागधारकांवर संभाव्य प्रभावांचे मूल्यांकन करणे आणि संवाद सत्य आणि पारदर्शक असल्याची खात्री करणे समाविष्ट आहे. हा दृष्टिकोन मोहिमांच्या अंमलबजावणीदरम्यान नैतिक समस्या उद्भवण्यापासून प्रतिबंधित करतो.

४) नियमित अनुपालन अंकेक्षण :

नियमित अनुपालन अंकेक्षण आयोजित करण्यामध्ये प्रस्थापित नैतिक मार्गदर्शक तत्त्वांमधील कोणतेही विचलन ओळखण्यासाठी आणि सुधारण्यासाठी चालू विपणन क्रियाकलापांचे पद्धतशीरपणे पुनरावलोकन करणे समाविष्ट आहे. ही सतत देखरेख नैतिक मानकांचे सतत पालन सुनिश्चित करते.

५) ग्राहक शिक्षण उपक्रम :

नैतिक विपणन पद्धतींबद्दल ग्राहकांना शिक्षित करण्यामध्ये कंपनीच्या नैतिक मानकांबद्दलच्या वचनबद्धतेचा सक्रिय संवाद समाविष्ट असतो. हे पारदर्शकतेची संस्कृती वाढवते आणि ग्राहकांना माहितीपूर्ण निवडी करण्यास मदत करते.

६) नैतिक विक्रेता निवड :

विक्रेता निवड प्रक्रियेमध्ये नैतिक विचारांचा समावेश केल्याने पुरवठादार आणि भागीदार संस्थेच्या नैतिक मानकांशी जुळतात याची खात्री होते. हे संपूर्ण पुरवठा साखळीमध्ये नैतिक पद्धतींशी बांधिलकी वाढवते.

७) व्हिसलब्लोअर यंत्रणा :

व्हिसलब्लोअर्ससाठी यंत्रणा स्थापन केल्याने कर्मचाऱ्यांना बदलाच्या भीतीशिवाय अनैतिक वर्तनाची तक्रार करण्याची परवानगी मिळते. हे उत्तरदायित्वाच्या संस्कृतीला प्रोत्साहन देते आणि अंतर्गत नैतिक त्रुटींपासून संरक्षण म्हणून काम करते.

८) सार्वजनिक वचनबद्धता प्रदर्शन :

नैतिक विपणन पद्धतींबद्दल कंपनीची वचनबद्धता जाहीरपणे घोषित करणे आणि प्रदर्शित करणे यामुळे ग्राहकांमध्ये विश्वास निर्माण होतो. ही बांधिलकी मिशन स्टेटमेंट, सार्वजनिक घोषणा किंवा ब्रँडिंग प्रयत्नांद्वारे संप्रेषित केली जाऊ शकते.

९) धोरण पुनरावलोकन आणि अद्यतने :

नैतिक धोरणांचे नियमितपणे पुनरावलोकन आणि अद्ययावत करणे हे सुनिश्चित करते की मार्गदर्शक तत्त्वे संबंधित आणि प्रभावी राहतील. ही पुनरावृत्ती प्रक्रिया संस्थांना उद्योग मानके, कायदेशीर आवश्यकता आणि सामाजिक अपेक्षांशी जुळवून घेण्यास चालना देते.

१०) उद्योग नैतिकता सहयोग :

उद्योग नैतिक मंडळ किंवा संघटनेशी सहयोग केल्याने नैतिक सर्वोत्तम पद्धती, मापदंड आणि उदयोन्मुख प्रवाहांबद्दल माहिती प्राप्त करण्यास मदत होते. हा सहयोगी प्रयत्न संपूर्णपणे विपणन उद्योगात नैतिक मानकांचे पालन करण्यास योगदान देतो.

▶ ३.३ माहिती तंत्रज्ञानातील भारतीय नैतिक कार्यपद्धती :

माहिती तंत्रज्ञान हे माहितीचे व्यवस्थापन आणि प्रक्रिया करण्याच्या पैलूंशी संबंधित आहे, विशेषत: मोठ्या संस्थांमध्ये ते संगणकीय उपशाखा म्हणून मानले जाऊ शकते. माहिती तंत्रज्ञान हा माहिती आणि संप्रेषण तंत्रज्ञानाचा उपसंच मानला जातो. व्यवसाय किंवा इतर उद्योगाच्या संदर्भात तथ्ये किंवा माहिती पुनर्प्राप्त करण्यासाठी आणि हाताळण्यासाठी संगणकाचा वापर केला जातो. माहिती तंत्रज्ञान म्हणजे संगणक आधारित माहिती प्रणालींचे व्यवस्थापन विशेषतः सॉफ्टवेअर अनुप्रयोग आणि संगणक हार्डवेअर याद्वारे ते केले जाते.

३.३.१ माहिती तंत्रज्ञानातील अनैतिक समस्या :

संगणक आणि माहिती प्रणाली समाजात सर्वत्र वापरली जाते. माहिती तंत्रज्ञानातील अनैतिक समस्या खालीलप्रमाणे आहेत :

१) गोपनीयता उल्लंघन आणि माहितीचे उल्लंघन :

वैयक्तिक माहितीची अनैतिक हाताळणी, जसे की अनधिकृत माहिती संकलन, सामायीकरण किंवा वापरकर्ता माहितीची विक्री, गोपनीयतेच्या उल्लंघनास हातभार लावते. अपर्याप्त सुरक्षा उपायांमुळे होणारे माहितीचे उल्लंघन, संवेदनशील माहिती उघड करते. ज्यामुळे ओळख चोरी, वित्तीय नुकसान आणि विश्वासाचा भंग होतो.

२) सॉफ्टवेअर पायरसी आणि बौद्धिक संपदा चोरी :

सॉफ्टवेअर पायरसी किंवा बौद्धिक संपत्ती चोरीमध्ये गुंतणे ही आयटी क्षेत्रातील एक प्रचलित अनैतिक समस्या आहे. सॉफ्टवेअर आणि डिजिटल सामग्रीची अनधिकृत कॉपी करणे, वितरण करणे किंवा वापरणे निष्पक्ष स्पर्धेच्या तत्त्वांना कमी करते, निर्मात्यांना योग्य नुकसान भरपाईपासून वंचित ठेवते आणि नवकल्पना बाधित करते.

३) सायबर सुरक्षा शोषण :

अनैतिक हॅकर्स आणि सायबर गुन्हेगार संगणक प्रणालीमधील दुर्भावनापूर्ण हेतूंसाठी सुरक्षिततेचे शोषण करतात, ज्यात अनधिकृत प्रवेश, माहिती हाताळणे किंवा मालवेअर तैनात करणे समाविष्ट आहे. हे नेटवर्कची अखंडता आणि सुरक्षितता धोक्यात आणते, व्यक्ती आणि संस्थांना महत्त्वपूर्ण धोका निर्माण करते.

४) पक्षपाती अल्गोरिदम वापरणे :

अंतर्निहित पूर्वाग्रहांसारखे अल्गोरिदम विकसित करणे आणि उपयोजित करणे ही आयटी क्षेत्रातील नैतिक चिंतेची बाब आहे. पक्षपाती अल्गोरिदम भेदभाव आणि असमानता कायम ठेवू शकतात. ज्यामुळे कामावर घेणे, कर्ज देणे आणि कायद्याची अंमलबजावणी करणे यासारख्या क्षेत्रातील निर्णयांवर परिणाम होतो, ज्यामुळे अयोग्य आणि अन्यायकारक परिणाम होतात.

५) पाळत ठेवणे आणि गोपनीयतेवर आक्रमण :

सरकार आणि खाजगी संस्थांद्वारे पाळत ठेवण्यासाठी तंत्रज्ञानाचा व्यापक वापर हा गोपनीयतेवरील आक्रमणाबद्दल समस्या निर्माण करतो. अनैतिक पाळत ठेवण्याच्या पद्धती, जसे की संमतीशिवाय मोठ्या प्रमाणावर माहिती संकलन हे व्यक्तींच्या गोपनीयतेचा आणि नागरी स्वातंत्र्याचा अधिकार कमी करते.

६) प्रवेशयोग्यता विचारांचा अभाव :

सॉफ्टवेअर आणि वेबसाइट विकासामध्ये प्रवेशयोग्यता विचारांकडे दुर्लक्ष करणे ही एक नैतिक चूक आहे. अपंगांसह सर्व वापरकर्त्यांसाठी तंत्रज्ञान प्रवेशयोग्य आहे याची खात्री करण्यात अयशस्वी होणे डिजिटल बहिष्कार कायम ठेवते आणि सर्वसमावेशकतेच्या तत्त्वांच्या विरोधात जाते.

७) रोजगार समस्या :

कमी कामगार दर्जा आणि अपुरी कामाची परिस्थिती असलेल्या देशांमध्ये आउटसोर्सिंग नोकऱ्यांद्वारे शोषणात्मक श्रम पद्धती, आयटी मधील नैतिक समस्येत योगदान देतात. नैतिक मानके राखण्यासाठी उचित रोजगार पद्धती सुनिश्चित करणे आणि कामगारांच्या कल्याणाचे रक्षण करणे महत्वाचे आहे.

८) दुर्भावनायुक्त सॉफ्टवेअरचा वापर (मालवेअर) :

दुर्भावनापूर्ण हेतूसाठी व्हायरस, रॅन्समवेअर आणि स्पायवेअर यासारखे दुर्भावनापूर्ण सॉफ्टवेअर विकसित करणे आणि वितरित करणे ही एक महत्त्वपूर्ण नैतिक समस्या आहे. मालवेअरमुळे व्यापक नुकसान होऊ शकते, सुरक्षिततेशी तडजोड होऊ शकते आणि सिस्टमच्या सामान्य कार्यामध्ये व्यत्यय येतो, ज्यामुळे व्यक्ती आणि संस्था दोन्ही प्रभावित होतात.

९) ई-कचरा आणि पर्यावरणीय प्रभाव :

इलेक्ट्रॉनिक कचऱ्याची (ई-कचरा) बेजबाबदारपणे विल्हेवाट लावल्याने पर्यावरणाचा ऱ्हास होतो. अनैतिक आयटी पद्धतींमध्ये हार्डवेअरची अयोग्य विल्हेवाट लावणे, इलेक्ट्रॉनिक उपकरणांमध्ये असलेल्या विषारी पदार्थांमुळे प्रदूषण आणि आरोग्यविषयक धोक्यात वाढ होणे समाविष्ट आहे.

१०) तांत्रिक विस्थापन आणि नोकरीचे नुकसान :

वेगवान तांत्रिक प्रगतीमुळे नोकरीचे विस्थापन आणि बेरोजगारी निर्माण होते. नैतिकदृष्ट्या व्यवस्थापित न केल्यावर, स्वयंचलन आणि कृत्रिम बुद्धिमत्तेची अंमलबजावणी पुनर्प्रशिक्षण किंवा पुनर्कुशल कार्यक्रमांचा विचार न करता सामाजिक आव्हाने आणि आर्थिक विषमता वाढवू शकते.

३.३.२ माहिती तंत्रज्ञानातील नैतिक मुद्दे :

माहिती तंत्रज्ञानातील नैतिक मुद्दे पुढीलप्रमाणे सांगता येतील :

१) गोपनीयता समस्या आणि माहितीचे संरक्षण :

वैयक्तिक माहितीचे संकलन, संचयन आणि वापर आयटी मध्ये नैतिक समस्या वाढवतात. व्यक्तींच्या गोपनीयतेचे रक्षण करणे हे सर्वोपरि आहे आणि आयटी व्यावसायिकांनी हे सुनिश्चित करणे आवश्यक आहे की माहिती जबाबदारीने हाताळली जाईल, ती कशी वापरली जाईल याबद्दल पारदर्शकतेद्वारे आणि वापरकर्त्यांकडून सूचित संमती प्राप्त केली पाहिजे.

२) सायबर सुरक्षा नीतिशास्त्र :

सायबर सुरक्षा मधील नैतिक विचारांमध्ये माहितीची गोपनीयता, अखंडता आणि उपलब्धता राखणे समाविष्ट आहे. IT व्यावसायिकांनी दुर्भावनापूर्ण क्रियाकलापांमध्ये गुंतण्याचा प्रतिकार करणे आवश्यक आहे. सुरक्षिततेचे शोषण होऊ नये यासाठी तांत्रिक कौशल्ये असतानाही, डिजिटल सिस्टमच्या सुरक्षिततेवर ठेवलेला विश्वास कायम आवश्यक आहे.

३) कृत्रिम बुद्धिमत्तेचा (AI) योग्य वापर :

निष्पक्षता आणि उत्तरदायित्वाद्वारे कृत्रिम बुद्धिमत्ता विकसित करणे आणि तैनात करणे महत्वाचे आहे. जेव्हा कृत्रिम बुद्धिमत्ता प्रणाली पक्षपातीपणा दाखवतात किंवा भेदभावपूर्ण निर्णय घेतात तेव्हा नैतिक समस्या उद्भवतात. आयटी व्यावसायिकांनी हे सुनिश्चित केले पाहिजे की कृत्रिम बुद्धिमत्ता अल्गोरिदम विविध आणि निःपक्षपाती माहिती संचानद्वारे प्रशिक्षित आहेत, निष्पक्षता आणि सर्वसमावेशकतेला प्रोत्साहन देतात.

४) मुक्त स्त्रोत सॉफ्टवेअर नीतिशास्त्र :

मुक्त-स्त्रोत सॉफ्टवेअरमधील नैतिक विचारांमध्ये परवाना कराराचा आदर करणे आणि मूळ निर्मात्यांना योग्य पत प्रदान करणे समाविष्ट आहे. आयटी अभ्यासकांनी मुक्त-स्त्रोत समुदायासाठी नैतिकरित्या योगदान दिले पाहिजे, परवाना अटींचे पालन केले पाहिजे आणि इतरांच्या कामाचे शोषण करण्यापेक्षा सहयोग वाढवावा.

५) डिजिटल समावेशन आणि प्रवेशयोग्यता :

नैतिक आयटी पद्धतींमध्ये सर्व वापरकर्त्यांसाठी डिजिटल समावेशन आणि प्रवेशयोग्यता सुनिश्चित करणे समाविष्ट आहे. अपंगांसह विविध गरजा पूर्ण करणारे तंत्रज्ञान विकसित करणे सर्वसमावेशकतेला प्रोत्साहन देते आणि समाजात डिजिटल फूट निर्माण होण्यास प्रतिबंध करते.

६) नैतिक हॅकिंग आणि जबाबदार प्रकटीकरण :

नैतिक हॅकिंगमध्ये सुरक्षिततेच्या असुरक्षा ओळखणे आणि त्याकडे लक्ष देणे हे जबाबदार पद्धतीने केले जाते. आयटी व्यावसायिकांनी कायदेशीर आणि नैतिक सीमांमध्ये नैतिक हॅकिंगचा सराव केला पाहिजे, जबाबदार प्रकटीकरण आणि वेळेवर निराकरणे सुलभ करण्यासाठी संस्थांना ओळखल्या गेलेल्या असुरक्षा त्वरित कळवाव्यात.

७) व्यावसायिक आचारसंहिता :

आयटी अभ्यासकांसाठी व्यावसायिक आचारसंहितेचे पालन करणे अत्यावश्यक आहे. सचोटी, प्रामाणिकपणा आणि सहकारी व ग्राहकांचा आदर राखणे सकारात्मक व्यावसायिक पर्यावरण राखण्यात मदत करते आणि आयटीसमुदायामध्ये विश्वास वाढवते.

८) पर्यावरणीय स्थिरता :

आयटी क्रियाकलापांच्या पर्यावरणीय प्रभावाचा विचार करणे ही एक नैतिक अनिवार्यता आहे. आयटी व्यावसायिकांनी ऊर्जा वापर कमी करण्यासाठी, हार्डवेअर उत्पादनातील शाश्वत पद्धतींना प्रोत्साहन देण्यासाठी आणि तंत्रज्ञान क्षेत्रातील पर्यावरणीय प्रदूषण कमी करण्यासाठी जबाबदारीने इलेक्ट्रॉनिक कचऱ्याचे व्यवस्थापन करण्याचा प्रयत्न केला पाहिजे.

९) तंत्रज्ञान अवलंबनाबाबत माहितीपूर्ण निर्णय घेणे :

नैतिक विचारांमध्ये हे सुनिश्चित करणे समाविष्ट आहे की व्यवसाय आणि व्यक्तींसारख्या भागधारकांना विशिष्ट तंत्रज्ञानाचा अवलंब करण्याच्या परिणामांबद्दल चांगल्या प्रकारे माहिती आहे. जबाबदारीने निर्णय घेण्यासाठी संभाव्य धोके, फायदे आणि दीर्घकालीन परिणामांबद्दल पारदर्शक संवाद आवश्यक आहे.

१०) आयटी प्रशासनामधील नैतिकता :

आयटी मधील नैतिक प्रशासनामध्ये निष्पक्षता, उत्तरदायित्व आणि जबाबदार निर्णय घेण्यास प्राधान्य देणारी धोरणे आणि कार्यपद्धती स्थापित करणे समाविष्ट आहे. आयटी उपक्रम नैतिक तत्त्वांशी जुळतात याची खात्री केल्याने संस्थांना भागधारकांसोबत विश्वास निर्माण करण्यास आणि डिजिटल क्षेत्रात सचोटीने कार्य करण्यास मदत होते.

३.३.३ माहिती तंत्रज्ञान क्षेत्रात नैतिक पद्धती लागू करण्यासाठी उपाय :

माहिती तंत्रज्ञान क्षेत्रात नैतिक पद्धती लागू करण्यासाठी उपाय पुढील मुद्यांच्या आधारे स्पष्ट करता येतील :

१) वापरकर्ता गोपनीयता संरक्षण :

नैतिक आयटी पद्धती वापरकर्त्यांच्या गोपनीयतेच्या संरक्षणास प्राधान्य देतात. यामध्ये मजबूत सुरक्षा उपायांची अंमलबजावणी करणे, माहिती संकलनासाठी माहितीपूर्ण संमती मिळवणे आणि वापरकर्ता माहिती कशी वापरली जाईल याबद्दल पारदर्शक संवाद सुनिश्चित करणे समाविष्ट आहे. गोपनीयता अधिकार राखून ठेवल्याने तंत्रज्ञान प्रदाते आणि वापरकर्ते यांच्यातील विश्वास वाढतो.

२) सायबर सुरक्षा सर्वोत्तम पद्धती :

नैतिक आयटी व्यावसायिकांसाठी सायबर सुरक्षा सर्वोत्तम पद्धतींचे पालन करणे आवश्यक आहे. यामध्ये नियमितपणे सुरक्षा प्रोटोकॉल अद्ययावत करणे, एनक्रिप्शन तंत्रज्ञान वापरणे आणि संभाव्य भेद्यता सक्रियपणे ओळखणे व

कमी करणे समाविष्ट आहे. सायबर सुरक्षिततेला प्राधान्य देऊन आयटी अभ्यासक सुरक्षित डिजिटल पर्यावरण निर्मितीत योगदान देतात.

३) प्रवेशयोग्यतेसाठी सर्वसमावेशक संरचना :

नैतिक आयटी पद्धती सर्वसमावेशकता लक्षात घेऊन डिझाइनिंग तंत्रज्ञानावर भर देतात. यामध्ये सॉफ्टवेअर आणि इंटरफेस तयार करणे समाविष्ट आहे जे विविध क्षमता असलेल्या व्यक्तींसाठी प्रवेशयोग्य आहेत. प्रवेशयोग्यतेला प्राधान्य देणे हे सुनिश्चित करते की तंत्रज्ञानाचा फायदा हा भौतिक किंवा संज्ञानात्मक मर्यादा लक्षात न घेता सर्व वापरकर्त्यांना होतो.

४) जबाबदार कृत्रिम बुद्धिमत्ता विकास :

नैतिक आयटी व्यावसायिक कृत्रिम बुद्धिमत्ता (AI) विकसित करण्यासाठी आणि जबाबदारीने तैनात करण्यासाठी वचनबद्ध आहेत. यामध्ये कृत्रिम बुद्धिमत्ता अल्गोरिदममधील पूर्वाग्रह दूर करणे, निर्णय घेण्याच्या प्रक्रियेत पारदर्शकता सुनिश्चित करणे आणि संभाव्य नकारात्मक सामाजिक प्रभावांना सक्रियपणे कमी करणे समाविष्ट आहे. जबाबदार कृत्रिम बुद्धिमत्ता विकास निष्पक्ष आणि जबाबदार तंत्रज्ञानामध्ये योगदान देते.

५) मुक्त स्त्रोत सहयोग :

मुक्त स्त्रोत सहयोगामध्ये गुंतणे ही आयटी समुदायातील एक नैतिक प्रथा आहे. मुक्त-स्त्रोत प्रकल्पांमध्ये योगदान देणे, ज्ञानाची देवाणघेवाण करणे आणि परवाना कराराचा आदर करणे आयटी परिसंस्थेमध्ये सहयोगी आणि सहाय्यक संस्कृतीला प्रोत्साहन देते.

६) आचारसंहिता पालन :

ACM किंवा IEEE आचारसंहिता यासारख्या मान्यताप्राप्त आचारसंहितांचे पालन करणे, नैतिक आयटी अभ्यासकांसाठी आवश्यक आहे. या संहिता प्रामाणिकपणा, खरेपणा आणि तंत्रज्ञानाच्या जबाबदार वापराशी संबंधित तत्त्वांची रूपरेषा प्रदान करतात, जे नैतिक निर्णय घेण्यासाठी एक चौकट प्रदान करतात.

७) पर्यावरणीय स्थिरता :

नैतिक आयटी पद्धती तंत्रज्ञानाच्या पर्यावरणीय प्रभावाचा विचार करतात. यामध्ये ऊर्जा-कार्यक्षम पायाभूत सुविधांचा अवलंब करणे, हार्डवेअर उत्पादनातील शाश्वत पद्धतींचा प्रचार करणे आणि इलेक्ट्रॉनिक कचऱ्याचे जबाबदारीने व्यवस्थापन करणे समाविष्ट आहे. आयटी व्यावसायिकांनी तंत्रज्ञान क्षेत्रातील पर्यावरणीय प्रदूषण कमी करण्यासाठी प्रयत्न केले पाहिजेत.

८) सतत व्यावसायिक विकास :

नवीनतम उद्योग प्रवाह, नैतिक मार्गदर्शक तत्त्वे आणि तांत्रिक प्रगतीशी अद्ययावत राहणे नैतिक आयटी अभ्यासकांसाठी महत्त्वपूर्ण आहे. सतत व्यावसायिक विकासामध्ये गुंतणे हे सुनिश्चित करते की व्यक्ती वेगाने विकसित होत असलेल्या तांत्रिक परिदृश्यामध्ये माहितीपूर्ण आणि नैतिक निर्णय घेऊ शकतात.

९) सामाजिक जबाबदारी उपक्रम :

नैतिक आयटी पद्धतींचा विस्तार सामाजिक जबाबदारीच्या उपक्रमांपर्यंत होतो. यामध्ये सामुदायिक प्रकल्पांमध्ये सक्रियपणे सहभाग घेणे, तंत्रज्ञानातील शिक्षणास समर्थन देणे आणि सामाजिक आव्हानांना तोंड देण्यासाठी आयटी उपायांचा लाभ घेणे समाविष्ट आहे. सामाजिकदृष्ट्या जबाबदार उपक्रम समुदायांवर तंत्रज्ञानाच्या सकारात्मक प्रभावासाठी योगदान देतात.

१०) भागधारकांशी पारदर्शक संवाद :

नैतिक आयटी व्यावसायिक भागधारकांशी पारदर्शक संवादाला प्राधान्य देतात. ग्राहक, वापरकर्ते किंवा कार्यसंघ सदस्यांशी व्यवहार करतांना खुल्या आणि प्रामाणिक संवादामुळे विश्वास निर्माण होतो. तंत्रज्ञान निर्णय, संभाव्य जोखीम आणि चालू घडामोडींची माहिती भागधारकांना दिल्याने आयटी प्रकल्पांमध्ये एक सहयोगी आणि नैतिक दृष्टिकोन सुनिश्चित होतो.

▶ ३.४ कामाच्या ठिकाणी नैतिकता :

कामाच्या ठिकाणी नैतिकता ही नैतिक मार्गदर्शक तत्त्वे आहेत जी संपूर्ण संस्था आणि त्यात समाविष्ट असलेल्या व्यक्ती यांसाठी राज्य आणि केंद्रीय कायद्यांचे पालन करण्यासाठी अनुसरण करतात. नैतिकता एकसंध, सहाय्यक कंपनी संस्कृतीचा आधार आहे आणि कंपनीसाठी तिच्या ग्राहकांशी मजबूत संबंध निर्माण करण्याचा एक महत्त्वाचा मार्ग आहे.

३.४.१ कामाच्या ठिकाणी अनैतिक समस्या :

अनैतिक समस्यांसाठी संघटनांकडून सक्रिय दृष्टीकोन राबविणे आवश्यक आहे, ज्यामध्ये प्रभावी धोरणे, नियमित प्रशिक्षण आणि शिक्षण, नैतिकता आणि जबाबदारीची संस्कृती वाढवणे, समस्यांचे त्वरित करण्यासाठी यंत्रणा लागू करणे समाविष्ट आहे.

१) भेदभाव आणि छळ :

अनैतिक कार्यस्थळ पद्धतींमध्ये वंश, लिंग, वय किंवा वांशिकता यासारख्या घटकांवर आधारित भेदभावाचा समावेश असतो. शाब्दिक, शारिरीक किंवा इतर मार्गाने त्रास देणे हे कामाचे विषारी वातावरण निर्माण करते, कर्मचाऱ्यांचे कल्याण कमी करते आणि व्यावसायिक वृद्धीस अडथळा आणते.

२) धमकावणे :

शाब्दिक शिवीगाळ, धमक्या किंवा अपमान यासारख्या धमकावण्याचे डावपेच प्रतिकूल कामाच्या ठिकाणी योगदान देतात. या वागणुकीमुळे कर्मचाऱ्यांमध्ये उच्च पातळीचा ताण, चिंता निर्माण होऊन मनोधैर्य कमी होऊ शकते, ज्यामुळे मानसिक आरोग्य आणि एकूण उत्पादकता या दोन्हींवर नकारात्मक परिणाम होतो.

३) विविधता आणि समावेशनाचा अभाव :

अनैतिक कार्यस्थळे विविधता आणि समावेशनासाठी वचनबद्धतेचा अभाव दर्शवतात. फरकांना महत्त्व देणारे आणि साजरे करणारे पर्यावरण तयार करण्यात अयशस्वी झाल्यामुळे बहिष्कृत पद्धती निर्माण होऊ शकतात, ज्यामुळे नावीन्यपूर्णतेची क्षमता मर्यादित होते आणि कर्मचाऱ्यांच्या वैयक्तिक व व्यावसायिक विकासात अडथळा येतो.

४) अयोग्य नुकसान भरपाई पद्धती :

अनैतिक भरपाई पद्धती, जसे की लिंगभाव-आधारित वेतन असमानता किंवा पक्षपातीपणा हे कर्मचाऱ्यांची प्रेरणा आणि नोकरीचे समाधान कमी करते. सकारात्मक कार्य संस्कृती टिकवून ठेवण्यासाठी आणि कार्यसंघ सदस्यांमध्ये समानतेची भावना वाढवण्यासाठी नुकसान भरपाईमध्ये निष्पक्षता सुनिश्चित करणे महत्त्वपूर्ण आहे.

५) शोषणात्मक श्रम पद्धती :

योग्य मोबदला न देता जास्त कामाच्या तासांसारख्या शोषणात्मक श्रम पद्धती नैतिक मानकांचे उल्लंघन करतात. अशा पद्धती केवळ वैयक्तिक कर्मचाऱ्यांना हानी पोहोचवत नाहीत तर कामगार थकवा निर्माण करण्यात देखील योगदान देतात, ज्यामुळे कर्मचाऱ्यांच्या एकूण कल्याणावर आणि उत्पादकतेवर नकारात्मक परिणाम होतो.

६) व्हिसलब्लोअर्स विरुद्ध बदला :

अनैतिक किंवा बेकायदेशीर पद्धतींबद्दल माहिती पुरविणाऱ्या कर्मचाऱ्यांना शिक्षा केल्याने भीतीची संस्कृती निर्माण होते आणि अहवाल देण्यास इतरांना परावृत्त करते. व्हिसल ब्लोअर्सविरूद्ध सूड घेणे केवळ अनैतिकच नाही तर संस्थेमध्ये पारदर्शकता आणि उत्तरदायित्व राखण्याच्या प्रयत्नांना कमी करते.

७) काम–जीवन संतुलनाचा अभाव :

ज्या संस्था काम–जीवन संतुलनाच्या महत्त्वाकडे दुर्लक्ष करतात ते कर्मचारी थकवा आणि तणावात योगदान देतात. योग्य मोबदला न देता जास्त ओव्हरटाईमची मागणी करणाऱ्या किंवा कर्मचाऱ्यांना आवश्यक विश्रांती घेण्यापासून परावृत्त करणाऱ्या अनैतिक पद्धतींचा मानसिक आणि शारीरिक आरोग्यावर घातक परिणाम होतो.

८) अपुरे आरोग्य आणि सुरक्षितता उपाय :

कर्मचाऱ्यांचे आरोग्य आणि सुरक्षिततेला प्राधान्य देण्यात अयशस्वी होणे ही नैतिक चूक आहे. असुरक्षित कामाची परिस्थिती, योग्य प्रशिक्षणाचा अभाव किंवा अपुरे संरक्षणात्मक उपाय यामुळे अपघात आणि जखम होऊ शकतात, ज्यामुळे कर्मचाऱ्यांचे कल्याण धोक्यात येते.

९) अधिकाराचा अनैतिक वापर :

पक्षपात, घराणेशाही किंवा मनमानी निर्णय घेणे यासारख्या सत्ता आणि अधिकाराचा गैरवापर, कामाच्या ठिकाणी विश्वास कमी करतो. पदांचा गैरवापर करणारे अनैतिक नेते अविश्वासाची संस्कृती निर्माण करतात, कर्मचाऱ्यांना निराश करतात आणि एकूणच संघटनात्मक परिणामकारकतेमध्ये अडथळा आणतात.

१०) कर्मचारी गोपनीयतेचे उल्लंघन :

अनैतिक कार्यस्थळ पद्धतींमध्ये कर्मचाऱ्यांच्या गोपनीयतेचे उल्लंघन समाविष्ट असते, जसे की अनधिकृत पाळत ठेवणे किंवा वैयक्तिक माहितीमध्ये अवांछित प्रवेश करणे इ. कामाच्या ठिकाणी विश्वास आणि नैतिक मानके राखण्यासाठी कर्मचाऱ्यांच्या गोपनीयतेच्या अधिकारांचा आदर करणे आवश्यक आहे.

३.४.२ कामाच्या ठिकाणी नैतिक मुद्दे :

कामाच्या ठिकाणी खालील नैतिक मुद्दे आहेत :

१) आचारसंहिता स्पष्ट करणे :

सर्वसमावेशक आचारसंहिता हा नैतिक कार्यस्थळाच्या पद्धतींचा पाया आहे. हे संस्थेची मूल्ये, तत्त्वे आणि अपेक्षित वर्तनांची रूपरेषा देते. हा दस्तऐवज कर्मचाऱ्यांसाठी मार्गदर्शक म्हणून काम करतो, स्वीकार्य आचरण आणि नैतिक मानके स्पष्ट करतो. प्रत्येकजण संस्थेच्या नैतिक अपेक्षा समजून घेतो आणि त्यांच्याशी संरेखित करतो हे सुनिश्चित करण्यासाठी संहिता सहज प्रवेशयोग्य, नियमितपणे संप्रेषण आणि प्रशिक्षण कार्यक्रमांमध्ये एकत्रित केली पाहिजे.

२) नेतृत्वाद्वारे आदर्श :

नैतिक कार्यस्थळाच्या पद्धती नेतृत्वाने सुरू होतात. नेते त्यांच्या कृती आणि निर्णयांमध्ये सचोटी, पारदर्शकता आणि निष्पक्षता दाखवून नैतिक वर्तनासाठी रूपरेषा तयार करतात. जेव्हा नेते सातत्याने नैतिक मूल्यांचे समर्थन करतात आणि तत्त्वनिष्ठ निर्णय घेतात, तेव्हा ते विश्वासार्हता आणि विश्वास प्रस्थापित करतात, कर्मचाऱ्यांना त्यांचे पालन करण्यास प्रोत्साहित करतात.

३) वाजवी उपचार आणि विविधता :

नैतिक कार्यस्थळे योग्य वागणूक आणि विविधतेला प्राधान्य देतात. यामध्ये कर्मचाऱ्यांची पार्श्वभूमी वंश, लिंग किंवा श्रद्धा याबबाबत काहीही असो, सर्व कर्मचाऱ्यांना त्यांचे मूल्य आणि आदर वाटेल असे सर्वसमावेशक

पर्यावरण तयार करणे समाविष्ट आहे. विविधतेचा स्वीकार केल्याने नावीन्य, भिन्न दृष्टीकोन आणि भागधारकांच्या गरजा अधिक व्यापक समजून संघटनात्मक परिणामकारकता वाढवते.

४) संघर्षाचे निराकरण आणि मुक्त संप्रेषण :

नैतिक कार्यस्थळे खुल्या संवादाला प्रोत्साहन देतात आणि संघर्ष निराकरणासाठी मार्ग प्रदान करतात. कर्मचाऱ्यांना समस्या व्यक्त करण्यास, अनैतिक वर्तनाची तक्रार करण्यास किंवा सूडाच्या भीतीशिवाय मार्गदर्शन घेण्यास सक्षम वाटले पाहिजे. संप्रेषणासाठी पारदर्शक आणि प्रवेशयोग्य माध्यम स्थापित केल्याने विश्वास वाढतो, संघर्षांचे प्रभावीपणे निराकरण होते आणि नैतिक समस्या वाढण्यापासून प्रतिबंधित होतात.

५) व्हिसल ब्लोअर्सचे संरक्षण :

नैतिक कार्यस्थळे अनैतिक वर्तनाची तक्रार करणाऱ्या व्हिसल ब्लोअर्सचे संरक्षण करण्यास प्राधान्य देतात. व्हिसल ब्लोअर संरक्षण धोरणे कर्मचाऱ्यांना खात्री देतात की त्यांच्या समस्या गांभीर्याने विचारात घेतल्या जातील आणि त्यांना बोलल्याबद्दल परिणामांना सामोरे जावे लागणार नाही. हे संरक्षण पारदर्शकता आणि उत्तरदायित्वाची संस्कृती वाढवते, नैतिक उल्लंघनांचा लवकर शोध आणि निराकरण करण्यास सक्षम करते.

६) नैतिक निर्णय घेण्याचे प्रशिक्षण :

नैतिक निर्णय घेण्याबाबत चालू असलेले प्रशिक्षण कर्मचाऱ्यांना नैतिक दुविधा दूर करण्यासाठी साधने आणि चौकटीद्वारे सुसज्ज करते. प्रशिक्षण कार्यक्रमांमध्ये केस स्टडी, रोल-प्लेइंग आणि वास्तविक-जगातील नैतिक आव्हानांवरील चर्चा यांचा समावेश असावा. हे नैतिक विचारांची उच्च जागरूकता विकसित करते आणि कर्मचाऱ्यांना संस्थेच्या मूल्यांशी संरेखित तत्त्वनिष्ठ निर्णय घेण्यास सक्षम करते.

७) जबाबदार कॉर्पोरेट सामाजिक जबाबदारी (CSR) :

नैतिक कार्यस्थळे जबाबदार कॉर्पोरेट सामाजिक जबाबदारी उपक्रमांमध्ये गुंततात. ते शाश्वत पद्धती, समुदाय प्रतिबद्धता आणि नैतिक व्यवसाय कार्यपद्धतींद्वारे समाजासाठी सकारात्मक योगदान देतात. नैतिक कॉर्पोरेट सामाजिक जबाबदारी संस्थेच्या मूल्यांशी संरेखित करते, समुदायांवर सकारात्मक प्रभाव पाडते आणि संस्थेची प्रतिष्ठा वाढवते.

८) माहितीची गोपनीयता :

नैतिक कार्यस्थळांसाठी माहितीची गोपनीयता राखणे महत्वाचे आहे. कठोर शिष्टाचार आणि धोरणे संवेदनशील माहितीचे संरक्षण सुनिश्चित करतात, व्यक्तींच्या गोपनीयतेच्या अधिकारांचा आदर करतात. गोपनीयता राखल्याने कर्मचारी, ग्राहक आणि भागधारकांमध्ये विश्वास निर्माण होतो, संस्थेच्या अखंडतेचे रक्षण होते.

९) वाजवी व्यवसाय पद्धती :

नैतिक कार्यस्थळे सर्व व्यवहारांमध्ये वाजवी व्यवसाय पद्धतींचे पालन करतात. यामध्ये पारदर्शक व्यवहार, विपणनातील प्रामाणिकपणा, निष्पक्ष स्पर्धा आणि हितसंबंधांचा संघर्ष टाळणे यांचा समावेश होतो. वाजवी व्यवसाय पद्धतींचे पालन केल्याने भागधारकांमध्ये विश्वास वाढतो आणि संस्थेची प्रतिष्ठा टिकून राहते.

१०) सतत देखरेख आणि सुधारणा :

नैतिक पद्धतींना सतत देखरेख आणि सुधारणे आवश्यक आहे. नियमित मूल्यमापन, अभिप्राय यंत्रणा आणि नैतिक अंकेक्षण नैतिक मानकांच्या पालनाचे मूल्यांकन करण्यास मदत करतात. ही सतत प्रक्रिया संस्थेला चुकांमधून शिकण्यास, विकसित होत असलेल्या नैतिक आव्हानांशी जुळवून घेण्यास आणि प्रासंगिकता व परिणामकारकता सुनिश्चित करण्यासाठी तिची नैतिक चौकट परिष्कृत करण्यास सक्षम करते.

३.४.३ कामाच्या ठिकाणी छळ आणि भेदभाव :

कामाच्या ठिकाणी छळवणूक आणि भेदभाव यासाठी एक बहुआयामी दृष्टीकोन आवश्यक आहे. ज्यामध्ये धोरणाची अंमलबजावणी, शिक्षण, आश्वासक संस्कृती वाढवणे आणि शून्य-सहिष्णुता धोरणांची अंमलबजावणी यांचा समावेश असणे आवश्यक आहे.

१) छळाचे प्रकार :

कामाच्या ठिकाणी छळवणूक विविध स्वरूपात प्रकट होऊ शकते, यामध्ये अशा शाब्दिक, शारीरिक किंवा गैर-मौखिक वर्तनाचा समावेश आहे, ज्यामुळे प्रतिकूल किंवा भीतीदायक वातावरण निर्माण होते. शाब्दिक छळामध्ये एखाद्या व्यक्तीच्या वंश, लिंग, लैंगिक अभिमुखता, धर्म, अपंगत्व किंवा इतर संरक्षित वैशिष्ट्यांवर आधारित आक्षेपार्ह किंवा अपमानास्पद टिप्पणी, विनोद किंवा अपशब्द यांचा समावेश असतो. शारीरिक छळामध्ये अनिष्ट शारीरिक संपर्क, हातवारे किंवा धमक्या यांचा समावेश होतो. गैर-मौखिक छळवणुकीत आक्रमक पवित्रा किंवा रंगीत नजर यासारख्या भीतीदायक वर्तनांचा समावेश असतो. सुरक्षित कामाचे वातावरण निर्माण करण्यासाठी छळाचे हे विविध प्रकार ओळखणे आणि त्यावर उपाय करणे महत्त्वाचे आहे.

२) भेदभावाचे प्रकार :

जेव्हा वंश, लिंग, वय, धर्म, अपंगत्व किंवा लैंगिक अभिमुखता यासारख्या संरक्षित वैशिष्ट्यांवर आधारित एखाद्या व्यक्तीस अयोग्य किंवा कमी अनुकूल वागणूक दिली जाते तेव्हा भेदभाव होतो. हे पक्षपाती नियुक्ती किंवा पदोन्नती पद्धती, समान कामासाठी असमान वेतन, प्रशिक्षण किंवा संधी नाकारणे किंवा प्रतिकूल कामाचे वातावरण तयार करणे यासारख्या विविध मार्गांनी प्रकट होऊ शकते. प्रत्यक्ष भेदभाव हा उघड आणि सुस्पष्ट असतो, तर अप्रत्यक्ष भेदभाव अधिक सूक्ष्म असू शकतो, जो काही विशिष्ट गटांचे अनावधानाने नुकसान करणारी धोरणे किंवा पद्धतींमुळे उद्भवतो.

३) कर्मचाऱ्यांवर होणारा परिणाम :

छळ आणि भेदभाव यांचा कर्मचाऱ्यांच्या कल्याणावर, मानसिक आरोग्यावर आणि एकूण कामाच्या समाधानावर गंभीर नकारात्मक परिणाम होतो. पीडितांना अनेकदा वाढलेला ताण, चिंता, नैराश्य आणि त्यांच्या उत्पादनक्षमतेत घट जाणवते. या प्रतिकूल वातावरणामुळे प्रभावित कर्मचाऱ्यांचे मनोबल कमी होते, अनुपस्थिती आणि उलाढाल वाढते. शिवाय, भेदभाव आणि छळ कारकिर्दीच्या प्रगतीमध्ये अडथळे निर्माण करतात आणि व्यक्तींच्या आत्मविश्वास व आत्मसन्मानाला हानी पोहोचवू शकतात, ज्यामुळे असमानता आणि बहिष्काराचे चक्र कायम राहते.

४) कायदेशीर चौकट आणि अनुपालन :

कामाच्या ठिकाणी होणारा छळ आणि भेदभाव या केवळ नैतिक समस्या नाहीत तर कायदेशीर समस्या देखील आहेत. विविध कायदे आणि नियम, जसे की नागरी हक्क कायद्याचे प्रकरण सात, अपंगत्व कायदा (ADA), किंवा रोजगार कायदा (ADEA) यामध्ये वय भेदभाव, संरक्षित वैशिष्ट्यांवर आधारित भेदभाव आणि छळ यांना प्रतिबंधित करन्यात आला आहे. या कायद्यांचे पालन संस्थांसाठी आवश्यक आहे, कामाच्या ठिकाणी अशा समस्यांना प्रतिबंध करण्यासाठी आणि त्यांचे निराकरण करण्यासाठी धोरणे, कार्यपद्धती आणि प्रशिक्षण कार्यक्रमांची स्थापना आवश्यक आहे.

५) प्रतिबंध आणि शमन धोरणे :

छळ आणि भेदभाव रोखण्यासाठी सक्रिय उपाय महत्त्वपूर्ण आहेत. संस्थांनी स्पष्ट धोरणे स्थापित केली पाहिजे जी अशा वर्तनांसाठी स्पष्टपणे शून्य सहिष्णुता दर्शवितात आणि गोपनीयपणे घटनांचा अहवाल देण्यासाठी एकाधिक

माध्यमे प्रदान करतात. सर्वसमावेशक प्रशिक्षण कार्यक्रमांनी कर्मचाऱ्यांना छळ आणि भेदभाव ओळखणे, प्रतिबंध करणे आणि संबोधित करणे याबद्दल शिक्षित केले पाहिजे. याव्यतिरिक्त, नेतृत्वाच्या उदाहरणाद्वारे आणि नियमित संप्रेषणाद्वारे आदर, विविधता आणि समावेशनाची संस्कृती वाढवणे आवश्यक आहे.

६) तपास आणि निराकरण प्रक्रिया :

जेव्हा छळवणूक किंवा भेदभावाच्या घटना घडतात तेव्हा त्वरित आणि सखोल तपास आवश्यक असतो. तक्रारी हाताळण्यासाठी, संपूर्ण प्रक्रियेदरम्यान गोपनीयता आणि निःपक्षपातीपणा सुनिश्चित करण्यासाठी नियोक्त्याकडे चांगल्या-परिभाषित प्रक्रिया असणे आवश्यक आहे. तपासामध्ये पुरावे गोळा करणे, संबंधित पक्षांची मुलाखत घेणे आणि दावे सिद्ध झाल्यास दोषींवर योग्य शिस्तभंगाची कारवाई करणे यांचा समावेश असावा. पिडीतांना आधार देणे आणि प्रतिशोध न घेणारी धोरणे सुनिश्चित करणे हे ठराव प्रक्रियेचे महत्त्वाचे पैलू आहेत.

७) सहाय्यक संस्कृती निर्माण करणे :

छळ आणि भेदभाव रोखण्यासाठी विविधता, सर्वसमावेशकता आणि आदर यांना महत्त्व देणारी कार्यस्थळ संस्कृती तयार करणे हे आवश्यक आहे. यात कर्मचाऱ्यांमध्ये समजूतदारपणा, सहानुभूती आणि सहिष्णुता वाढवण्यासाठी सतत प्रयत्न करणे समाविष्ट आहे. खुल्या संवादाला प्रोत्साहन देणे, विविधता साजरी करणे आणि सर्व व्यक्तींची पार्श्वभूमी किंवा ओळख लक्षात न घेता त्यांच्या योगदानाची कबुली देणे अशा पर्यावरणास प्रोत्साहन देते जेथे प्रत्येकाला आदर आणि मूल्यवान वाटेल.

३.४.४ कामाच्या ठिकाणी नैतिक पद्धती लागू करण्यासाठी उपाय :

कामाच्या ठिकाणी नैतिक पद्धती लागू करण्यासाठीचे उपाय पुढीलप्रमाणे सांगता येतील :

१) काम आणि जीवनाचा ताळमेळ :

नैतिक कार्यस्थळे निरोगी कार्य-जीवन संतुलन राखण्याचे महत्त्व ओळखतात. जास्त कामाचा भार किंवा अवास्तव अपेक्षा असलेल्या कर्मचाऱ्यांवर जास्त भार टाकल्याने थकवा निर्माण होऊ शकतो, ज्यामुळे वैयक्तिक कल्याण आणि नोकरीच्या कामगिरीवर परिणाम होतो. कार्य-जीवन संतुलनास प्राधान्य देणे ही प्रेरीत आणि निरोगी कार्यशक्ती टिकवून ठेवण्यासाठी एक नैतिक अत्यावश्यकता आहे.

२) समावेशक नियुक्ती पद्धती :

सर्व उमेदवारांसाठी समान संधी सुनिश्चित करण्यासाठी नैतिक कार्यस्थळे सर्वसमावेशक नियुक्ती पद्धतींना प्राधान्य देतात. यामध्ये भरती प्रक्रियेतील पक्षपातीपणा दूर करणे, विविध उमेदवारांचा विचार करणे आणि कौशल्य व पात्रतेवर आधारित योग्य मूल्यांकन प्रदान करणे यांचा समावेश आहे. सर्वसमावेशक नियुक्ती अधिक न्याय्य आणि नैतिक कार्यस्थळ संस्कृतीत योगदान देते.

३) पर्यावरणीय स्थिरता :

नैतिक विचार मानवी संबंधांच्या पलीकडे पर्यावरणीय स्थिरतेपर्यंत विस्तारित आहेत. नैतिक कार्यस्थळे पर्यावरणपूरक पद्धतींचा अवलंब करून, कचरा कमी करून आणि शाश्वत उपक्रमांचा समावेश करून त्यांच्या पर्यावरणीय विघातक कृती सक्रियपणे कमी करतात. ही वचनबद्धता पृथ्वी आणि भावी पिढ्यांसाठी एक व्यापक नैतिक जबाबदारी प्रतिबिंबित करते.

४) पारदर्शक कामगिरी मूल्यमापन :

नैतिक कार्यस्थळे पारदर्शकपणे कार्यप्रदर्शन मूल्यमापन करतात, वस्तुनिष्ठ निकषांवर आधारित रचनात्मक अभिप्राय प्रदान करतात. निष्पक्ष आणि पारदर्शक मूल्यमापन हे सकारात्मक कार्य संस्कृतीत योगदान देते, कर्मचाऱ्यांचा विकास आणि प्रेरणा यांना प्रोत्साहन देते आणि पक्षपातीपणा किंवा पक्षपाती मूल्यांकन टाळते.

५) न्याय्य भरपाई पद्धती :

न्याय्य भरपाई पद्धती सुनिश्चित करणे ही एक नैतिक अत्यावश्यक बाब आहे. नैतिक कार्यस्थळे लिंग किंवा वंश-आधारित वेतनातील तफावत दूर करण्याचा प्रयत्न करतात, मोबदल्यात निष्पक्षतेला प्रोत्साहन देतात. पारदर्शक पगार रचना आणि नियमित पुनरावलोकने संस्थेमध्ये विश्वास आणि समानतेच्या संस्कृतीत योगदान देतात.

६) संतुलित कर्मचारी शक्ती गतिशीलता :

नैतिक कार्यस्थळे असा शक्ती असमतोल टाळतात, ज्यामुळे शोषण होऊ शकते. अशा संस्कृतीचा प्रचार करणे जिथे सर्व स्तरावरील कर्मचाऱ्यांना त्यांचे मत मांडण्याचे आणि निर्णय घेण्याच्या प्रक्रियेत योगदान देण्यास सशक्त वाटते, हे नैतिक कार्यस्थळ सुनिश्चित करते.

७) संकट व्यवस्थापन आणि पारदर्शकता :

नैतिक कार्यस्थळे संकटाच्या वेळी पारदर्शकता प्रदर्शित करतात. आव्हाने, अडथळे किंवा अनपेक्षित परिस्थितींबद्दल खुला संवाद कर्मचारी, ग्राहक आणि भागधारकांमध्ये विश्वास निर्माण करण्यास मदत करतो. समस्यांची प्रामाणिक पोचपावती आणि त्यांना नैतिकदृष्ट्या संबोधित करण्याची वचनबद्धता संघटनात्मक लवचिकतेमध्ये योगदान देते.

८) कर्मचारी कल्याणाची जाहिरात :

नैतिक कार्यस्थळे कल्याण कार्यक्रम, मानसिक आरोग्य समर्थन आणि निरोगी कामाच्या पर्यावरणात योगदान देणारी संसाधने देऊन कर्मचाऱ्यांच्या कल्याणास प्राधान्य देतात. कर्मचाऱ्यांच्या सर्वांगीण कल्याणाची कबुली देणे आणि त्यास संबोधित करणे व्यावसायिक विचारांच्या पलीकडे नैतिक पद्धतींशी बांधिलकी दर्शवते.

९) नैतिक पुरवठा साखळी व्यवस्थापन :

उत्पादन निर्मितीमध्ये गुंतलेल्या संस्थांसाठी, नैतिक पुरवठा साखळी पद्धतींची खात्री करणे महत्त्वाचे आहे. नैतिक कार्यस्थळे शोषणात्मक किंवा अनैतिक पद्धतींचे समर्थन टाळण्यासाठी त्यांच्या पुरवठा साखळ्यांचे निरीक्षण आणि मूल्यांकन करतात. संपूर्ण उत्पादन प्रक्रिया संस्थेच्या नैतिक मानकांशी जुळते याची खात्री करून हे केले जाते.

१०) प्रभावी तक्रार हाताळणी :

नैतिक कार्यस्थळांसाठी प्रभावी तक्रार हाताळणी यंत्रणा स्थापन करणे अत्यावश्यक आहे. कर्मचाऱ्यांना समस्या किंवा तक्रारी व्यक्त करण्यासाठी स्पष्ट माध्यमे प्रदान करणे आणि त्वरित व निष्पक्ष निराकरण सुनिश्चित करणे हे संस्थेतील न्याय आणि निष्पक्षतेची वचनबद्धता दर्शवते.

▶ ३.५ मानव संसाधन व्यवस्थापनातील भारतीय नैतिक कार्यपद्धती :

मानव संसाधन व्यवस्थापन म्हणजे कर्मचाऱ्यांना नियुक्त करणे, प्रशिक्षण देणे, मूल्यांकन करणे, नुकसान भरपाई देणे आणि त्यांचे श्रम संबंध, आरोग्य, सुरक्षितता आणि निष्पक्षता काळजी घेणे. भरती, स्क्रीनिंग, प्रशिक्षण, बक्षीस आणि मूल्यांकन याद्वारे व्यवस्थापन एचआर पैलू पार पाडण्यात गुंतलेली धोरणे आणि पद्धती यांचा यात समावेश होतो.

३.५.१ मानव संसाधन व्यवस्थापनातील अनैतिक मुद्दे :

मानव संसाधन व्यवस्थापनातील अनैतिक समस्यांना निष्पक्षता, पारदर्शकता आणि कर्मचाऱ्यांच्या हक्कांबद्दल आदर देणारा एक सक्रिय दृष्टीकोन आवश्यक आहे.

१) भरती आणि नियुक्ती मध्ये भेदभाव :

मानव संसाधन व्यवस्थापनातील अनैतिक पद्धतींमध्ये भरती आणि नियुक्ती प्रक्रियेदरम्यान लिंग, वय, वंश किंवा जात यासारख्या घटकांवर आधारित भेदभावाचा समावेश असू शकतो. यामुळे पक्षपाती कर्मचारी नियुक्त होतात आणि कायदेशीर परिणाम होतात, ज्यामुळे संस्थेची प्रतिष्ठा आणि कर्मचाऱ्यांचे मनोबल बिघडते.

२) असमान मोबदला आणि फायदे :

अनैतिक मानव संसाधन व्यवस्थापन पद्धतींमध्ये असमान मोबदला आणि नोकरीच्या कामगिरीशी संबंधित नसलेल्या घटकांवर आधारित फायदे समाविष्ट असतात, जसे की लिंग किंवा वैयक्तिक संबंध. हे केवळ निष्पक्षतेच्या तत्त्वांचे उल्लंघन करत नाही तर नकारात्मक कामाचे वातावरण आणि संभाव्य कायदेशीर आव्हानांना देखील हातभार लावते.

३) छळ आणि प्रतिकूल कामाचे वातावरण :

कामाच्या ठिकाणी छळवणूक किंवा प्रतिकूल कामाचे वातावरण ही मानव संसाधन व्यवस्थापनातील अनैतिक चूक आहे. अशा वर्तणुकीमुळे कर्मचाऱ्यांच्या आरोग्याशी तडजोड होते, उत्पादकतेत अडथळा निर्माण होतो आणि उलाढाल वाढते. एचआरने कोणत्याही प्रकारची छळवणूक त्वरित आणि प्रभावीपणे रोखण्यासाठी तसेच त्याचे निराकरण करण्यासाठी सक्रियपणे कार्य केले पाहिजे.

४) विविधता आणि समावेशनाचा अभाव :

अनैतिक मानव संसाधन व्यवस्थापनातील पद्धतींमध्ये विविधतेकडे दुर्लक्ष करणे आणि समावेशन न करण्याच्या प्रयत्नांचा समावेश असतो. वैविध्यपूर्ण कार्यशक्तीला चालना देण्यासाठी पुढाकाराचा अभाव संस्थात्मक वृद्धी आणि नवकल्पना कमी करतो. नैतिक मानव संसाधन व्यवस्थापन एक सर्वसमावेशक कार्यस्थळ तयार करण्याचा प्रयत्न करते जे सर्व पार्श्वभूमीतील व्यक्तींना महत्त्व देते आणि त्यांचा आदर करते.

५) अपर्याप्त कर्मचारी गोपनीयता संरक्षण :

अनधिकृत देखरेख, माहितीचा भंग किंवा वैयक्तिक माहिती चुकीच्या हाताळणीद्वारे कर्मचाऱ्यांच्या गोपनीयतेचे उल्लंघन करणे ही एक अनैतिक मानव संसाधन व्यवस्थापनातील बाब आहे. कर्मचाऱ्यांच्या गोपनीयतेचे रक्षण करणे ही केवळ कायदेशीर आवश्यकता नाही तर विश्वास निर्माण करण्यासाठी आणि सकारात्मक नियोक्ता-कर्मचारी संबंध राखण्यासाठी देखील आवश्यक आहे.

६) घराणेशाही आणि पक्षपात :

अनैतिक मानव संसाधन व्यवस्थापन पद्धतींमध्ये नोकरी, पदोन्नती किंवा कार्यप्रदर्शन मूल्यमापनात घराणेशाही आणि पक्षपात यांचा समावेश होतो. अशा पद्धतींमुळे गुणवत्तेचा ऱ्हास होतो, कर्मचाऱ्यांचे मनोधैर्य खचते आणि त्यामुळे कर्मचाऱ्यांमध्ये असंतोष निर्माण होतो, ज्यामुळे संघाची गतिशीलता आणि संघटनात्मक संस्कृतीवर नकारात्मक परिणाम होतो.

७) प्रशिक्षण आणि विकासाच्या अपुऱ्या संधी :

सर्व कर्मचाऱ्यांना समान प्रशिक्षण आणि विकासाच्या संधी उपलब्ध करून देण्याकडे दुर्लक्ष करणे ही मानव संसाधन व्यवस्थापनातील नैतिक समस्या आहे. कौशल्य-निर्मिती उपक्रमांमध्ये वाजवी प्रवेश हे सुनिश्चित करते की प्रत्येक कर्मचाऱ्याला त्यांच्या क्षमता वाढविण्याची, कारकीर्द विकासासाठी आणि एकूणच नोकरीतील समाधानासाठी योगदान देण्याची संधी आहे.

८) चुकीच्या बडतर्फ पद्धती :

अनैतिक बडतर्फीच्या पद्धती, जसे की कर्मचाऱ्यांना कोणत्याही कारणाशिवाय काढून टाकणे किंवा बदला घेणासाठी बडतर्फ करणे, यामुळे कायदेशीर परिणाम होऊ शकतात आणि संस्थेच्या प्रतिष्ठेला हानी पोहोचू शकते. नैतिक मानव संसाधन व्यवस्थापनामध्ये कर्मचाऱ्यांच्या अधिकारांचा योग्य विचार करून, कर्मचाऱ्यांच्या बडतर्फीसाठी निष्पक्ष आणि पारदर्शक प्रक्रियांचा समावेश आहे.

९) कामाच्या ठिकाणी गुंडगिरी :

कामाच्या ठिकाणी गुंडगिरीकडे दुर्लक्ष करणे किंवा त्यास चुकीच्या पद्धतीने हाताळणे ही मानव संसाधन व्यवस्थापनासाठी नैतिकदृष्ट्या चिंतेची बाब आहे. गुंडगिरीचे वर्तन सहन करणारी किंवा दुर्लक्षित करणारी संस्कृती निर्माण करणे कर्मचाऱ्यांच्या कल्याणावर नकारात्मक परिणाम करते आणि कर्मचाऱ्यांची उलाढाल वाढू शकते. नैतिक मानव संसाधन व्यवस्थापन पद्धतींमध्ये कामाच्या ठिकाणी गुंडगिरी रोखण्यासाठी आणि त्वरित निराकरण करण्यासाठी सक्रिय उपाय समाविष्ट असतात.

१०) अपर्याप्त तक्रार हाताळणी :

अनैतिक मानव संसाधन व्यवस्थापनामध्ये कर्मचाऱ्यांच्या तक्रारींची चुकीची हाताळणी करणे किंवा निष्पक्ष आणि पारदर्शी तक्रार निवारण प्रक्रिया प्रदान करण्यात अयशस्वी होणे समाविष्ट आहे. कर्मचाऱ्यांच्या समस्यांकडे दुर्लक्ष करणे किंवा बरखास्त केल्याने मानव संसाधन व्यवस्थापनासावरील विश्वास कमी होतो आणि कामाचे वातावरण दूषित होते. नैतिक मानव संसाधन पद्धती कर्मचाऱ्यांच्या समस्यांचे निराकरण करण्यासाठी आणि निरोगी कार्यस्थळ संस्कृती राखण्यासाठी प्रभावी तक्रार हाताळणीला प्राधान्य देतात.

३.५.२ मानव संसाधन व्यवस्थापनातील नैतिक मुद्दे :

मानव हा घटक संघटनेच्या दृष्टीने सर्वात महत्त्वपूर्ण संसाधन आहे. संघटनेतील कर्मचारी जेव्हा सोबत काम करतात, तेव्हा मानवी संसाधनाबाबतचा मुद्दा उपस्थित होतो. मानवी संसाधनांचा मुद्दा हा व्यवसायात नैतिक पेचप्रसंग निर्माण करणारा असून इतर मुद्यांच्या तुलनेत हा मुद्दा हाताळणे कठीण असते. बेरोजगारी, वेतन आणि भत्ते, औद्योगिक संबंध, आरोग्य आणि सुरक्षा हे मानवी संसाधन व्यवस्थापनात निर्माण होणारे नैतिक मुद्दे आहेत. त्यांची चर्चा पुढीलप्रमाणे करता येईल :

१) वेतन आणि लाभांश :

वेतन आणि लाभांश याबाबत नीतिमूल्यांचा प्रश्न उपस्थित होत असतो. कारण मानव संसादान विभागावर व्यवसायातील वरिष्ठ व्यवस्थापकांना जास्त लाभांश देण्यासाठी दबाव येत असतो आणि इतर कर्मचाऱ्यांना कोणत्या स्वरूपात लाभांश द्यावा याबाबत निर्णय घेणे कठीण बनते. व्यवस्थापनाच्या हिताचा निर्णय घ्यावा की कर्मचाऱ्यांच्या हिताचा निर्णय घ्यावा. याबाबत पेचप्रसंग निर्माण होतो. नैतिक मान्यतानुसार लाभांश किंवा पुरस्कार अशाच कर्मचाऱ्यांना द्यावा की जे व्यवसायाच्या दीर्घकालीन कार्यपद्धतीत महत्त्वाचे योगदान देतात.

२) वंश, लिंगभाव आणि अपंगत्व :

अनेक संघटनांमध्ये कर्मचाऱ्यांचे वंश, लिंगभाव, अपंगत्व या आधारावर विभाजन होताना दिसते. कुठल्याही प्रकारच्या कायद्याद्वारे कर्मचाऱ्यांचे असे विभाजन समर्थनीय ठरत नाही. चांगल्या संघटनेत कर्मचाऱ्यांच्या विभाजनाचा एकमेव घटक ही त्यांची कामगिरी असतो. त्यामुळे संघटनेअंतर्गत अशा प्रकारच्या भेदभाव पूर्ण वर्तणुकीबाबत व्यवस्थापकांनी सावध राहिले पाहिजे कर्मचाऱ्यांमध्ये वंश, लिंगभाव व अपंगत्व यांसारख्या कारणामुळे होणारे विभाजन हे कोणत्याही आधारावर समर्थनीय ठरत नाही. यातून नीतिमूल्यांचा ऱ्हास होतो.

३) रोजगाराचा मुद्दा :

मानवी संसाधन विभागास कर्मचाऱ्यांचा शोध घेण्यात म्हणजेच चांगले कर्मचारी मिळविण्यात पेचप्रसंगास सामोरे जावे लागते. कारण बऱ्याच वेळेस कुणाच्या तरी शिफारसी वरून कर्मचाऱ्यांना नोकरीवर ठेवून घ्यावे लागते. तसेच जेव्हा एखाद्या व्यक्तीस नोकरीवर ठेवले जाते व ती व्यक्ती नंतर बनावट कागदपत्रे देते, तेव्हा देखील पेचप्रसंग निर्माण होतो. संघटनेस कर्मचाऱ्यांची आवश्यकता असते मात्र, अशा पद्धतीने कर्मचारी कामावर ठेवणे ही व्यावसायिक नीतिमूल्यांना छेद देणारी बाब मानली जाते.

४) खासगीपणाचा मुद्दा :

एखाद्या संघटनेत काम करणाऱ्या कर्मचाऱ्याच्या सार्वजनिक विश्वाबरोबरच त्याने स्वतःचे असे खासगी विश्व देखील असते. संघटनेने आपल्या खासगी जीवनाची काळजी घ्यावी अशी कर्मचाऱ्याची अपेक्षा असते. या खासगी जीवनाचे धार्मिक, राजकीय व सामाजिक असे वेगवेगळे पैलु असतात. त्यामुळे संघटनेची कार्यपद्धती ही जर कर्मचाऱ्याच्या वैयक्तिक जीवनात अडचणी निर्माण करत असेल, तर नीतिमूल्यांचा प्रश्न उपस्थित होतो. संघटनेची कृती ही कर्मचाऱ्यांच्या वैयक्तिक जीवनास पोषक अशीच असावी.

५) पुनर्रचना व कामावरून कमी करणे :

बऱ्याच वेळेस व्यवसाय संघटना आपल्या व्यवसायाची पुनर्रचना करण्याचे धोरण आखते. अशा परिस्थितीत व्यवसायातील काही विभाग बंद केले जातात व तेथील कामगारांना कामावरून कमी केले जाते. बरेच व्यवसाय हंगाम नसताना व्यवसायाची कार्यपद्धती बंद ठेवतात व कर्मचारी व कामगार यांना सक्तीने रजा दिली जाते. अशा वेळेस व्यवसाय-संघटनेची ही कृती नीतिमूल्यांचा प्रश्न उपस्थित करते.

६) नैतिक पेचप्रसंग :

मानव संसाधन व्यवस्थापकासमोर अनेक नैतिक पेचप्रसंग निर्माण होत असतात. धोरणांबाबतची नैतिकता व कार्यात्मक ठिकाणाबाबतची नैतिकता यासारखे नैतिक पेचप्रसंग निर्माण होत असतात. या विविध नैतिक पेचप्रसंगाचे निवारण करण्याची, सोडवणूक करण्याची जबाबदारी मानव संसाधन व्यवस्थापकावर असते.

७) अंतरवैयक्तिक नैतिकता :

व्यवसायिक व्यवहार हे अधिक मानवकेंद्रित असतात. त्यामुळे व्यवसायात कार्यरत असणाऱ्या कर्मचाऱ्यांचा परस्परांशी संपर्क येत असतो. त्यामुळे व्यवसायातील मानवी घटकांचे परस्परांशी चांगले संबंध असावे. जर व्यवसायातील मानवी घटकांचे परस्परांशी योग्य संबंध नसतील तर अंतरवैयक्तिक नैतिकतेचा प्रश्न निर्माण होतो.

८) व्यावसायिक धोरणविषयक नैतिकता :

व्यवसायाद्वारे जी विविध धोरणे आखली जातात. त्यातूनही नैतिकतेचा प्रश्न निर्माण होत असतो. व्यवसायात जेव्हा जुन्या तंत्रज्ञानाऐवजी नवीन तंत्रज्ञानाचा अवलंब केला जातो, तेव्हा अनेक कामगार बेकार होतात. व्यवसायातील महत्त्वपूर्ण निर्णयांचा ताण हा मानव संसाधन विभागावर पडतो. त्यामुळे अशा स्थितीत धोरण तयार करून त्याची अंमलबजावणी मानव संसाधन विभागाने करायची असते जेणेकरून नीतिमूल्यांचा प्रश्न अधिक उग्र बनणार नाही.

९) कार्यात्मक ठिकाणची नैतिकता :

व्यवसायातील कार्यात्मक ठिकाण हे नैतिक मुद्यांची निर्मिती करते. जमाखर्च विषयक पत्रके हे व्यवसायाचे मालक व व्यवस्थापक यांच्याद्वारे कंपनीची स्थिती स्पष्ट करण्यासाठी तयार केली जातात. व्यवस्थापक, गुंतवणुकदार, नियमक यंत्रणा, कर जमा करणारे आणि व्यापार समूह यांच्यादृष्टीने निर्णय घेण्यासाठी ही जमा-खर्चविषयक माहिती उपयुक्त ठरत असते. त्यामुळे जमा-खर्च व्यवस्थापनात प्रामाणिकपणा असावा लागतो. जमा-खर्च विषयक मानकांचा अवलंब केल्यास जमा-खर्च व्यवस्थापनात नैतिकता निर्माण होते.

३.५.३ मानव संसाधन व्यवस्थापनामध्ये नैतिक पद्धती लागू करण्यासाठी उपाय :

नैतिक मानव संसाधन व्यवस्थापन पद्धती केवळ कर्मचाऱ्यांनाच लाभ देत नाहीत तर संस्थेची प्रतिष्ठा, संस्कृती आणि दीर्घकालीन यशातही योगदान देतात. त्यामुळे त्या मानव संसाधन व्यवस्थापनात लागू करण्यासाठी पुढील उपाय योजिले जातात:

१) स्पष्ट नैतिक मार्गदर्शक तत्त्वे आणि धोरणे :

स्पष्ट आणि सर्वसमावेशक नैतिक मार्गदर्शक तत्त्वे आणि धोरणे निश्चित करणे हे मानव संसाधन व्यवस्थापनामध्ये आवश्यक आहे. या मार्गदर्शकतत्त्वांमध्ये निष्पक्ष भरती आणि निवड प्रक्रिया, समान संधी, भेदभावविरोधी धोरणे, आचारसंहिता आणि गोपनीयतेचे करार समाविष्ट असले पाहिजेत. या धोरणांवरील नियमित संप्रेषण आणि प्रशिक्षण हे सुनिश्चित करते की सर्व मानव संसाधन व्यावसायिक आणि कर्मचारी नैतिक मानके समजून घेतात आणि त्यांचे पालन करतात.

२) योग्य भरती आणि निवड पद्धती :

नैतिक मानव संसाधन व्यवस्थापनामध्ये निष्पक्ष आणि पारदर्शक भरती प्रक्रिया सुनिश्चित करणे समाविष्ट आहे. नोकरीच्या पोस्टिंगमधून पूर्वाग्रह दूर करणे, विविध उमेदवार शोध घेणे, प्रमाणित मुलाखतीचे प्रश्न वापरणे आणि वैयक्तिक गुणधर्मांऐवजी कौशल्य आणि पात्रतेवर आधारित उमेदवारांचे मूल्यांकन करणे हे पूर्वाग्रह कमी करण्यास मदत करते. याव्यतिरिक्त, भरती प्रक्रियेच्या नोंदी ठेवल्याने जबाबदारी आणि पारदर्शकता सुनिश्चित होते.

३) विविधता आणि समावेशनाचा प्रचार :

नैतिक मानव संसाधन व्यवस्थापनामध्ये विविधतेचा स्वीकार करणे आणि सर्वसमावेशक कार्यस्थळ संस्कृतीला प्रोत्साहन देणे महत्वाचे आहे. विविधतेच्या उपक्रमांची अंमलबजावणी करणे, जसे की लक्ष्यित भर्ती धोरणे, विविधता प्रशिक्षण, मार्गदर्शन कार्यक्रम आणि कमी प्रतिनिधित्व असलेल्या गटांसाठी समर्थन नेटवर्क तयार करणे सर्वसमावेशकतेला प्रोत्साहन देते. वैविध्यपूर्ण दृष्टीकोन आणि पार्श्वभूमीला प्रोत्साहन दिल्याने संघटनात्मक संस्कृती समृद्ध होते आणि संपूर्ण कर्मचाऱ्यांना फायदा होतो.

४) नैतिकता आणि छळविरोधी धोरणांचे प्रशिक्षण :

नैतिक वर्तन, विविधता, छळविरोधी आणि भेदभावविरोधी धोरणांवर सर्वसमावेशक प्रशिक्षण कार्यक्रम प्रदान करणे अत्यावश्यक आहे. या कार्यक्रमांनी कर्मचाऱ्यांना आणि मानव संसाधन व्यावसायिकांना अनैतिक वर्तन ओळखणे आणि संबोधित करणे, पूर्वाग्रह समजून घेणे आणि कामाचे आदरयुक्त वातावरण तयार करणे याबद्दल शिक्षित केले पाहिजे. प्रशिक्षण हे सुनिश्चित करते की नैतिक बाबी मानव संसाधन पद्धतींमध्ये आघाडीवर राहतील.

५) गोपनीयता आणि माहितीची गोपनीयता उपाय :

कर्मचारी माहितीची कठोर गोपनीयता राखणे मानव संसाधन व्यवस्थापनामध्ये एक नैतिक अनिवार्यता आहे. सुरक्षित माहिती व्यवस्थापन प्रणाली लागू करणे, संवेदनशील माहितीवर प्रवेश प्रतिबंधित करणे, वैयक्तिक माहितीमध्ये प्रवेश करण्यापूर्वी संमती घेणे आणि माहिती संरक्षण नियमांचे पालन सुनिश्चित करणे कर्मचारी गोपनीयतेचे रक्षण करते. माहिती हाताळणी पद्धतींमध्ये पारदर्शकता कर्मचाऱ्यांमध्ये विश्वास निर्माण करते.

६) कार्यप्रदर्शन मूल्यमापन आणि अभिप्राय प्रक्रिया :

निष्पक्ष आणि वस्तुनिष्ठ कामगिरी मूल्यमापन प्रक्रिया राबविणे आवश्यक आहे. स्पष्ट कार्यप्रदर्शन निर्देशांक स्थापित करणे, नियमित अभिप्राय प्रदान करणे, कार्यप्रदर्शन पुनरावलोकनांचे अचूक दस्तऐवजीकरण करणे

आणि कर्मचाऱ्यांना त्यांच्या मूल्यमापनावर चर्चा करण्यासाठी संधी प्रदान करणे हे निष्पक्षता सुनिश्चित करते. मूल्यमापनात पक्षपातीपणा आणि वैयक्तिक निर्णय टाळल्याने कामाचे समान वातावरण निर्माण होण्यास मदत होते.

७) प्रभावी संघर्ष निराकरण यंत्रणा :

प्रभावी संघर्ष निराकरण प्रक्रिया तयार करणे नैतिक मानव संसाधन व्यवस्थापनाला प्रोत्साहन देते. मुक्त संप्रेषण माध्यमे स्थापित करणे, विवाद निराकरणासाठी मध्यस्थी किंवा लवाद प्रदान करणे आणि संघर्ष हाताळण्यात निःपक्षपातीपणा सुनिश्चित करणे यामुळे सकारात्मक कार्य पर्यावरण तयार होते. कर्मचाऱ्यांना प्रतिशोधाच्या भीतीशिवाय त्यांच्या समस्या आणि तक्रारी मांडण्यासाठी प्रोत्साहित करणे संघर्ष निराकरणासाठी महत्त्वपूर्ण असते.

८) नैतिक संस्कृतीत नेतृत्वाची भूमिका :

मानव संसाधन व्यवस्थापनामध्ये नैतिक संस्कृतीला चालना देण्यासाठी नेतृत्व महत्त्वाची भूमिका बजावते. जेव्हा नेते नैतिक वर्तनाद्वारे उदाहरण देतात, नैतिकतेचे महत्त्व संप्रेषण करतात आणि स्वतःला व इतरांना जबाबदार धरतात तेव्हा ते संपूर्ण संस्थेसाठी आदर्श तयार करतात. धोरणात्मक निर्णय आणि संघटनात्मक संस्कृतीत नैतिक विचारांचे एकत्रीकरण केल्याने नैतिक पद्धतींना बळकटी मिळते.

९) नियमित अंकेक्षण आणि अनुपालन तपासणी :

मानव संसाधन व्यवस्थापनामध्ये नियमित अंकेक्षण आणि अनुपालन तपासणी करणे नैतिक मार्गदर्शक तत्त्वे व कायदेशीर आवश्यकतांचे पालन सुनिश्चित करते. अंकेक्षण मानव संसाधन पद्धतींचे मूल्यांकन करतात, संभाव्य नैतिक समस्या ओळखतात आणि सुधारणेसाठी माहिती प्रदान करतात. हा सक्रिय दृष्टीकोन कोणत्याही नैतिक त्रुटींचा शोध घेण्यास आणि त्वरित निराकरण करण्यात मदत करतो.

१०) सतत सुधारणा आणि अभिप्राय :

कर्मचाऱ्यांना मानव संसाधन व्यवस्थापन पद्धतींवर अभिप्राय प्रदान करण्यासाठी प्रतिसाद यंत्रणा आणि मार्ग स्थापित करणे सतत सुधारणांना प्रोत्साहन देते. मानव संसाधन व्यवस्थापन धोरणे, पद्धती आणि एकूण कामाच्या पर्यावरणावर अभिप्राय शोधणे, बदलत्या संघटनात्मक गरजांनुसार नैतिक विचार विकसित होत असल्याची खात्री करून, समायोजन करण्यास चालना देते.

बहुविकल्पी प्रश्न

१) वित्तपुरवठा क्षेत्रातील भारतीय नैतिक पद्धती पारदर्शकता, अखंडता आणि नैतिक ---------- चे पालन यावर भर देतात.

अ) मानके ब) फायदेशीरपणा क) नवोपक्रम ड) मक्तेदारी

२) विपणनातील भारतीय नैतिक पद्धती प्रामाणिक आणि ---------- व्यवसाय पद्धतींद्वारे ग्राहकांचा विश्वास निर्माण करण्यावर लक्ष केंद्रित करतात.

अ) भ्रामक ब) नाविन्यपूर्ण क) स्पर्धात्मक ड) पारदर्शक

३) माहिती तंत्रज्ञानातील भारतीय नैतिक पद्धती माहितीची सुरक्षा, गोपनीयता आणि जबाबदार ---------- वापराला प्राधान्य देतात.

अ) नावीन्य ब) तंत्रज्ञान क) माहिती ड) मक्तेदारी

४) कामाच्या ठिकाणी नैतिकतेमध्ये कर्मचाऱ्यांमध्ये निष्पक्षता, आदर आणि नैतिक ---------- या संस्कृतीचा प्रचार करणे समाविष्ट आहे.

अ) स्पर्धा ब) वर्तन क) नवोपक्रम ड) पारदर्शकता

५) मानव संसाधन व्यवस्थापनातील भारतीय नैतिक पद्धती न्याय्य वागणूक, विविधता आणि ---------- विकासावर भर देतात.

अ) फायदेशीरपणा ब) नवोपक्रम क) स्पर्धात्मक ड) कर्मचारी

६) वित्तपुरवठा क्षेत्रातील भारतीय नैतिक पद्धतींमध्ये, कायदेशीर आणि नियामक ---------- चे पालन करणे आवश्यक आहे.

अ) नवकल्पना ब) मानके क) मक्तेदारी ड) वर्तन

७) विपणनातील भारतीय नैतिक पद्धतींमध्ये दिशाभूल करणाऱ्या जाहिराती टाळणे आणि उत्पादनाची खात्री करणे समाविष्ट आहे ----------.

अ) फायदेशीरपणा ब) पारदर्शकता क) नवोपक्रम ड) मक्तेदारी

८) माहिती तंत्रज्ञानातील भारतीय नैतिक पद्धती संवेदनशील ---------- आणि माहितीच्या जबाबदार हाताळणीला प्राधान्य देतात.

अ) नावीन्य ब) तंत्रज्ञान क) माहिती ड) मक्तेदारी

९) कामाच्या ठिकाणी नैतिकता एक सकारात्मक संस्थात्मक संस्कृती वाढवते जी अखंडता, ---------- आणि सहयोगाला महत्त्व देते.

अ) फायदेशीरपणा ब) पारदर्शकता क) नवोपक्रम ड) स्पर्धा

१०) मानव संसाधन व्यवस्थापनातील भारतीय नैतिक आचरण कर्मचाऱ्यांना ---------- आणि कल्याणास प्रोत्साहन देणारे वातावरण कामाच्या ठिकाणी वाढवण्यावर लक्ष केंद्रित करते.

अ) फायदेशीरपणा ब) नवोपक्रम क) पारदर्शकता ड) समाधान

११) वित्तपुरवठा क्षेत्रातील भारतीय नैतिक पद्धतींमध्ये ---------- आणि अचूक वित्तीय नोंदी ठेवणे समाविष्ट आहे.

अ) पारदर्शक ब) फायदेशीर क) नाविन्यपूर्ण ड) मक्तेदारी

१२) विपणनामध्ये नैतिक पद्धतींसाठी कंपन्यांनी योग्य ---------- मध्ये गुंतले पाहिजे आणि स्पर्धाविरोधी वर्तन टाळावे.

अ) फायदेशीरपणा ब) स्पर्धा क) पारदर्शकता ड) नवोपक्रम

१३) माहिती तंत्रज्ञानातील भारतीय नैतिक पद्धती वापरकर्त्यांचे ---------- संरक्षण आणि माहितीची गोपनीयता सुनिश्चित करण्यास प्राधान्य देतात.

अ) पारदर्शकता ब) नवोपक्रम क) माहिती ड) मक्तेदारी

१४) कामाच्या ठिकाणी नैतिकता कर्मचाऱ्यांना ---------- च्या भीतीशिवाय अनैतिक वर्तनाची तक्रार करण्यास प्रोत्साहित करते.

अ) पारदर्शकता ब) प्रतिशोध क) नवोपक्रम ड) स्पर्धा

१५) मानव संसाधन व्यवस्थापनातील भारतीय नैतिक पद्धती ---------- ला समान मूल्य असणारे वैविध्यपूर्ण आणि सर्वसमावेशक कार्यस्थळ तयार करण्यावर लक्ष केंद्रित करते.

अ) फायदेशीरपणा ब) नवोपक्रम क) स्पर्धा ड) संधी

१६) वित्तपुरवठा क्षेत्रातील भारतीय नैतिक व्यवहारांमध्ये, नैतिक वर्तन वाजवी कर्ज देण्याच्या पद्धती आणि लूट ---------- टाळण्यापर्यंत विस्तारित आहे.

अ) फायदेशीरपणा ब) मक्तेदारी क) वर्तन ड) नवकल्पना

१७) विपणनातील भारतीय नैतिक पद्धतींमध्ये उत्पादनांबद्दल अचूक माहिती प्रदान करणे आणि_ दावे टाळणे समाविष्ट आहे.

अ) पारदर्शक ब) भ्रामक क) नाविन्यपूर्ण ड) मक्तेदारी

१८) माहिती तंत्रज्ञानातील भारतीय नैतिक पद्धतींना वापरकर्त्यांची जबाबदारीने हाताळणी ---------- आणि गोपनीय माहिती आवश्यक आहे.

अ) पारदर्शकता ब) नवोपक्रम क) माहिती ड) मक्तेदारी

१९) कामाच्या ठिकाणी नैतिकता ---------- ची संस्कृती आणि सहकाऱ्यांमध्ये आदर वाढवते.

अ) फायदेशीरता ब) पारदर्शकता क) नाविन्यपूर्ण ड) सहयोग

२०) मानव संसाधन व्यवस्थापनातील भारतीय नैतिक पद्धतींमध्ये वाजवी भरपाई, कर्मचारी ---------- आणि व्यावसायिक वाढीच्या संधी यांचा समावेश होतो.

अ) फायदेशीरता ब) नवोपक्रम क) पारदर्शकता ड) समाधान

२१) वित्तपुरवठा क्षेत्रातील भारतीय नैतिक व्यवहारांमध्ये, नैतिक विचारांचा विस्तार निष्पक्ष आणि पारदर्शक ---------- व्यवस्थापनापर्यंत आहे.

अ) नवोपक्रम ब) तंत्रज्ञान क) माहिती ड) जोखीम

२२) विपणनातील भारतीय नैतिक पद्धती ---------- पद्धतींद्वारे दीर्घकालीन ग्राहक संबंध निर्माण करण्यास प्राधान्य देतात.

अ) फायदेशीर ब) पारदर्शक क) नाविन्यपूर्ण ड) स्पर्धात्मक

२३) माहिती तंत्रज्ञानातील भारतीय नैतिक पद्धतींमध्ये तंत्रज्ञान आणि माहितीचा ---------- वापर सुनिश्चित करणे समाविष्ट आहे.

अ) पारदर्शक ब) नाविन्यपूर्ण क) नैतिक ड) मक्तेदारी

२४) कामाच्या ठिकाणी नैतिकतेमध्ये सर्व कर्मचाऱ्यांसाठी सुरक्षित आणि ---------- वातावरणाचा प्रचार करणे समाविष्ट आहे.

अ) फायदेशीर ब) पारदर्शक क) नाविन्यपूर्ण ड) सर्वसमावेशक

२५) मानव संसाधन व्यवस्थापनातील भारतीय नैतिक आचरण संस्थांमधील न्याय्य आणि निःपक्षपाती ---------- प्रक्रियांवर भर देतात.

अ) स्पर्धा ब) फायदेशीर क) पारदर्शक ड) नवोपक्रम

उत्तरे : १) अ, २) ड, ३) क, ४) ब, ५) ड, ६) ब, ७) ब, ८) क, ९) अ, १०) ड, ११) अ, १२) ब, १३) क, १४) ब, १५) ड, १६) ब, १७) ब, १८) क, १९) ड, २०) ड, २१) ड, २२) ब, २३) क, २४) ड, २५) क.

सरावासाठी प्रश्न

प्र. १. वित्तपुरवठ्यातील अनैतिक पद्धती स्पष्ट करा.

प्र. २. वित्तपुरवठ्यातील नैतिक पद्धती स्पष्ट करा.

प्र. ३. वित्तपुरवठ्यामध्ये नैतिक पद्धती लागू करण्यासाठीचे उपाय विशद करा.

प्र. ४. विपणनातील अनैतिक आणि नैतिक पद्धतींबद्दल तपशीलवार स्पष्टीकरण द्या.

प्र. ५. विपणनामध्ये नैतिक पद्धती लागू करण्यासाठीचे उपाय विशद करा.

प्र. ६. माहिती तंत्रज्ञानामधील नैतिक आणि अनैतिक मुद्दे स्पष्ट करा.

प्र. ७. माहिती तंत्रज्ञानामध्ये नैतिक पद्धती लागू करण्यासाठीचे उपाय सांगा.

प्र. ८. कामाच्या ठिकाणी नैतिक आणि अनैतिक समस्या स्पष्ट करा.

प्र. ९. कामाच्या ठिकाणी होणारा छळ आणि भेदभाव याबद्दल माहिती सांगा.

प्र. १०. कामाच्या ठिकाणी नैतिक पद्धती लागू करण्याचे उपाय स्पष्ट करा.

प्र. ११. मानव संसाधन व्यवस्थापनातील नैतिक आणि अनैतिक मुद्दे स्पष्ट करा.

प्र. १२. मानव संसाधन व्यवस्थापनामध्ये नैतिक पद्धती लागू करण्याचे उपाय सांगा.

प्र. १३. **खालील विषयांवर टिपा लिहा :**

१) माहिती तंत्रज्ञानामधील अनैतिक समस्या.

२) विपणनातील नैतिक समस्या.

३) माहिती तंत्रज्ञानामधील नैतिक समस्या.

४) कामाच्या ठिकाणी नैतिकता.

५) मानव संसाधन व्यवस्थापनामधील नैतिक पद्धती.

प्रकरण ४

व्यावसायिक नीतिमूल्यांतील उद्योन्मुख समस्या आणि पर्यावरणीय समस्या

- ४.१ पर्यावरणातील नीतिमूल्ये
- ४.२ पर्यावरणीय संकट
- ४.३ पर्यावरणाचा ऱ्हास
- ४.४ नैसर्गिक संसाधनांचा ऱ्हास
- ४.५ प्रदूषण
- ४.६ शाश्वत विकास
- ४.७ व्यावसायिक नीतिमूल्ये आणि व्यावहारिक मूल्यांमधील सद्यकालीन प्रवाह

प्रस्तावना :

प्रत्येक व्यवसाय हा समाजात चालवला जातो. समाजातील उपलब्ध असणारी संसाधने ही या उद्योग -व्यवसायांच्या मार्फत वापरली जातात तसेच उद्योग-व्यवसायांचे कार्य हे देखील समाजाच्या आधारावरती आणि मदतीवरती अवलंबून असते. अन्य शब्दांत सांगायचे झाल्यास असे ही म्हणता येते की, समाजाकडून प्राप्त होणारी ही जी संसाधने आहेत ज्याला आपण पर्यावरणीय आणि नैसर्गिक संसाधने म्हणतो ही संसाधने मूलतः आपल्याला निसर्गाच्या म्हणजेच पर्यावरणाच्या माध्यमातून उपलब्ध होत असतात. त्यामुळे ज्यावेळेस आपण ही नैसर्गिक संसाधने किंवा पर्यावरणाच्या माध्यमातून उपलब्ध होणारी संसाधने वापरतो त्यावेळेस पर्यावरण, निसर्ग यावरती त्याचा परिणाम होत असतो. परिणामी उद्योग-व्यवसायासाठी पर्यावरणाचा म्हणजेच पर्यावरणीय संसाधनांचा वापर करत असताना तो आत्यंतिक सांभाळून करणे गरजेचे असते. गेल्या काही वर्षात जगाची लोकसंख्या ही वाढत चाललेली असून बदलत्या सामाजिक-आर्थिक कृतींचा देखील विस्तार होत असल्याचे दिसून येते. परिणामी, वाढती लोकसंख्या, उद्योग-व्यवसायांचे बदललेले स्वरूप आणि त्याचा समाजावर होणारा परिणाम या सर्वांमुळे पर्यावरणीय संसाधनांवरती मोठ्या प्रमाणात ताण निर्माण होत असल्याचे दिसून येते. ज्यामुळे पर्यावरणीय संसाधनांचे विघटन होणे, संसाधनांचा ऱ्हास होणे आणि परिणामी परिसंस्थेमध्ये आणि परिस्थितिकीमध्ये असंतुलन निर्माण होणे यांसारख्या समस्या निर्माण होऊ लागल्याचे दिसून येते. याचा विपरीत परिणाम हा संपूर्ण मानवजातीवरती आणि तसेच पर्यावरणावरती होत असल्याचे दिसून येते. नैसर्गिक संसाधनांचा साठा संपत आल्यानंतर त्याचा सर्वात मोठा परिणाम हा जंगली प्राण्यांवरती होतो आणि प्राण्यांच्या विविध प्रजातींवरती होतो तसेच प्रदूषणात वाढ होते. त्यामुळे गेल्या काही वर्षांत शाश्वत विकासाची संकल्पना उदयाला आली. शिल्लक असलेल्या संसाधनांचा उद्योग –

व्यवसायासाठी पर्याप्त वापर होऊन त्यांचा कुठेही नाश होणार नाही आणि त्या संसाधनांचा पर्यावरणाच्या वापरावर कोणताही विपरीत परिणाम होणार नाही व परिणामी ही नैसर्गिक संसाधने ही भावी पिढीला देखील उपयुक्त ठरतील अशा प्रकारे विकास करावयाचा याला शाश्वत विकास असे नाव देण्यात आले. परिणामी, जगातील सर्वच देशांनी शाश्वत विकास या संकल्पनेच्या संपादनासाठी विविध व्यूहरचना निर्धारित केल्या ज्यामुळे नैसर्गिक आणि पर्यावरणीय घटकांचे (संसाधनाचे) संवर्धन तर होईलच पण त्याचबरोबर पर्यावरणाचा ऱ्हास व विघटन हे देखील कमी होईल.

▶ ४.१ पर्यावरणातील नीतिमूल्ये :

ज्या नैसर्गिकरीत्या मानवाला प्राप्त झालेल्या गोष्टी आहेत त्या सर्व गोष्टींचा समावेश पर्यावरणामध्ये होतो. यामध्ये पाणी, हवा, भूमी, खनिजे, विविध झाडे-झुडपे यांचा समावेश यामध्ये होतो. या नैसर्गिकरीत्या प्राप्त झालेल्या गोष्टींच्या माध्यमातून मानवाने स्वतःची प्रगती साध्य करत असताना काही गोष्टी या स्वतः तयार केल्या. या मानवनिर्मित गोष्टींचाही समावेश या पर्यावरणामध्ये होतो.

४.१.१ अर्थ :

पर्यावरण हे मानवाला आणि मानवाच्या येणाऱ्या भविष्यकालीन पिढ्यांकरता अत्यंत आवश्यक असे आहे. गेल्या काही वर्षांत मानवाने स्वतःची प्रगती करून घेण्यासाठी या पर्यावरणातील निसर्गदत्त वस्तूंचा मोठ्या प्रमाणात ऱ्हास घडवून आणला आणि त्यामुळे विविध पर्यावरणीय समस्यांची निर्मिती झाली. नैसर्गिक साधन संपत्तीवरती मोठ्या प्रमाणात ताण आला. आणि यातूनच पर्यावरणाच्या संवर्धनाची आवश्यकता निर्माण झाली. पर्यावरणीय संवर्धन ही प्रत्यक्ष मानवी समाजाची जबाबदारी असून पर्यावरणाचे संरक्षण आणि संवर्धन करत असताना त्याला नैतिकतेचा आधार असणे आत्यंतिक आवश्यक आहे. पर्यावरणीय संरक्षण आणि संवर्धन करत असताना व्यावसायिक नीतिमूल्यांचा आधार घेणे हे बदलत्या व्यावसायिक संघटनांसाठी आत्यंतिक आवश्यक आहे. व्यवसायाचे आणि उद्योगाचे बदलते स्वरूप लक्षात घेऊन त्याद्वारे होणारी पर्यावरणीय हानी भरून काढण्यासाठी व्यासायिक नीतिमूल्यांचा समावेश पर्यावरणीय शाश्वततेसाठी केला जाणे आवश्यक ठरते.

४.१.२ पर्यावरण संरक्षणात नीतिमूल्यांची भूमिका :

नीतिमूल्ये पर्यावरण संरक्षण, मार्गदर्शक कृती, धोरणे आणि मानव व नैसर्गिक जग यांच्यातील अधिक शाश्वत आणि सामंजस्यपूर्ण नातेसंबंधासाठी मानसिकता यांचा नैतिक कणा बनवतात.

१) शाश्वततेचा प्रचार :

शाश्वततेला प्रोत्साहन देऊन पर्यावरण संरक्षणामध्ये नीतिमूल्ये महत्त्वपूर्ण भूमिका बजावतात. नैतिक विचारांमुळे व्यक्ती, संस्था आणि धोरणकर्त्यांना नैसर्गिक संसाधनांचे संरक्षण, कचरा कमी करणे आणि पर्यावरणावर होणारा परिणाम कमी करणाऱ्या पद्धतींना प्राधान्य देण्यासाठी मार्गदर्शन केले जाते. शाश्वतता आत्मसात केल्याने भविष्यातील पिढ्यांसाठी पृथ्वीच्या संसाधनांचा जबाबदारपणे वापर करण्यावर भर दिला जातो.

२) पर्यावरणाचा ऱ्हास कमी करणे :

नैतिक वर्तनामध्ये पर्यावरणाचा ऱ्हास कमी करण्याची जबाबदारी घेणे आवश्यक आहे. यामध्ये पर्यावरणावरील मानवी क्रियाकलापांचे हानिकारक परिणाम मान्य करणे आणि प्रदूषण, जंगलतोड, अधिवास नष्ट करणे आणि पर्यावरणीय हानीचे इतर प्रकार कमी करण्याच्या दिशेने कार्य करणे समाविष्ट आहे. नैतिक कृतींचा उद्देश जैवविविधता जतन करणे आणि पर्यावरणीय संतुलन राखणे आहे.

३) परिसंस्था आणि जैवविविधतेचा आदर :

पर्यावरण संरक्षणातील नीतिमूल्ये परिसंस्था आणि जैवविविधतेच्या आंतरिक मूल्यावर जोर देते. सर्व सजीवांचे परस्परसंबंध ओळखून, नैतिक दृष्टीकोन नैसर्गिक अधिवासांचे संरक्षण आणि पुनर्संचयित करण्याला प्राधान्य देतात, विविध प्रजातींचे अस्तित्व सुनिश्चित करतात आणि पर्यावरणातील लवचिकता राखतात.

४) पर्यावरणीय कायदे आणि नियमांचे पालन :

नैतिक आचरणात पर्यावरणीय कायदे आणि नियमांचे पालन करणे आवश्यक आहे. कायदेशीर मानकांचे पालन केल्याने जबाबदारीची बांधिलकी आणि पर्यावरण संरक्षणाबाबत सामाजिक नियमांचा आदर दिसून येतो. नैतिक कर्ते कायदेशीर पालनाच्या पलीकडे जावून अधिक पर्यावरणीय लाभ मिळविण्यासाठी नियामक आवश्यकता ओलांडण्याचा प्रयत्न करतात.

५) पर्यावरणीय अन्याय रोखणे :

पर्यावरण संरक्षणातील नैतिक विचार पर्यावरणीय अन्याय रोखण्यापर्यंत विस्तारित आहेत. यामध्ये पर्यावरणीय ओझ्यांमधील असमानता दूर करणे आणि सामाजिक-आर्थिक स्थिती किंवा भौगोलिक स्थानाची पर्वा न करता सर्व समुदायांसाठी स्वच्छ हवा, पाणी आणि नैसर्गिक संसाधनांमध्ये समान प्रवेश सुनिश्चित करणे समाविष्ट आहे.

६) संवर्धनाच्या प्रयत्नांना पाठिंबा :

नीतिमूल्ये नैसर्गिक परिदृश्य, वन्यजीव अधिवास आणि लुप्त होत चाललेल्या प्रजातींचे संरक्षण करण्याच्या उद्देशाने संवर्धनाच्या प्रयत्नांना समर्थन देतात. नैतिक व्यक्ती आणि संस्था निसर्गाचे मानवांसाठी उपयुक्ततेच्या पलीकडे असलेले आंतरिक मूल्य ओळखून निधी, स्वयंसेवा आणि पाठपुराव्याद्वारे संवर्धन उपक्रमांना हातभार लावतात.

७) अक्षय ऊर्जा आणि हरित तंत्रज्ञानाचा प्रचार :

नैतिक तत्त्वे आत्मसात केल्याने अक्षय ऊर्जा स्त्रोत आणि हरित तंत्रज्ञानाचा अवलंब होतो. जीवाश्म इंधनापेक्षा स्वच्छ ऊर्जेच्या पर्यायांना प्राधान्य दिल्याने हरितगृह वायू उत्सर्जन कमी होते, हवामान बदल कमी होतो आणि शाश्वत विकासाला चालना मिळते. ऊर्जेच्या वापरातील नैतिक निवडी आरोग्यदायी वातावरण आणि अधिक शाश्वत भविष्यासाठी योगदान देतात.

८) पर्यावरण शिक्षण आणि जागरूकता :

पर्यावरण संरक्षणातील नीतिमूल्यांमध्ये जागरूकता वाढवणे आणि पर्यावरणीय शिक्षणाचा प्रचार करणे समाविष्ट आहे. नैतिक कर्ते सूचित निर्णय घेण्याचे महत्त्व ओळखतात आणि व्यक्तींना त्यांच्या दैनंदिन जीवनात पर्यावरणास जबाबदार निवडी करण्यास सक्षम करतात. शिक्षण पर्यावरणीय संरक्षणाची आणि सामूहिक कृतीची संस्कृती वाढवते.

९) कॉर्पोरेट सामाजिक जबाबदारी (CSR) पुढाकार :

नैतिक व्यवसाय त्यांच्या कॉर्पोरेट सामाजिक जबाबदारी (CSR) उपक्रमांमध्ये पर्यावरणाचा विचार समाकलित करतात. ते त्यांच्या पर्यावरणीय विघातक कृती कमी करण्यासाठी, पर्यावरणास अनुकूल पद्धती लागू करण्यासाठी आणि पर्यावरण संवर्धन प्रकल्पांमध्ये गुंतवणूक करण्यासाठी वचनबद्ध आहेत. कॉर्पोरेट सामाजिक जबाबदारी उपक्रम नैतिक मूल्यांशी सरेखित करतात, नफ्याच्या हेतूंच्या पलीकडे पर्यावरणीय स्थिरतेसाठी वचनबद्धतेचे प्रदर्शन करतात.

१०) पर्यावरण संरक्षणासाठी जागतिक सहयोग :

नीतिमूल्ये पर्यावरण संवर्धनासाठी जागतिक सहयोग आणि सहकार्याला चालना देतात. पृथ्वीच्या संरक्षणासाठी सामायिक जबाबदारी ओळखून, नैतिक करते जागतिक पर्यावरणीय आव्हानांना सामोरे जाण्याच्या उद्देशाने

आंतरराष्ट्रीय करार आणि पुढाकारांमध्ये गुंतले आहेत. सहयोगी प्रयत्न वर्तमान आणि भविष्यातील पिढ्यांसाठी पृथ्वीच्या परिसंस्थेचे रक्षण करण्यासाठी एकता आणि सामूहिक कृती वाढवतात.

४.२ पर्यावरणीय संकट :

पर्यावरणीय संकट हे हवामान बदल, जैवविविधतेचे नुकसान, प्रदूषण आणि जंगलतोड यांचा समावेश असलेल्या जटिल जागतिक आव्हानाचे प्रतिनिधित्व करते. हे परिसंस्थेला, मानवी आरोग्याला आणि ग्रहाच्या शाश्वततेस धोका निर्माण करते. हवामानातील बदलामुळे अत्यंत हवामानाच्या घटना घडतात आणि तापमान वाढते, तर जैवविविधतेच्या नुकसानामुळे परिसंस्था विस्कळीत होतात आणि अन्न स्त्रोत धोक्यात येतात. प्रदूषण हे विविध स्वरूपात, हवा, पाणी आणि मातीच्या गुणवत्तेला हानी पोहोचवते, ज्यामुळे निसर्ग आणि मानवी कल्याण दोन्ही प्रभावित होते. जंगलतोड या समस्यांना आणखी वाढवते, ज्यामुळे अधिवास नष्ट होण्यास आणि पर्यावरणीय असंतुलनास हातभार लागतो. या संकटाचा सामना करण्यासाठी त्याचे दूरगामी परिणाम कमी करण्यासाठी आणि सर्वांसाठी शाश्वत भविष्य सुनिश्चित करण्यासाठी तातडीची, सामूहिक कृती आवश्यक आहे.

४.२.१ अर्थ :

पर्यावरणीय संकट हे नैसर्गिक जगामध्ये असमतोल आणि ऱ्हासाची गंभीर स्थिती दर्शवते, जी मानवी क्रियाकलापांमुळे पर्यावरणीय प्रणालींमध्ये व्यत्यय आणते, जैवविविधता धोक्यात आणते आणि पृथ्वीच्या स्थिरतेला धोका निर्माण करते. यामध्ये हवामान बदल, जंगलतोड, प्रदूषण, अधिवासाचा नाश, जैवविविधतेचा ऱ्हास आणि संसाधनांचा ऱ्हास यासारख्या अनेक परस्परसंबंधित समस्यांचा समावेश आहे. हे संकट मानववंशीय दबावांना तोंड देत जीवन टिकवून ठेवण्याच्या पृथ्वीच्या परिसंस्थेच्या क्षमतेबद्दल एक गंभीर चिंता दर्शवते. हे तातडीच्या क्षणाला सूचित करते, जिथे मानवी कृतींच्या एकत्रित परिणामामुळे पर्यावरणाला धोका निर्माण होतो, ज्यामुळे केवळ असंख्य प्रजातींचे कल्याणच नाही तर मानवी समाजाची शाश्वतता आणि लवचिकता देखील धोक्यात येते.

४.२.२ पर्यावरणीय संकटाचे पैलू :

पर्यावरणीय संकटाचे खालील पैलू आहेत :

१) **हवामान बदल :**

हवामानातील बदल हा पर्यावरणीय संकटाचा एक महत्त्वाचा पैलू आहे, ज्याचे वैशिष्ट्य जागतिक तापमानात वाढ, अत्यंत हवामान घटना आणि पर्यावरणातील व्यत्यय याद्वारे दिसून येते. जीवाश्म इंधन जाळणे आणि जंगलतोड करणे यासारखे मानवी क्रियाकलाप हरितगृह वायूंच्या उत्सर्जनात योगदान देतात, हवामान बदल वाढवतात. हवामान बदलाला संबोधित करण्यासाठी, त्याचे परिणाम कमी करण्यासाठी आणि कमी-कार्बन अर्थव्यवस्थेकडे संक्रमण करण्यासाठी त्वरित आणि समन्वित कृती आवश्यक आहे.

२) **जैवविविधतेचे नुकसान :**

जैवविविधतेचे नुकसान हा पर्यावरणीय संकटाचा एक गंभीर पैलू आहे, जो प्रामुख्याने अधिवासांचा नाश, प्रदूषण आणि हवामान बदलामुळे समोर येतो. प्रजाती नामशेष होण्याचे प्रमाण वेगाने वाढत आहे, ज्यामुळे परिसंस्थेची स्थिरता आणि लवचिकता धोक्यात येत आहे. जैवविविधता जतन करणे ही परिसंस्थेची कार्यप्रणाली, अन्न सुरक्षा आणि मानवी कल्याणासाठी आवश्यक आहे. यासाठी संवर्धनाचे प्रयत्न आणि शाश्वत जमीन व्यवस्थापन पद्धती आवश्यक आहेत.

३) जंगलतोड आणि अधिवासांचा नाश :

जंगलतोड आणि अधिवासांचा नाश हे परिसंस्थेचा ऱ्हास करतात, जैवविविधता कमी करतात आणि हवामान बदल वाढवतात. वृक्षतोड, शेती आणि शहरीकरण यासारख्या उपक्रमांमुळे, विशेषतः उष्णकटिबंधीय प्रदेशांमध्ये मोठ्या प्रमाणावर जंगलतोड होत आहे. पर्यावरणाचा ऱ्हास कमी करण्यासाठी आणि परिसंस्था राखण्यासाठी जंगलांचे संरक्षण करणे आणि खराब झालेले भूदृश्य पुनर्संचयित करणे आवश्यक आहे.

४) पाणी टंचाई आणि प्रदूषण :

पाण्याची टंचाई आणि प्रदूषण पर्यावरणीय शाश्वततेसाठी महत्त्वपूर्ण आव्हाने आहेत. ताज्या पाण्याच्या संसाधनांची वाढती मागणी, औद्योगिक कचऱ्यापासून होणारे प्रदूषण, अपुरी स्वच्छता यामुळे पाण्याची गुणवत्ता आणि उपलब्धता धोक्यात येते. पाणी टंचाई आणि प्रदूषण दूर करण्यासाठी कार्यक्षम जल व्यवस्थापन पद्धती, प्रदूषण प्रतिबंधक उपाय आणि स्वच्छ पाण्याच्या पायाभूत सुविधांमध्ये गुंतवणूक आवश्यक आहे.

५) वायू प्रदूषण :

वायू प्रदूषण हे वाहनांमधून उत्सर्जन, औद्योगिक क्रियाकलाप आणि बायोमास जाळणे यामुळे होते आणि यामुळे गंभीर आरोग्य धोके आणि पर्यावरणीय परिणाम होतात. हवेच्या खराब गुणवत्तेमुळे श्वसनाचे आजार, हृदय व रक्तवाहिन्यासंबंधी समस्या आणि पर्यावरणाचा ऱ्हास होतो. वायू प्रदूषण कमी करण्यासाठी कठोर नियम, स्वच्छ तंत्रज्ञान आणि नवीकरणीय ऊर्जा स्त्रोतांकडे संक्रमण आवश्यक आहे.

६) महासागर प्रदूषण आणि जास्त मासेमारी :

महासागरातील प्रदूषण आणि जास्त मासेमारीमुळे सागरी परिसंस्थेचा ऱ्हास होतो, सागरी जैवविविधता धोक्यात येते आणि जागतिक अन्न सुरक्षा धोक्यात येते. प्लॅस्टिक प्रदूषण, तेल गळती आणि जमीन–आधारित क्रियाकलापांमधून दूषित तत्वांचा प्रवाह सागरी जीवन आणि परिसंस्थेला हानी पोहोचवतो. शाश्वत मत्स्यव्यवसाय व्यवस्थापन, सागरी संवर्धनाचे प्रयत्न आणि प्लॅस्टिक कचरा कमी करणे हे सागरी आरोग्याचे रक्षण करण्यासाठी महत्त्वाचे उपाय आहेत.

७) नैसर्गिक संसाधनांचा ऱ्हास :

खनिजे, जंगले आणि गोड्या पाण्यासारख्या नैसर्गिक संसाधनांचे अतिशोषण, परिसंस्था नष्ट करते आणि दीर्घकालीन शाश्वततेला धोका निर्माण करते. लोकसंख्येची वाढ आणि उपभोगाच्या पद्धतींद्वारे चालविल्या जाणाऱ्या शाश्वत संसाधने काढण्याच्या पद्धतींमुळे अधिवासांचा नाश होतो, मातीचा ऱ्हास होतो आणि पाण्याची टंचाई निर्माण होते. चक्रीय अर्थव्यवस्था प्रारूपामध्ये संक्रमण आणि संसाधनांच्या कार्यक्षमतेला चालना देणे हे नैसर्गिक संसाधनांच्या क्षीणतेला तोंड देण्यासाठी आवश्यक आहे.

८) कचरा निर्मिती आणि व्यवस्थापन :

अत्याधिक कचरा निर्मिती, अपर्याप्त कचरा व्यवस्थापन पायाभूत सुविधा आणि शाश्वत वापर नमुन्यांमुळे पर्यावरण प्रदूषण आणि संसाधने कमी होण्यास हातभार लागतो. कचऱ्याचा अतिरेक होतो, प्लास्टिक प्रदूषण महासागरांमध्ये जमा होते आणि विषारी कचरा माती पाणी दूषित करते. कचरा कमी करण्याच्या धोरणांची अंमलबजावणी करणे, पुनर्वापराचे कार्यक्रम आणि चक्रीय अर्थव्यवस्थेच्या तत्त्वांना चालना देणे कचऱ्याच्या संकटाचा सामना करण्यासाठी आवश्यक आहे.

९) नैसर्गिक अधिवासाचे नुकसान :

शेती, शहरीकरण आणि पायाभूत सुविधांच्या विकासासाठी नैसर्गिक अधिवासांचे रूपांतर अधिवासाचे नुकसान आणि विखंडन, जैवविविधता आणि परिसंस्थेच्या सेवांना धोका निर्माण करते. खंडित अधिवासामुळे प्रजातींची

स्थलांतर करण्याची आणि बदलत्या पर्यावरणीय परिस्थितीशी जुळवून घेण्याची क्षमता मर्यादित होते, ज्यामुळे त्यांचा नामशेष होण्याची असुरक्षा वाढते. जैवविविधता आणि परिसंस्थेचे कार्य जतन करण्यासाठी नैसर्गिक अधिवासांचे संरक्षण आणि ते पुनर्संचयित करणे आवश्यक आहे.

१०) पर्यावरणीय न्याय आणि समानता :

पर्यावरणीय संकटे उपेक्षित समुदायांवर असमानतेने परिणाम करतात, सामाजिक असमानता आणि पर्यावरणीय अन्याय वाढवतात. असुरक्षित लोकसंख्या, जसे की कमी उत्पन्न असलेले समुदाय आणि स्थानिक लोक, पर्यावरणीय प्रदूषण, हवामान बदलाचे परिणाम आणि संसाधनांचे शोषण यांचा फटका सहन करतात. पर्यावरणीय न्यायाला चालना देण्यासाठी प्रणालीगत असमानता दूर करणे, प्रभावित समुदायांचे सक्षमीकरण करणे आणि पर्यावरणीय संसाधने व निर्णय प्रक्रियांमध्ये समान प्रवेश सुनिश्चित करणे आवश्यक आहे.

४.२.३ पर्यावरणीय संकटाची कारणे :

पर्यावरणीय संकटाची कारणे खूप चर्चेचा विषय आहेत. तथापि, सर्वसाधारणपणे त्याची मुख्य कारणे पुढीलप्रमाणे सांगता येतील:

१) हरितगृह वायू उत्सर्जन :

मानवी क्रियाकलापांमधून हरितगृह वायूंचे (GHG) जास्त प्रमाणात उत्सर्जन हे पर्यावरणीय संकटासाठी कारणीभूत ठरते. ऊर्जा, औद्योगिक प्रक्रिया, वाहतूक आणि जंगलतोड यासाठी जीवाश्म इंधन जाळणे हे ग्लोबल वार्मिंगचे मुख्य कारण आहे. CO_2, मिथेन आणि नायट्रस ऑक्साईड वातावरणातील उष्णता सापळ्यात टाकतात, ज्यामुळे हवामान बदल होतात आणि हवामानाचे स्वरूप बदलले जाते.

२) जंगलतोड :

शेती, वृक्षतोड, नागरीकरण आणि पायाभूत सुविधांच्या विस्तारासाठी सर्रासपणे होणारी जंगलतोड पर्यावरणाच्या ऱ्हासास महत्त्वपूर्ण योगदान देते. हे परिसंस्थेमध्ये व्यत्यय आणते, जैवविविधता कमी करते, स्थानिक हवामान बदलते आणि संचयित कार्बन सोडते, ज्यामुळे हवामान बदल आणखी वाढतो.

३) प्रदूषण :

वायू, पाणी आणि माती प्रदूषणासारखे विविध प्रकारचे प्रदूषण, औद्योगिक क्रियाकलाप, शेती, वाहतूक आणि कचरा विल्हेवाट यामुळे उद्भवतात. कारखान्यांमधून निघणारे उत्सर्जन, वाहनांतून बाहेर पडणारे वायू, शेतीतून बाहेर पडणारे अपव्यय आणि अयोग्य कचऱ्याची विल्हेवाट हे हवा, जलस्त्रोत आणि माती दूषित करते. ज्यामुळे परिसंस्था, वन्यजीव आणि मानवी आरोग्यास गंभीर हानी होते.

४) जैवविविधतेचे नुकसान :

मानवी क्रियाकलाप जसे की अधिवासांचा नाश, संसाधनांचे अतिशोषण, प्रदूषण आणि हवामान बदल यामुळे जैवविविधतेचे जलद नुकसान होते. हे नुकसान परिसंस्थेमध्ये व्यत्यय आणते, त्यांची लवचिकता कमकुवत करते आणि परागण, मातीची सुपीकता आणि पाणी शुद्धीकरण यासारख्या महत्वपूर्ण सेवांना धोका निर्माण करते.

५) जास्त लोकसंख्या आणि अतिवापर :

लोकसंख्येची जलद वाढ, अति उपभोग आणि संसाधनांचे शोषण, नैसर्गिक संसाधने आणि परिसंस्था पुनर्निर्मिती करण्याच्या क्षमतेपेक्षा जास्त ताणतात. अन्न, पाणी, ऊर्जा आणि ग्राहकोपयोगी वस्तूंच्या वाढत्या मागणीमुळे पर्यावरणावरील दबाव वाढतो.

६) औद्योगिकीकरण आणि शहरीकरण :

उद्योग आणि शहरी भागांच्या जलद वाढीमुळे प्रदूषण, संसाधनांचा वापर, अधिवास नष्ट होतात आणि कचरा निर्मिती वाढते. शहरे विस्तीर्ण नैसर्गिक अधिवासांवर अतिक्रमण करतात, वन्यजीव विस्थापित करतात, उष्ण बेटांची निर्मिती करतात आणि स्थानिक हवामानात बदल करतात.

७) कृषी पद्धती :

शेतजमिनीसाठी जंगलतोड, रासायनिक-केंद्रित शेती, एकपीक पद्धती आणि पाण्याचा अत्याधिक वापर यासारख्या सघन कृषी पद्धती, मातीचा ऱ्हास, जल प्रदूषण, जैवविविधतेचे नुकसान, जंगलतोड या क्रिया परिसंस्था आणि नैसर्गिक संसाधनांवर परिणाम करतात.

८) कचरा निर्मिती आणि गैरव्यवस्थापन :

अकार्यक्षम कचरा व्यवस्थापन; ज्यामध्ये अपर्याप्त पुनर्वापर, प्लास्टिक, इलेक्ट्रॉनिक कचरा आणि घातक पदार्थांची अयोग्य विल्हेवाट लावणे यामुळे जमीन, जलमार्ग आणि महासागरांचे प्रदूषण होते. विशेषतः प्लॅस्टिक प्रदूषणामुळे सागरी जीवसृष्टी आणि परिसंस्थांना मोठा धोका निर्माण होतो.

९) जीवाश्म इंधन अवलंबित्व :

उर्जा उत्पादन आणि वाहतुकीसाठी जीवाश्म इंधनावर अवलंबून राहणे वायू आणि जल प्रदूषण, हरितगृह वायू उत्सर्जन आणि हवामान बदलामध्ये योगदान देते. हे पर्यावरणीय प्रभाव कमी करण्यासाठी स्वच्छ आणि नूतनीकरणक्षम ऊर्जा स्त्रोतांकडे संक्रमण महत्त्वपूर्ण आहे.

१०) पर्यावरणीय धोरणे आणि जागरूकतेचा अभाव :

अपुरी पर्यावरणीय धोरणे, कमकुवत नियम आणि अपुरी अंमलबजावणी यामुळे नैसर्गिक संसाधनांचे अनियंत्रित शोषण होते. याव्यतिरिक्त पर्यावरणविषयक समस्यांबद्दल मर्यादित सार्वजनिक जागरूकता आणि शिक्षण हे शाश्वत पद्धती आणि संवर्धनासाठी सामूहिक प्रयत्नांना अडथळा आणते.

४.२.४ पर्यावरणीय संकट टाळण्यासाठी उपाययोजना :

पर्यावरणीय संकट टाळण्यासाठी खालील उपाय आहेत :

१) नवीकरणीय ऊर्जेकडे संक्रमण :

सौर, पवन, जल आणि भू-औष्णिक उर्जा यासारख्या अक्षय ऊर्जा स्त्रोतांकडे वळणे अत्यावश्यक आहे. नूतनीकरणयोग्य पायाभूत सुविधांमध्ये गुंतवणूक केल्याने जीवाश्म इंधनावरील अवलंबित्व कमी होते, हरितगृह वायू उत्सर्जन कमी होते आणि पर्यावरणाचा ऱ्हास कमी होतो. हे संक्रमण केवळ हवामान बदल कमी करत नाही तर हरित नोकऱ्या निर्माण करते, ऊर्जा स्वातंत्र्य वाढवते आणि शाश्वत विकासाला प्रोत्साहन देते.

२) जैवविविधतेचे संवर्धन :

परिसंस्थेचे आणि जैवविविधतेचे संरक्षण करणे महत्त्वाचे आहे. जैवविविधतेचे रक्षण करण्यासाठी संरक्षित क्षेत्रे, पुनर्वसन आणि अधिवास पुनर्संचयित करणे यासारखे उपक्रम आवश्यक आहेत. हे प्रयत्न पर्यावरणातील लवचिकता वाढवतात, लुप्तप्राय प्रजातींचे संरक्षण करतात आणि परागण व मातीची सुपीकता यासारख्या महत्त्वाच्या पर्यावरणीय सेवांचे रक्षण करतात.

३) शाश्वत पद्धतींचा प्रचार :

उद्योग, शेती आणि दैनंदिन जीवनात शाश्वत पद्धतींना प्रोत्साहन देणे आवश्यक आहे. पर्यावरण-पूरक तंत्रज्ञान स्वीकारणे, ऊर्जा कार्यक्षमतेला चालना देणे आणि शाश्वत कृषी पद्धतींचा अवलंब केल्याने संसाधनांचा वापर

कमी होतो, कचरा कमी होतो आणि पर्यावरणावरील प्रभाव मर्यादित होतो. चक्रीय अर्थव्यवस्थेच्या तत्त्वांची अंमलबजावणी करणे अधिक शाश्वत संसाधन वापर प्रारूपास प्रोत्साहन देते.

४) **पर्यावरणविषयक कठोर नियम आणि कायदे :**
कठोर पर्यावरणीय कायद्यांची अंमलबजावणी करणे महत्त्वाचे आहे. सरकारने उत्सर्जन मर्यादित करणारी, प्रदूषण नियंत्रित करणारी आणि कचऱ्याच्या विल्हेवाटीचे नियमन करणारी धोरणे निर्माण करणे आणि त्यांची अंमलबजावणी करणे आवश्यक आहे. पर्यावरणीय मानकांचे पालन करण्यासाठी आणि अनुपालनास प्रोत्साहन देण्यासाठी उद्योगांना जबाबदार धरल्याने स्वच्छ, आरोग्यदायी वातावरण सुनिश्चित होते.

५) **हरित तंत्रज्ञानातील गुंतवणूक :**
हरित तंत्रज्ञानातील संशोधन आणि विकासाला सहाय्य केल्याने शाश्वततेसाठी नवकल्पना प्राप्त होते. पर्यावरण-पूरक तंत्रज्ञान, स्मार्ट पायाभूत सुविधा आणि नूतनीकरणक्षम ऊर्जा प्रगतीमध्ये गुंतवणूक केल्याने पर्यावरणीय प्रभाव कमी करताना आर्थिक विकासाला चालना देऊन, अधिक शाश्वत भविष्यकालीन संक्रमणास गती मिळते.

६) **शिक्षण आणि जागृती कार्यक्रम :**
पर्यावरणीय शिक्षणाला प्रोत्साहन देणे महत्त्वाचे आहे. पर्यावरणविषयक समस्यांबद्दल समुदाय, शाळा आणि व्यवसायांना शिक्षित करणे जागरूकता आणि संवर्धनासाठी जबाबदारीची भावना विकसित करते. पर्यावरणीय साक्षरता निर्माण करणे सक्रिय सहभाग आणि शाश्वत पद्धतींमध्ये सहभागास प्रोत्साहन देते.

७) **चक्रीय अर्थव्यवस्थेचे प्रारूप स्वीकारणे :**
चक्रीय अर्थव्यवस्थेत संक्रमण केल्याने पुनर्वापर आणि संसाधनांचा पुनर्वापर यावर जोर देऊन कचरा कमी होतो. हा दृष्टीकोन संसाधन उत्खनन कमी करतो, कचरा निर्मिती कमी करतो आणि शाश्वत उपभोग पद्धतींना प्रोत्साहन देतो, पर्यावरणाच्या संरक्षणासोबतच आर्थिक वृद्धीस सरेखित करतो.

८) **जलस्त्रोतांचे संवर्धन :**
कार्यक्षम पाणी व्यवस्थापन महत्त्वाचे आहे. जल-बचत तंत्रज्ञानाची अंमलबजावणी करणे, पाण्याच्या पुनर्वापराचे समर्थन करणे, पाणलोटांचे संरक्षण करणे आणि जलप्रदूषण रोखणे या गोष्टी स्वच्छ पाण्याचे स्त्रोत जतन करण्यासाठी आणि निरोगी परिसंस्था राखण्यासाठी आवश्यक आहेत.

९) **आंतरराष्ट्रीय सहकार्य :**
जागतिक पर्यावरणीय आव्हानांना सामोरे जाण्यासाठी आंतरराष्ट्रीय सहकार्याची आवश्यकता आहे. राष्ट्रांमधील भागीदारीला प्रोत्साहन देणे, सर्वोत्तम पद्धती सामायिक करणे आणि उत्सर्जन कमी करण्यासाठी जागतिक लक्ष्य निश्चित करणे पर्यावरणीय संकटाशी लढण्यासाठी एकसंध दृष्टीकोन प्रदान करते.

१०) **हरित धोरणे आणि प्रोत्साहनांचा प्रचार :**
सरकार आणि व्यवसायांनी हरित उपक्रमांना प्रोत्साहन दिले पाहिजे. नवीकरणीय ऊर्जेचा अवलंब करण्यासाठी सबसिडी देणे, पर्यावरणपूरक पद्धतींसाठी कर सूट आणि शाश्वत उपायांसाठी बक्षिसे देणे, पर्यावरणास अनुकूल पद्धतींचा व्यापक अवलंब करण्यास प्रोत्साहन देते, शाश्वततेच्या दिशेने सामूहिक प्रयत्न सुरु ठेवते.

▶ ४.३ पर्यावरणाचा ऱ्हास :

पर्यावरणीय ऱ्हास म्हणजे जी नैसर्गिक संसाधने आहेत जसे की, हवा, पाणी आणि माती यांच्या ऱ्हासामधून किंवा यांच्या अपव्ययामधून जी पर्यावरणाची हानी घडून येते त्याला पर्यावरणाचा ऱ्हास असे म्हणतात. पर्यावरणीय ऱ्हासामुळे जी परिसंस्था आहे त्या परिसंस्थेला धक्का पोहोचतो. पर्यावरणीय ऱ्हासामुळे नैसर्गिक संसाधनांची क्षती घडून येते. या पर्यावरणीय ऱ्हासाचे मानवी आणि प्राण्यांच्या जीवनावरती विपरीत परिणाम घडून येतात.

क्षणोक्षणी वाढत जाणारी लोकसंख्या, औद्योगिक क्रांतीमुळे शहरी लोकसंख्येत पडणारी भर यामुळे प्रदूषण वाढतच आहे. यामुळे अनेक प्रकारच्या पर्यावरणीय समस्या निर्माण होतात. वाढती लोकसंख्या, संसाधनांचा अतिरिक्त वापर, शेती तसेच ऊर्जा निर्मिती उद्योग व दैनंदिन जीवनमानात संसाधनाचा कच्चा माल म्हणून केलेला अतिरिक्त वापर यामुळे नैसर्गिक संसाधनांचा ऱ्हास वेगाने होत आहे. पृथ्वीवरील नैसर्गिक संसाधने पूर्णपणे समाप्त होऊ नयेत, यासाठी बहुसंख्य लोकांनी संसाधनांचा वाजवी वापर करणे आवश्यक आहे.

४.३.१ अर्थ :

जलद औद्योगिकीकरण, मानवी वसाहतींची वाढ इत्यादींमुळे स्थानिक परिसंस्था किंवा संपूर्ण जीवावरणाचे होणारे नुकसान म्हणजे पर्यावरणाचा ऱ्हास होय. जेव्हा झाडे, अधिवास, पृथ्वी, पाणी आणि हवा या नैसर्गिक संसाधनांचा वापर केला जातो तेव्हा पर्यावरणाचा ऱ्हास होतो. निसर्ग नैसर्गिक संसाधनांची तेवढ्या तत्परतेने निर्मिती करू शकत नाही. शाश्वततेसाठी नैसर्गिक संसाधनांचा वापर आणि त्यांची पुनर्स्थित किंवा भरून काढण्याची निसर्ग क्षमता यांच्यात समतोल असणे आवश्यक आहे.

४.३.२ पर्यावरणाच्या ऱ्हासास कारणीभूत ठरणारे घटक :

पर्यावरणाच्या ऱ्हासास कारणीभूत ठरणारे घटक पुढील मुद्यांच्या आधारे जाणून घेता येईल.

१) रासायनिक खतांचा व किटकनाशकांचा वापर :

पिकांचे संरक्षण होण्यासाठी व वाढ होण्यासाठी रासायनिक खतांचा व किटकनाशकांचा वापर काहीसा उपयुक्त आहे. मात्र, यातून काही भयंकर परिणाम समोर येतात. ते पुढीलप्रमाणे :

i) मृदेतील पोषक तंतूचे विघटन होणे किंवा नाश होणे.

ii) जमिनी अंतर्गत असणारे पाण्याचे स्रोत दूषित होणे.

iii) जैव व्यवस्थेतील जलचरांचे जीवन नष्ट होणे इ.

२) खाणकाम :

खाणकाम विषयक क्रिया या खाणीतील खनिजे बाहेर काढतात. याचा संबंधित ठिकाणाच्या भूप्रदेशावर विपरीत परिणाम होतो. खाणीतूनही खनिजे काढताना खोदकाम केले जाते. मोठमोठाले स्फोट घडवून आणले जातात. यातून पाणी दूषित होणे, जमीन निरुपयोगी बनणे, हवेचे प्रदूषण होणे, जमीन ओसाड बनणे असे नकारात्मक परिणाम समोर येतात. खाणकाम सारख्या क्रिया घडवून आणल्यामुळे मृदेची प्रतवारी ढासळते. गोव्याचे उदाहरण यासंदर्भात देता येईल. या ठिकाणी जमिनी अंतर्गत असणारे मँगनीज बाहेर काढण्यासाठी जमिनीचे खोदकाम केले जाते. त्यामुळे ही जमीन निरुपयोगी बनते. मृदेतील पोषक तत्त्वे नष्ट होतात. त्यामुळे खाणकाम हे नैसर्गिक संसाधनांच्या ऱ्हासास कारणीभूत ठरते.

३) औद्योगिकीकरण :

वस्तूची निर्मिती करण्यासाठी किंवा सेवांचा पुरवठा करण्यासाठी उद्योगांची निर्मिती केली जाते. खनिजे, शेती उत्पादके आणि जंगल संसाधने यांचा उद्योगांसाठी कच्चा माल म्हणून वापर केला जातो. उत्पादन निर्मितीसाठी लागणाऱ्या ऊर्जेची निर्मिती करण्यासाठी खनिज तेलांचा वापर केला जातो. तसेच पाणी हे बहुतांश उद्योग प्रक्रियांसाठी मोठ्या प्रमाणावर वापरले जाते. याचा परिणाम नैसर्गिक संसाधनांचा ऱ्हास घडून होण्यावर होतो. उद्योगाची इमारत, कार्यालये, रस्ते, घरे यांची उभारणी करण्यासाठी जमिनीचा देखील औद्योगिकीकरणात मोठा वापर होत असतो. उद्योगातून मोठ्या प्रमाणावर कचरा निर्माण होतो व त्यातून प्रदूषणाचे प्रमाण वाढते. या सर्व बाबी पर्यावरणावर विपरीत परिणाम घडवून आणतात. वाढत्या औद्योगिकीकरणातून नैसर्गिक संसाधनांचा अपव्यय घडून येतो.

४) ऊर्जा निर्मिती :

वीज निर्मितीच्या प्रक्रियेत बिगर विद्युतशक्ती ऊर्जेचे विद्युतशक्तीत रूपांतर घडवून आणले जाते. आजच्या काळात कोळसा, अणू, नैसर्गिक वायू व पाण्याच्या लाटा हे ऊर्जा निर्मितीचे प्रमुख स्रोत मानले जातात. अनेक उद्योगांमध्ये ऊर्जा निर्मितीसाठी पारंपरिक ऊर्जा स्रोतांचा देखील मोठ्या प्रमाणावर वापर केला जातो. हे सर्व स्रोत एकदा वापरता आणल्यानंतर संपुष्टात येतात. मोठमोठी धरणे देखील पर्यावरणीयदृष्ट्या जास्त काळ अस्तित्वात राहू शकत नाही त्यांचा देखील ऱ्हास घडून येत असतो. धरणांच्या निर्मितीमुळे भारतात लोकांचे मोठ्या प्रमाणावर विस्थापन घडून आले आहे. धरणांमुळे नदीच्या प्रवाहात बदल घडून येतो. धरणांद्वारे नद्यांचे पाणी अडविल्यामुळे त्यातील नैसर्गिक संसाधनांचा प्रवाहदेखील थांबतो. धरणामुळे गाळ, पौष्टिक तत्वे, मासे एका ठिकाणी साचतात. तसेच नद्यांचा पाण्यात देखील बदल घडून येतात. त्यामुळे उर्जा निर्मितीसाठी सौरऊर्जा, पवनऊर्जा, भू औष्णिकऊर्जा यांसारख्या पर्यायी स्रोतांचा वापर करणे आवश्यक आहे. कारण जी संसाधन एकदा वापरल्याने नष्ट होतात त्यांचा ऊर्जा निर्मितीसाठी वापर या संसाधनांच्या ऱ्हासास कारणीभूत ठरतो.

५) शहरीकरण :

शहरी भागातील लोकसंख्येत झालेली वृद्धी ही शहरीकरणासाठी कारणीभूत ठरते. संयुक्त राष्ट्रांच्या आकडेवारीनुसार जगातील ३% लोकसंख्या ही शहरी भागात राहते. यातून शहरीकरणाचा प्रवाह लक्षात येतो. विकास म्हणजे शेतीप्रधान अर्थव्यवस्थेचे उद्योग प्रधान व सेवाप्रधान अर्थव्यवस्थेत होणारी रूपांतर असा अर्थ लावला जातो. त्यामुळे शहरीकरणास चालना प्राप्त होते. लोक रोजगाराच्या संधी व उच्च राहणीमान, जीवनशैली यामुळे शहरांकडे स्थलांतर करतात. शहरी करणातून सामाजिक आर्थिक व पर्यावरणीय समस्या निर्माण होतात. शहरीकरणातून व पर्यावरणीय समस्या निर्माण होतात.

६) वाहनांच्या वापरात वाढ :

अनेक वाहने ही प्रामुख्याने पेट्रोलवर आधारित असतात. त्यामुळे पेट्रोलचा वाढता वापर त्याच्या ऱ्हासास कारणीभूत ठरतो. लोकांच्या वाहतूकविषयक गरजांची पूर्तता करण्यासाठी वाहनांचा मोठ्या प्रमाणावर वापर करणे अपरिहार्य ठरते. बस, रिक्षा, टॅक्सी यासारखी सार्वजनिक वाहतूक साधने, कार, दुचाकी वाहने यासारखी खासगी वाहतूक साधने व ट्रक, टँकर या सारखी औद्योगिक वाहतूक साधने यांच्या संख्येत मोठ्या प्रमाणावर वाढ घडून आली आहे. त्यामुळे वाहनांसाठी जल पुनर्विनीकरण उर्जा स्रोतांचा वापर केला नाही, तर भविष्यकाळात पेट्रोल, डिझेल ही संसाधने पूर्णपणे संपुष्टात येतील.

७) निर्वनिकरण :

मशागतीसाठी जमीन, जनावरांना चरण्यासाठी जमीन, लाकडाची उपलब्धता, धरणांची निर्मिती आणि खाणकाम यासारख्या कारणांमुळे निर्वनिकरण किंवा जंगलतोड घडून येते. दररोज १० एकर जमिनीवर ही वृक्षतोड घडवून आणली जाते. औद्योगिकीकरण व शहरीकरण यात झालेली वाढ ही देखील जंगलावर अतिरिक्त ताण निर्माण करते. वृक्षलागवडीचे प्रयत्न देखील केले जातात. मात्र, वृक्ष लागवडीचा दर हा वृक्षतोडीच्या दरापेक्षा नगण्य स्वरूपाचा आहे. ही वृक्षतोड पर्यावरणावर अनेक मार्गांनी परिणाम करणारी ठरते. एका उपयुक्त व मौल्यवान नैसर्गिक संसाधनाचा ऱ्हास घडून येतो.

८) जलस्रोतांचा ऱ्हास :

ऊर्जा निर्मितीसाठी पाण्याचा वापर व वाढती जंगलतोड यामुळे पावसाच्या पाण्याचा कसा अपव्यय घडून येतो, हे आपण वर अभ्यासले आहे. यातून पावसाचे पाणी जमिनीत न मुरता वाहून जाते. शहरांमध्ये

पाण्याचा होणारा अपव्यय व जलव्यवस्थापनाचा निकृष्ट दर्जा यास कारणीभूत आहे. धरणांच्या निर्मितीमुळे नद्या नैसर्गिक प्रवाहाने वाहत नाही. यामुळे भूगर्भातील पाण्याचे नुतनीकरण घडून येत नाही. पावसाचे पाणी जमिनीत न मुरता ते समुद्रात वाहून गेल्यामुळे भूगर्भातील पाण्याची पातळी कमी होते. तसेच भूगर्भात पाणी निर्माण होण्याचा जो दर आहे, त्यापेक्षा कितीतरी जास्त दराने भूगर्भातील पाण्याचा वापर केला जातो. जागतिक तापमान वाढीमुळे बर्फ वितळून त्यापासून मिळणारे स्वच्छ पाणी देखील समुद्रात मिसळते. त्यामुळे हे पाणी वापरात आणले जावू शकत नाही. एकूणच भूगर्भातील व जमिनीवरील जल स्त्रोतांचा अपव्यय किंवा ऱ्हास घडवून येताना दिसतो.

९) अतिरिक्त लोकसंख्या :

लोकसंख्या वाढीमुळे अन्न, पाणी, वस्त्र व निवारा याबाबतच्या मागण्यांमध्ये वाढ होते. शहरीकरणाच्या वाढीमुळे ग्राहक उपयोगी वस्तूंच्या वापरात वाढ घडून आली आहे. या सर्व मागण्यांची पूर्तता करण्यासाठी खनिजे, जंगले, खनिजतेल यांसारखी नैसर्गिक संसाधने वापरात आणली जातात. जमीन, खनिजतेल, खनिजे यांसारखी काही नैसर्गिक संसाधने एकदा वापरात आणल्यावर नष्ट होतात. त्यांची पुन्हा निर्मिती करता येत नाही. जंगलासारख्या पुर्ननिर्मिती होवू शकणाऱ्या नैसर्गिक संसाधनांवर देखील प्रचंड ताण पडतो. कारण ज्या प्रमाणात त्यांचा वापर होतो त्या प्रमाणात त्यांची पुर्ननिर्मिती होत नाही. त्यामुळे अतिरिक्त लोकसंख्या अशी परिस्थिती निर्माण करते, की ज्यात संसाधनांची क्षमता ही त्यांच्या वापरापेक्षा कमी असते.

१०) अतिरिक्त किंवा अयोग्य वापर :

मानवी लोकसंख्येची वाढ, वाढते शहरीकरण व आर्थिक वृद्धी यातून संसाधनांचा अतिरिक्त वापर वाढला आहे. दरडोई आर्थिक वृद्धी ही संसाधनांच्या वापरातील वृद्धी स्पष्ट करते. पृथ्वीची संसाधनांच्या वाढत्या मागण्यांची पूर्तता करण्याची व संसाधनांच्या वापरातून उत्सर्जित होणारे वायू व निर्माण होणारा कचरा यांना सामावून घेण्याची क्षमता मर्यादित आहे. पर्यावरणीय क्षमतेपेक्षा संसाधनांच्या होणाऱ्या मागण्या या कितीतरी पटीने अधिक आहेत. त्यामुळे संसाधनांचा अतिरिक्त वापर केल्याने त्यांचा तुटवडा निर्माण होत आहे. शेतीसाठी जमिनीचा अतिरिक्त वापर करताना जंगले तोडली जातात. यातून वन्यजिवांची आश्रय रुपाने नष्ट होतात. मृदेचा अतिरिक्त वापर केल्याने तिचे प्रदूषण व झीज होते. कोळसा, तेल, नैसर्गिक वायू यासारखी खनिज द्रव्ये लक्षावधी वर्षांपासून पृथ्वीवर आहेत.

११) नैसर्गिक संसाधनांचे असमान वाटप :

नैसर्गिक संसाधनांचे वितरण एकसारख्या मार्गाने झालेले नाही. एखाद्या ठिकाणी एखादे विशिष्ट नैसर्गिक संसाधन विपुल प्रमाणावर उपलब्ध असते, तर दुसऱ्या ठिकाणी त्याचा तुटवडा निर्माण झालेला असतो. भारताचा विचार करता झारखंड आणि ओरिसामध्ये कोळसा आढळतो, मात्र पंजाब व हरियाणामध्ये कोळसा अजिबात आढळत नाही. राजस्थानमध्ये पाण्याच्या स्त्रोतांचा तुटवडा आहे, तर खनिजतेल भारताच्या विशिष्ट प्रदेशातच आढळते. जगाचा विचार करता मध्य पूर्वेत तेलाचे साठे विपुल आहे. मात्र, जगाच्या इतर भागात तेलाचे साठे आढळत नाही. ही परिस्थिती विशिष्ट प्रदेशात उपलब्ध होणाऱ्या नैसर्गिक संसाधनांचा अतिरीक्त वापर होण्यास कारणीभूत ठरते.

१२) तांत्रिक आणि औद्योगिक विकास :

तांत्रिक आणि औद्योगिक विकासातून नैसर्गिक संसाधनांच्या वापराचे अनेक नवनवीन मार्ग उपलब्ध होतात. औद्योगिकीकरणातून मोठ्या प्रमाणावर उत्पादन घडून येते. म्हणजेच अल्प कालावधीत जास्तीतजास्त

वस्तूंची निर्मिती औद्योगिकी करणामुळे घडून येते यातून खनिजे, कोळसा, पेट्रोल आणि पेपर व लाकूड यासारखी संसाधने यांचा वापर जलद गतीने वाढतो.

औद्योगिकीकरण, खाणकाम, शहरीकरण, अतिरिक्त लोकसंख्या अशा अनेक कारणांमुळे पर्यावरणाचा ऱ्हास होत आहे. या सर्व घटकांचे स्पष्टीकरण वरील प्रमाणे करता येईल.

४.३.३ पर्यावरण ऱ्हासाचे मानवी जीवनावरील परिणाम :

सजीवांना जगण्यासाठी शुध्द हवा, पाणी, अन्न, निवारा या गोष्टींची नितांत गरज असते. हे पर्यावरणातील घटक शुध्द असतील तर सजीवांचे आरोग्यही चांगले असेल आणि जर हे घटक अशुध्द असतील तर साहजिकच सजीवांचे आरोग्यही बिघडते. जसजशी लोकसंख्या वाढत गेली प्रदूषण वाढत गेले. तसतसे मानवी जीवनाचे आरोग्य बिघडत गेले. तसेच मानवी आरोग्याच्या असंख्य समस्या निर्माण झाल्या. पर्यावरणाचा ऱ्हास होत असल्याने मानवी जीवनावर प्रतिकूल परिणाम होत आहे. ते पुढील मुद्दयांच्या आधारे स्पष्ट करता येईल :

१) **हवेचे प्रदूषण** :

हवा प्रदूषणाचे मानवाप्रमाणे प्राणी, वनस्पती यावरही परिणाम होतात. गंधक, भस्मे व त्यांची संयुगे यांच्या उत्सर्जनामुळे अनेक हायड्रोकार्बन संयुगे, ज्वलनामुळे होणारी संयुगे वातावरणात शिरतात. त्याचा मानवी शरीरावर दुरगामी परिणाम होऊन कर्करोगासारखे गंभीर रोग होतात. कार्बन मोनाक्साईडचा परिणाम मानवाच्या रक्तातील हिमोग्लोबिनवर होतो. त्यामुळे मानसिक स्वास्थ बिघडते. ॲल्युमिनिअम फॉस्फेट व ॲल्युमिनिअमची धूळ मानवी शरीरात साठली तर मेंदूत विकृती येते. हाडातील कॅल्शियमचे प्रमाण कमी होते. यकृत पेशींचे कार्य मंदावते, रक्तक्षय होतो व पॅरामॉथराइड ग्रंथीच्या कामात बिघाड होतो.

२) **जल प्रदूषण** :

विविध रासायनिक औषधी कारखाने, साखर उद्योग, कापड उद्योग, ताग उद्योग इत्यादींमुळे तयार होणारी टाकाऊ विषारी द्रव्ये पाण्यात जाऊन पाणी प्रदूषित होते. त्यामुळे कावीळ, त्वचारोग यासारखे रोग होतात. समुद्रातील पाण्यावरील तेलाचे तरंग सागरातील जलचरांच्या प्राणाला धोका पोहोचवितात. औष्णिक प्रदूषणामुळे वाफेची क्रिया वाढून पाण्याची क्षारता वाढते. तसेच किरणोत्सर्गाचा धोका मोठ्या प्रमाणात निर्माण होतो. सोडियम, पारा, तांबे, क्रोमियम सायनाइड ही द्रव्ये वेगवेगळ्या कारखान्यांच्या प्रक्रियातून पाण्यात सोडली जातात. हे पाणी जे लोक वापरतात त्यांना वेगवेगळे रोग जडतात.

३) **आम्लपर्जन्य** :

वातावरणात शिरणाऱ्या सल्फर, नायट्रोजन व कार्बन यांच्या संयुगांचा बाष्प व प्राणवायू यांच्याशी संयोग होऊन सल्फर डायऑक्साइड तयार होते. सल्फर डायऑक्साईड व बाष्प यांच्या संयोगाने सौम्य सल्फ्युरिक आम्ल तयार होते. ही आम्ले पावसाच्या पाण्यातून जमिनीवर पडल्यास त्याला आम्ल पर्जन्य असे म्हणतात. आम्ल पर्जन्यामुळे वनसंपदा व इतर सजीवांवर हानीकारक परिणाम होतो. आम्लयुक्त जमिनीच्या कस कमी होतो व ही जमीन शेतीसाठी निरुपयोगी ठरते. आम्लयुक्त पाणी प्यायल्यामुळे सरोवराकाठी राहणाऱ्या माणसांना पचन संस्थेचे रोग जडतात. तसेच आम्ल पर्जन्यामुळे बांधकामाचीही हानी होते.

४) **कीटकनाशके** :

विविध प्रकारची कीटकनाशके ही शेती उद्योगात वापरली जातात. त्यांचा विपरीत परिणाम मानवी आरोग्यावर होतो. कारण शेती उद्योगात वापरली जाणारी कीटकनाशके ही काही प्रमाणात अन्नधान्ये, भाजीपाला यामध्ये

शोषली जातात. तेथे ती साठून राहतात आणि नंतर अन्न साखळीद्वारे मानवाच्या शरीरात जातात आणि मानवाला विविध प्रकारचे आजार उद्‌भवतात.

५) दूषित अन्न :

पर्यावरणाच्या विविध घटकांमुळेच अन्न दूषित होते व त्याचे मानवी जीवनावर विपरीत परिणाम होतात. दूषित अन्न मानवी शरीरात गेल्याने मळमळणे, उलट्या, अपचन असे आजार ओढवतात. प्रसंगी मृत्यूला सामोरे जावे लागते.

६) पर्यावरणीय अपघात :

पर्यावरणीय अपघातांमध्ये आण्विक अपघात, भोपाळ वायू दूर्घटना, लंडन दुर्घटना इत्यादींचा समावेश होतो. आण्विक अपघातामधून किरणोत्सर्ग बाहेर पडतो. त्यामुळे कर्करोगासारखे महाभयंकर रोग होतात. भोपाळ वायू दुर्घटनेमुळे हजारो लोकांना आपल्या प्राणास मुकावे लागले तर कित्येक जण अजूनही त्याचे दुष्परिणाम भोगत आहेत. लंडनमधील दुर्घटनेत धूर व धुके यांचा संयोग होऊन धूरके निर्माण झाले. त्यावेळी ४००० हून अधिक लोक मृत्युमुखी पडले.

७) वातावरणातील बदल :

वेगवेगळ्या ऋतुंनुसार वातावरणात बदल होत असतात. त्यामुळे संसर्गजन्य व असंसर्गजन्य असे दोन्ही रोग उद्‌भवतात. पावसाळ्यात वातावरणातील बदलाने सर्दी, त्वचेचे रोग, डोळे येणे, खोकला यासारखे संसर्गजन्य रोग पसरतात. कोंदट वातावरणात रोगांचा फैलाव अधिक होतो.

८) ओझोनच्या थराचा क्षय :

स्थितांबरामधील ओझोन थराचा क्षय झाल्याने त्याचा परिणाम मानवी जीवनावर होतो. ओझोनच्या थरांचा क्षय झाल्याने तापमान वाढून त्वचेच्या कॅन्सरचे प्रमाण वाढते. विषाणूंविरुध्द लढण्याची शरीराची प्रतिकारशक्ती कमी होते. अन्नाचे उत्पादन घटते, शेतीतील कोबी, फ्लॉवर, सोयाबीन, टोमॅटो या पिकांवर वाईट परिणाम होतो. अतिनील किरणांमुळे मानवाला त्वचेचा कर्करोग आणि मोतीबिंदू या सारखे विकार जडतात. रक्ताभिसरणात बिघाड निर्माण होतो तसेच विशिष्ट पेशींची अनियंत्रित वाढ होते.

४.३.४ पर्यावरण संवर्धनाचे उपाय :

समूह शाश्वततेच्या दृष्टीने नैसर्गिक संसाधनांचे संरक्षण करणे आवश्यक आहे. जंगले, नैसर्गिक वायू, तेल, पेट्रोल यासारख्या नैसर्गिक संसाधनांचा होणारा ऱ्हास ही आजच्या काळातील एक मोठी समस्या आहे. लोकसंख्या वाढीमुळे नैसर्गिक संसाधनांचा अतिरिक्त व अयोग्य होणारा वापर हे नैसर्गिक संसाधनांच्या ऱ्हासाचे प्रमुख कारण आहे.

१) पाणी :

पाणी हे एक महत्त्वाचे नैसर्गिक संसाधन असून सक्त नियम आणि उपाययोजना याद्वारे त्याचे संवर्धन केले जाऊ शकते. पाण्याचा होणारा अपव्यय टाळण्यासाठी पाण्याचा जपून वापर करण्याबाबत प्रशिक्षण व माहिती पुरवून लोकांना त्याबात जागरूक केले जाऊ शकते. लोकांनी गाडी धुण्यासाठी तसेच स्वयंपाकी भांडी स्वच्छ करण्यासाठी पाण्याचा जपून वापर करावा. याबाबत लोकांना जेव्हा माहिती पुरविली जाईल, तेव्हा लोक पाण्याची बचत करण्यासाठी प्रवृत्त होतील. त्यामुळे हा पर्यावरण रक्षणाचा व पाण्याचा दुरुपयोगावर नियंत्रण प्रस्थापित करण्याचा एक साधा-सोपा मार्ग आहे.

२) तांत्रिक शोध :

तांत्रिक शोधामुळे संसाधनांच्या कार्यक्षमतेत वाढ होते. तसेच त्यांचा वापर आणि पुर्ननिर्मिती करणे सुलभ बनते. तांत्रिक शोधाद्वारे खाणीतून लोखंड बाहेर काढताना त्याचा अपव्यय टाळता येऊ शकतो.

तसेच त्याची योग्य साठवणूक केली जाऊ शकते. त्याचप्रमाणे नवीन तंत्रांचा वापर करून तेल विहिरीतून जास्तीतजास्त प्रमाणावर खनिजतेल बाहेर काढता येऊ शकते. तेलाचा अपव्यय यातून टळतो. तेलाचा पुरवठा अधिक कार्यक्षमपणे होऊ शकतो म्हणजेच संसाधनांचा वापर तांत्रिक पद्धतींद्वारे केल्यास त्यांचा अपव्यय टाळता येतो.

३) पर्यायी पद्धती :

ज्या संसाधनांचा मोठ्या प्रमाणावर तुटवडा निर्माण होतो अशा संसाधनांच्या बाबतीत नवीन पर्यायांचा शोध घेणे व संसाधनांचा तुटवडा कमी करणे शक्य होऊ शकते. त्यामुळे संसाधनांचे असे पर्यायी स्रोत निर्माण करण्याच्या पद्धती विकसित करणे आवश्यक आहे. बांधकाम करताना काँक्रिट ऐवजी रचनात्मक खांबांचा वापर, फायबरचा वापर तसेच ॲल्युमिनियम ऐवजी तांब्यांचा वापर यासारखे पर्यायी मार्ग उपलब्ध करता येऊ शकतात. यातून संसाधनांचा तुटवडा कमी होऊ शकेल.

४) पुनर्निर्मिती घडवून आणणारे तांत्रिक बदल :

पुनर्निर्मिती (Recycling) घडवून आणण्याचा प्रक्रियेत तांत्रिक बदल निर्माण केल्यास नैसर्गिक संसाधनांची कार्यक्षमपणे साठवणूक करता येईल. तांब्याच्या पुर्नवापराबाबत घडवून आणलेले तांत्रिक बदल हे यासंदर्भातील एक उदाहरण सांगता येईल. याद्वारे तांब्याचा कार्यक्षमपणे वापर करणे शक्य झाले आहे. कारण तांब्याचा दुहेरी वापर पुर्ननिर्मिती प्रक्रियेद्वारे शक्य होतो. एकदा वापरात आणलेले संसाधन पुन्हा नव्याने पहिल्यासारखे वापरात आणता यावे, यासाठी त्यावर तांत्रिक प्रक्रिया करणे आवश्यक असते. यातून कचरा जास्त निर्माण होत नाही. याचा पर्यावरणास व उद्योगास दोन्ही घटकांना फायदा होतो.

५) मृदेची जपणूक :

मृदा हे लक्षावधी वर्षांपासून आपल्या उपयोगात येणारे एक बहुमूल्य नैसर्गिक संसाधन आहे. त्यामुळे मृदेचा योग्य प्रकारे वापर करणे आवश्यक आहे. मृदेची जपवणूक करण्यासंदर्भात दोन मार्ग वापरले जाऊ शकतात.

अ) मृदेची झीज कमी करणे.

ब) मृदेची उत्पादकता पुन्हा नव्याने निर्माण करणे.

याद्वारे मृदेचे संवर्धन केले जावू शकते. मृदेची धूप घडवून आणणाऱ्या घटकांवर नियंत्रण ठेवणे आवश्यक आहे.

६) सामाजिक जंगले :

खेड्यांमध्ये लोक लाकडाचा इंधन म्हणून वापर करतात. मात्र, वृक्षांची लागवड करण्यावर देखील भर देतात. त्यामुळे खेड्यांत वृक्षांचे प्रमाण अधिक असते. खेड्यांप्रमाणेच फूटपाथच्या भोवती, रस्त्यांच्या कडेला, रेल्वे रुळाच्या बाजुला, बंधाऱ्यांचा सभोवताली, तसेच जेथे रिकामी जागा असते त्याच्या सभोवताली वृक्षांची लागवड करणे आवश्यक आहे. शासनाने वृक्षांच्या लागवडीबाबत पुढाकार घ्यावा. वृक्षांची मोठ्या प्रमाणावर लागवड झाल्यास सामाजिक जंगले निर्माण होतील व त्यांचा वापर इंधन, फळे, लाकूड यांसारख्या गरजा पूर्ण करण्यासाठी होऊ शकेल.

७) समुद्राच्या पाण्याचे शुद्धीकरण :

समुद्राचे पाणी हे क्षारयुक्त असते. त्यामुळे ते वापरात आणले जात नाही मात्र, समुद्राच्या पाण्याचे शुद्धीकरण घडवून आणून त्यातील क्षार कमी केले जावू शकतात. सौरऊर्जेचा वापर करून समुद्राच्या पाण्याचे शुद्धीकरण घडवून आणले जाऊ शकते व शुद्धपाण्याचा चांगल्या प्रकारे वापर केला जाऊ शकतो.

भारतात गुजरातमधील भावनगर व राजस्थानमधील छुरू या ठिकाणी समुद्राच्या पाण्यावर प्रकिया करणाऱ्या यंत्रणा आहेत.

८) अतिरिक्त वापरावर नियंत्रण :

नैसर्गिक संसाधनांच्या अतिरिक्त वापरामुळे त्यांचा ऱ्हास घडून येतो. त्यामुळे या अतिरिक्त वापरावर नियंत्रण प्रस्थापित करणे आवश्यक आहे. पाण्याचा आवश्यकतेपेक्षा जास्त वापर केल्यास त्याचा तुटवडा निर्माण होणे साहजिक आहे. भारतात पाण्यांची गळती होऊन तसेच पाईपलाईन योग्य प्रकारे निर्माण न केल्याने पाण्याचा अपव्यय घडून येतो. तसेच जल सिंचनाची प्रकिया योग्य प्रकारे न राबविल्यास देखील पाण्याचा अपव्यय होतो. त्यामुळे पाण्याच्या अतिरिक्त वापरावर नियंत्रण प्रस्थापित करणे आवश्यक आहे.

९) जलसंवर्धनाच्या आधुनिक पद्धती :

जलसंवर्धनासाठीच्या आधुनिक पद्धतींचा अवलंब करणे आवश्यक आहे. या संदर्भात आंघोळीच्या शॉवरचे उदाहरण देता येईल. पूर्वीच्या शॉवरद्वारे पाण्याचा मोठ्या प्रमाणावर अपव्यय होत असे. त्यामुळे आजच्या काळात पाण्याचा रास्त स्वरूपात वापर होवू शकेल अशी शॉवर्स निर्माण करण्यात आली आहेत तसेच आंघोळीसाठी वापरलेल्या पाण्याचा पुन्हा दुसऱ्या कार्यासाठी वापर करता यावा यासाठी ग्रे-वॉटर कलेक्शन व्यवस्था घरांमध्ये निर्माण करण्यावर भर दिला जातो. याद्वारे पाण्यावर प्रक्रिया करून ते वापर योग्य बनविले जाते.

१०) कागदांचा मर्यादित वापर व पुनर्निर्मिती :

कागदांच्या वापर कमी करणे, तसेच एकदा वापरलेल्या कागदांची पुनर्निर्मिती किंवा पुनर्वापर (Recycling) करणे याद्वारे देखील संसाधनांच्या तुटवड्यावर मात करता येऊ शकते. त्यामुळे कागदांवर प्रक्रिया करणारे व कचरा कमी करण्यास मदत करणारे उद्योग निर्माण करणे आवश्यक आहे. कागदांचा अपव्यय टाळण्यासाठी पर्यायी मार्ग म्हणून कपड्याचा वापर करता येऊ शकतो. कागदांचा अपव्यय टाळण्यासाठी आधुनिक काळात उद्योग आपले व्यवहार संगणकांच्या आधारे करण्यावर भर देतात. तसेच कागदांचा व प्लॅस्टिकचा वापर केल्यावर त्यांची योग्य प्रकारे साठवणूक करून ठेवणे आवश्यक आहे. जेणेकरून त्या साठविलेल्या कचऱ्याचा पुनर्निर्मितसाठी वापर केला जाऊ शकेल.

११) विजेचे संवर्धन :

लाईट्स आणि विद्युत उपकरणे वापर झाल्यानंतर बंद करणे आवश्यक आहे. विजेपासून प्रकाश निर्माण करण्याऐवजी जास्तीतजास्त प्रमाणावर नैसर्गिक प्रकाशाचा वापर करावा. यातून विजेची अधिक प्रमाणावर बचत होऊ शकेल. संगणकांचा वापर करून झाल्यावर ते व्यवस्थित बंद करावेत. तसेच विजनिर्मिती करणाऱ्या कंपन्यांना पुनर्विनिकरण स्त्रोतांचा वापर करण्यासाठी प्रोत्साहन द्यावे. विजेचा अपव्यय टाळण्यातून विजेचा तुटवडा कमी करता येईल.

१२) गॅस व पेट्रोलियम पदार्थांचे संवर्धन :

गॅस आणि पेट्रोलियम पदार्थांचे संवर्धन करण्यासाठी या नैसर्गिक स्रोतांवरील अवलंबित्व कमी करावे. त्याऐवजी स्थानिक स्रोतांचा वापर करण्यावर भर द्यावा. खासगी वाहनांचा वापर करण्याऐवजी सार्वजनिक वाहतूक सुविधांचा वापर करण्यावर भर द्यावा. संकरित किंवा ऊर्जेवर चालणाऱ्या वाहनांचा वापर करण्यावर भर द्यावा. गॅसचा अमर्यादित वापर करण्याऐवजी त्यास पर्यायी अशा परंपरागत इंधन स्रोतांचा वापर करावा. यातून नैसर्गिक संसाधनांचे संवर्धन होऊ शकेल.

४.४ नैसर्गिक संसाधनांचा ऱ्हास :

नैसर्गिक संसाधनांचा ऱ्हास भयंकर दराने घडून येत आहे. वाढती लोकसंख्या व संसाधनांचा अतिरिक्त वापर, शेती, उर्जा निर्मिती उद्योग व दैनंदिन जीवनमानात संसाधनांचा कच्चा माल म्हणून वाटणारा वापर यामुळे नैसर्गिक संसाधनांचा ऱ्हास वेगाने होत आहे. खनिज तेल, लाकूड, पाणी आणि पोषक मुद्दा हि जगात सर्वत्र प्रमाणावर वापरली जाणारी नैसर्गिक संसाधने आहे. कोळश्यासारख्या काही नैसर्गिक संसाधनांचा वापर तर मर्यादेच्या पलीकडे होताना दिसतो. त्यामुळे पृथ्वीवील जी नैसर्गिक संसाधने आहेत, ती पूर्णपणे समाप्त होवू नये यासाठी बहुसंख्य लोकांनी संसाधनांचा वाजवी वापर करणे आवश्यक आहे.

४.४.१ अर्थ :

नैसर्गिक साधनसंपत्तीचा ऱ्हास म्हणजे पृथ्वीवरील मर्यादित कच्चा माल आणि ऊर्जा स्त्रोत यांचा नैसर्गिक भरपाईपेक्षा जास्त प्रमाणात वापर करणे. त्यात खनिजे, जीवाश्म इंधन, गोडे पाणी, जंगले, शेती योग्य जमीन आणि जैवविविधता यासारख्या महत्त्वाच्या घटकांचा समावेश आहे. मानवी क्रियाकलाप प्रामुख्याने औद्योगीकरण, लोकसंख्या वृद्धी आणि शाश्वत उपभोग पद्धती या संसाधनांच्या ऱ्हासास गती देतात. अत्याधिक शोषण, जंगलतोड, प्रदूषण आणि अनियंत्रित उत्खननाच्या पद्धतींमुळे नैसर्गिक संसाधने संपुष्टात येतात किंवा त्यांचा ऱ्हास होतो, वर्तमान आणि भविष्यातील पिढ्यांसाठी त्यांची उपलब्धता धोक्यात येते.

४.४.२ नैसर्गिक संसाधनाच्या ऱ्हासास कारणीभूत ठरणारे घटक :

नैसर्गिक संसाधनांच्या ऱ्हासास कारणीभूत ठरणाऱ्या घटकांची माहिती पुढील मुद्द्यांच्या आधारे जाणून घेता येईल.

१) रासायनिक खतांचा व किटकनाशकांचा वापर :

पिकांचे संरक्षण होण्यासाठी व वाढ होण्यासाठी रासायनिक खतांचा व किटकनाशकांचा वापर काहीसा उपयुक्त आहे. मात्र, यातून काही भयंकर परिणाम समोर येतात. ते पुढीलप्रमाणे :

i) मृदेतील पोषक तंतूचे विघटन होणे किंवा नाश होणे.

ii) जमिनी अंतर्गत असणारे पाण्याचे स्रोत दुषित होणे.

iii) जैव व्यवस्थेतील जलचरांचे जीवन नष्ट होणे इ.

२) खाणकाम :

खाणकाम विषयक क्रिया या खाणीतील खनिजे बाहेर काढतात. याचा संबंधित ठिकाणाच्या भुप्रदेशावर विपरीत परिणाम होतो. खाणीतून हि खनिजे काढताना खोदकाम केले जाते. मोठमोठाले स्फोट घडवून आणले जातात. यातून पाणी दूषित होणे, जमीन निरुपयोगी बनणे, हवेचे प्रदूषण होणे, जमीन ओसाड बनणे असे नकारात्मक परिणाम समोर येतात. खाणकाम सारख्या क्रिया घडवून आणल्यामुळे मृदेची प्रतवारी ढासळते. गोव्याचे उदाहरण यासंदर्भात देता येईल. या ठिकाणी जमिनी अंतर्गत असणारे मँगनीज बाहेर काढण्यासाठी जमिनीचे खोदकाम केले जाते. त्यामुळे ही जमीन निरुपयोगी बनते. मृदेतील पोषक तत्त्वे नष्ट होतात. त्यामुळे खाणकाम हे नैसर्गिक संसाधनांच्या ऱ्हासास कारणीभूत ठरते.

३) औद्योगिकीकरण :

वस्तूची निर्मिती करण्यासाठी किंवा सेवांचा पुरवठा करण्यासाठी उद्योगांची निर्मिती केली जाते. खनिजे, शेती उत्पादके आणि जंगल संसाधने यांचा उद्योगांसाठी कच्चा माल म्हणून वापर केला जातो. उत्पादन निर्मितीसाठी लागणाऱ्या उर्जेची निर्मिती करण्यासाठी खनिज तेलांचा वापर केला जातो. तसेच पाणी हे

बहुतांश उद्योग प्रक्रियांसाठी मोठ्या प्रमाणावर वापरले जाते. याचा परिणाम नैसर्गिक संसाधनांचा ऱ्हास घडून होण्यावर होतो. उद्योगाची इमारत, कार्यालये, रस्ते, घरे यांची उभारणी करण्यासाठी जमिनीचा देखील औद्योगिकीकरणात मोठा वापर होत असतो. उद्योगातून मोठ्या प्रमाणावर कचरा निर्माण होतो व त्यातून प्रदूषणाचे प्रमाण वाढते. या सर्व बाबी पर्यावरणावर विपरीत परिणाम घडवून आणतात. वाढत्या औद्योगिकीकरणातून नैसर्गिक संसाधनांचा अपव्यय घडून येतो.

४) उर्जा निर्मिती :

वीज निर्मितीच्या प्रक्रियेत बिगर विद्युतशक्ती उर्जेचे विद्युतशक्तीत रूपांतर घडवून आणले जाते. आजच्या काळात कोळसा, अणु, नैसर्गिक वायु व पाण्याच्या लाटा हे उर्जा निर्मितीचे प्रमुख स्रोत मानले जातात. अनेक उद्योगांमध्ये उर्जा निर्मितीसाठी पारंपरिक उर्जा स्रोतांचा देखील मोठ्या प्रमाणावर वापर केला जातो. हे सर्व स्रोत एकदा वापरता आणल्यानंतर संपुष्टात येतात. मोठमोठी धरणे देखील पर्यावरणीयदृष्ट्या जास्त काळ अस्तित्वात राहू शकत नाही त्यांचा देखील ऱ्हास घडून येत असतो. धरणांच्या निर्मितीमुळे भारतात लोकांचे मोठ्या प्रमाणावर विस्थापन घडून आले आहे. धरणांमुळे नदीच्या प्रवाहात बदल घडून येतो. धरणांद्वारे नद्यांचे पाणी अडविल्यामुळे त्यातील नैसर्गिक संसाधनांचा प्रवाहदेखील थांबतो. धरणामुळे गाळ, पौष्टिक तत्वे, मासे एका ठिकाणी साचतात. तसेच नद्यांचा पाण्यात देखील बदल घडून येतात. त्यामुळे उर्जा निर्मितीसाठी सौरउर्जा, पवनउर्जा, भू औष्णिकउर्जा यांसारख्या पर्यायी स्रोतांचा वापर करणे आवश्यक आहे. कारण जी संसाधन एकदा वापरल्याने नष्ट होतात, त्यांचा उर्जा निर्मितीसाठी वापर या संसाधनांच्या ऱ्हासास कारणीभूत ठरतो.

५) शहरीकरण :

शहरी भागातील लोकसंख्येत झालेली वृद्धी ही शहरीकरणासाठी कारणीभूत ठरते. संयुक्त राष्ट्रांच्या आकडेवारीनुसार जगातील ३% लोकसंख्या ही शहरी भागात राहते. यातून शहरीकरणाचा प्रवाह लक्षात येतो. विकास म्हणजे शेतीप्रधान अर्थव्यवस्थेचे उद्योग प्रधान व सेवाप्रधान अर्थव्यवस्थेत होणारी रूपांतर असा अर्थ लावला जातो. त्यामुळे शहरीकरणास चालना प्राप्त होते. लोक रोजगाराच्या संधी व उच्च राहणीमान, जीवनशैली यामुळे शहरांकडे स्थलांतर करतात. शहरी करणातून सामाजिक आर्थिक व पर्यावरणीय समस्या निर्माण होतात. शहरीकरणातून व पर्यावरणीय समस्या निर्माण होतात.

६) वाहनांच्या वापरात वाढ :

अनेक वाहने ही प्रामुख्याने पेट्रोलवर आधारित असतात. त्यामुळे पेट्रोलचा वाढता वापर त्याच्या ऱ्हासास कारणीभूत ठरतो. लोकांच्या वाहतूक विषयक गरजांची पूर्तता करण्यासाठी वाहनांचा मोठ्या प्रमाणावर वापर करणे अपरिहार्य ठरते. बस, रिक्षा, टॅक्सी यासारखी सार्वजनिक वाहतूक साधने, कार, दुचाकी वाहने यासारखी खासगी वाहतूक साधने व ट्रक, टँकर या सारखी औद्योगिक वाहतूक साधने यांच्या संख्येत मोठ्या प्रमाणावर वाढ घडून आली आहे. त्यामुळे वाहनांसाठी जल पुर्नविनीकरण उर्जा स्रोतांचा वापर केला नाही, तर भविष्यकाळात पेट्रोल, डिझेल ही संसाधने पुर्णपणे संपुष्टात येतील.

७) निर्वनिकरण :

मशागतीसाठी जमीन, जनावरांना चरण्यासाठी जमीन, लाकडाची उपलब्धता, धरणांची निर्मिती आणि खाणकाम यासारख्या कारणांमुळे निर्वनिकरण किंवा जंगलतोड घडून येते. दररोज १० एकर जमिनीवर ही वृक्षतोड घडवून आणली जाते. औद्योगिकीकरण व शहरीकरण यात झालेली वाढ ही देखील जंगलावर

अतिरिक्त ताण निर्माण करते. वृक्षलागवडीचे प्रयत्न देखील केले जातात. मात्र, वृक्ष लागवडीचा दर हा वृक्षतोडीच्या दरापेक्षा नगण्य स्वरूपाचा आहे. ही वृक्षतोड पर्यावरणावर अनेक मार्गांनी परिणाम करणारी ठरते. एका उपयुक्त व मौल्यवान नैसर्गिक संसाधनाचा ऱ्हास घडून येतो.

८) जलस्त्रोतांचा ऱ्हास :

उर्जा निर्मितीसाठी पाण्याचा वापर व वाढती जंगलतोड यामुळे पावसाच्या पाण्याचा कसा अपव्यय घडून येतो, हे आपण वर अभ्यासले आहे. यातून पावसाचे पाणी जमिनीत न मुरता वाहून जाते. शहरांमध्ये पाण्याचा होणारा अपव्यय व जलव्यवस्थापनाचा निकृष्ट दर्जा यास कारणीभूत आहे. धरणांच्या निर्मितीमुळे नद्या नैसर्गिक प्रवाहाने वाहत नाही. यामुळे भुगर्भातील पाण्याचे नुतनीकरण घडून येत नाही. पावसाचे पाणी जमिनीत न मुरता ते समुद्रात वाहून गेल्यामुळे भुगर्भातील पाण्याची पातळी कमी होते. तसेच भुगर्भात पाणी निर्माण होण्याचा जो दर आहे, त्यापेक्षा कितीतरी जास्त दराने भुगर्भातील पाण्याचा वापर केला जातो. जागतिक तापमान वाढीमुळे बर्ष वितळून त्यापासून मिळणारे स्वच्छ पाणी देखील समुद्रात मिसळते. त्यामुळे हे पाणी वापरात आणले जावू शकत नाही. एकूणच भुगर्भातील व जमिनीवरील जल स्रोतांचा अपव्यय किंवा ऱ्हास घडवून येताना दिसतो.

९) अतिरिक्त लोकसंख्या :

लोकसंख्या वाढीमुळे अन्न, पाणी, वस्त्र व निवारा याबाबतच्या मागण्यांमध्ये वाढ होते. शहरीकरणाच्या वाढीमुळे ग्राहक उपयोगी वस्तूंच्या वापरात वाढ घडून आली आहे. या सर्व मागण्यांची पुर्तता करण्यासाठी खनिजे, जंगले, खनिजतेल यांसारखी नैसर्गिक संसाधने वापरात आणली जातात. जमीन, खनिजतेल, खनिजे यांसारखी काही नैसर्गिक संसाधने एकदा वापरात आणल्यावर नष्ट होतात. त्यांची पुन्हा निर्मिती करता येत नाही. जंगलासारख्या पुर्ननिर्मिती होवू शकणाऱ्या नैसर्गिक संसाधनांवर देखील प्रचंड ताण पडतो. कारण ज्या प्रमाणात त्यांचा वापर होतो, त्या प्रमाणात त्यांची पुर्ननिर्मिती होत नाही. त्यामुळे अतिरिक्त लोकसंख्या अशी परिस्थिती निर्माण करते, की ज्यात संसाधनांची क्षमता ही त्यांच्या वापरापेक्षा कमी असते. वाढत्या लोकसंख्येच्या अन्नधान्यविषयक गरजा भागविण्यासाठी अधिक जमीन लागवडीखाली आणणे आवश्यक असते. अशी जमीन निर्माण करण्यासाठी जंगलांची तोडणी केली जाते. बि-बियाणे, खते, किटकनाशके यांचा वापर देखील वाढतो. रासायनिक खते व किटकनाशके यांचा वापर दीर्घकाळ पर्यावरणीय परिणाम समोर येतात. मृदेची प्रतवारी कमी होते तसेच पिकांच्या रचनेवर परिणाम घडून येतो. पिण्यासाठी व जल सिंचनासाठी पाणी उपलब्ध व्हावे याकरिता धरणे बांधली जातात. धरणे देखील पर्यावरणास अपाय पोहोचवितात. जलव्यवस्थापन योग्य प्रकारे न केल्यामुळे देखील जमिनीवरील पाण्याचा अपव्यय होतो. थोडक्यात वाढती लोकसंख्या नैसर्गिक संसाधनांचा अपव्यय घडून येण्यास कारणीभूत ठरते.

१०) अतिरिक्त किंवा अयोग्य वापर :

मानवी लोकसंख्येची वाढ, वाढते शहरीकरण व आर्थिक वृद्धी यातून संसाधनांचा अतिरिक्त वापर वाढला आहे. दरडोई आर्थिक वृद्धी ही संसाधनांच्या वापरातील वृद्धी स्पष्ट करते. पृथ्वीची संसाधनांच्या वाढत्या मागण्यांची पुर्तता करण्याची व संसाधनांच्या वापरातून उत्सर्जित होणारे वायू व निर्माण होणारा कचरा यांना सामावून घेण्याची क्षमता मर्यादित आहे. पर्यावरणीय क्षमतेपेक्षा संसाधनांच्या होणाऱ्या मागण्या या कितीतरी पटीने अधिक आहेत. त्यामुळे संसाधनांचा अतिरिक्त वापर केल्याने त्यांचा तुटवडा निर्माण होत आहे. शेतीसाठी जमिनीचा अतिरिक्त वापर करतांना जंगले तोडली जातात. यातून वन्यजिवांची आश्रय रुपाने नष्ट होतात. मृदेचा अतिरिक्त वापर केल्याने तिचे प्रदूषण व झीज होते. कोळसा, तेल, नैसर्गिक

वायू यासारखी खनिज द्रव्ये लक्षावधी वर्षांपासून पृथ्वीवर आहेत. मात्र, त्यांचा जलद वापर हा उर्जा संकट निर्माण करणारा ठरत आहे. विकसित देशांतील तसेच शहरी भागातील उच्च राहणीमानाचा दर्जा व ग्राहक संस्कृती यातून देखील संसाधनांचा अतिरिक्त वापर होत आहे. यातून अधिक घरे, अन्नधान्य, वॉशिंग मशिन, रेफ्रिजेरेटर, संगणक, टेलीव्हिजन सेटस् यांची निर्मिती होते. यासर्व घटकांची निर्मिती करताना नैसर्गिक संसाधनांचा वापर वाढतो. तसेच या निर्मिती प्रक्रियेतून जास्त कचरा बाहेर पडतो. त्यामुळे जर संसाधनांचा याच दराने वापर होत राहिला, तर भविष्यकाळात नैसर्गिक संसाधने उपलब्धच होवू शकणार नाही. त्यांची मागणी व पुरवठा यात मोठी दरी निर्माण होईल.

११) नैसर्गिक संसाधनांचे असमान वाटप :

नैसर्गिक संसाधनांचे वितरण एकसारख्या मार्गाने झालेले नाही. एखाद्या ठिकाणी एखादे विशिष्ट नैसर्गिक संसाधन विपुल प्रमाणावर उपलब्ध असते, तर दुसऱ्या ठिकाणी त्याचा तुटवडा निर्माण झालेला असतो. भारताचा विचार करता झारखंड आणि ओरिसामध्ये कोळसा आढळतो, मात्र, पंजाब व हरियाणामध्ये कोळसा अजिबात आढळत नाही. राजस्थानमध्ये पाण्याच्या स्त्रोतांचा तुटवडा आहे, तर खनिजतेल भारताच्या विशिष्ट प्रदेशातच आढळते. जगाचा विचार करता मध्य पूर्वेत तेलाचे साठे विपुल आहे. मात्र, जगाच्या इतर भागात तेलाचे साठे आढळत नाही. ही परिस्थिती विशिष्ट प्रदेशात उपलब्ध होणाऱ्या नैसर्गिक संसाधनांचा अतिरीक्त वापर होण्यास कारणीभूत ठरते. उपलब्ध नैसर्गिक संसाधनांचा इतरत्र व्यापार करताना त्यास पुरक उद्योग व सेवांची निर्मिती मोठ्या प्रमाणांवर घडून येते संसाधनांचे हे शोषण पर्यावरणाच्या दृष्टीने घातक ठरते. संसाधनांचे असमान वाटप हे राज्य आणि देश यात संघर्ष निर्माण करणारे ठरते. भारतातील कर्नाटक व तामिळनाडू यांतील पाणीवाटप विषयक वाद याचे चांगले उदाहरण आहे. जगाच्या अनेक भागात पाण्यावरून संघर्ष निर्माण झालेला आहे. Tigris-euphrates नदी हे उदाहरण त्यासंदर्भात देता येईल. इराक, इराण व सिरिया हे देश या नदीच्या पाण्याबाबत दावा करतात. मात्र पाण्याची एकूण मागणी ही पुरवठ्याच्या कितीतरी पटीने अधिक आहे.

१२) तांत्रिक आणि औद्योगिक विकास :

तांत्रिक आणि औद्योगिक विकासातून नैसर्गिक संसाधनांच्या वापराचे अनेक नवनवीन मार्ग उपलब्ध होतात. औद्योगिकीकरणातून मोठ्या प्रमाणावर उत्पादन घडून येते. म्हणजेच अल्प कालावधीत जास्तीतजास्त वस्तूंची निर्मिती औद्योगिकी करणामुळे घडून येते यातून खनिजे, कोळसा, पेट्रोल आणि पेपर व लाकूड यासारखी संसाधने यांचा वापर जलद गतीने वाढतो. २० व्या शतकात तांब्याचा जेवढा वापर केला गेला, तेवढा वापर मानवी जीवनाच्या संपूर्ण इतिहासात देखील झाला नाही. तांत्रिक विकासामुळे धरणांची निर्मिती, रस्त्यांची बांधणी, रेल्वे, मेट्रो व विमानांची निर्मिती यासारख्या प्रक्रियेमध्ये मदत होते. मात्र, या घटकांची निर्मिती होताना नैसर्गिक संसाधनांचा मोठ्या प्रमाणावर वापर केला जातो, आणि पर्यावरणास अनेक प्रकारे अपाय पोहोचतो. रस्ते आणि मेट्रो यांची निर्मिती करताना अनेक झाडे तोडली जातात. वृक्षांची तोड झाल्यामुळे हवा प्रदुषणावर नियंत्रण राहात नाही. वाहनांतून बाहेर पडणारा धुर हवेचे प्रदूषण वाढवितो. धरणेदेखील जैविक असमातोल निर्माण करतात. इजिप्तमध्ये नाईल नदीवर बांधलेले अस्वान धरण हे, धरण निर्मितीच्या उद्देशाऐवजी त्याचे नकारात्मक परिणाम कसे समोर येतात याचे स्पष्टीकरण देणारे उत्तम उदाहरण आहे.

४.४.३ नैसर्गिक संसाधनांच्या ऱ्हासाचे परिणाम :

नैसर्गिक संसाधनांच्या ऱ्हासाचे परिणाम खालीलप्रमाणे आहेत :

१) परिसंस्थेत व्यत्यय :

ऱ्हासामुळे परिसंस्थेचा समतोल बिघडतो, तीची लवचिकता आणि विविध जीवन प्रकारांना समर्थन देण्याची क्षमता कमी होते. जंगलतोड, अतिमासेमारी आणि अधिवासांची हानी यामुळे परिसंस्था अस्थिर होते, ज्यामुळे जैवविविधता कमी होते, प्रजाती नष्ट होतात आणि अन्नसाखळी विस्कळीत होते. यामुळे परागण, पाणी शुद्धीकरण आणि पोषक पुनर्विकरण यासारख्या गंभीर परिसंस्थेच्या सेवा धोक्यात येतात, ज्यामुळे त्यांची शाश्वतता कमी होते.

२) हवामान बदलाचा परिणाम :

ऱ्हास हवामान बदल वाढवतो, वाढत्या जागतिक तापमानात योगदान देतो आणि हवामानाचे स्वरूप बदलते. जंगलतोड कार्बन सिंक कमी करते, वातावरणातील CO_2 पातळी वाढवते. जीवाश्म इंधन जाळणे हे हरितगृह वायू उत्सर्जन तीव्र करते, हवामान बदलांना गती देते. याचा परिणाम अधिक वारंवार तीव्र हवामानाच्या घटनांमध्ये होतो, समुद्राच्या पातळीत वाढ होते आणि कृषी नमुन्यांमध्ये व्यत्यय येतो. ज्यामुळे अन्न सुरक्षा आणि मानवी वस्ती धोक्यात येते.

३) पाणी टंचाई आणि गुणवत्ता :

जलस्त्रोतांचे अतिशोषण आणि दूषिततेमुळे टंचाई व गुणवत्ता धोक्यात येते. पाण्याचा शाश्वत वापर, प्रदूषण आणि जंगलतोडीमुळे होणारी मातीची धूप गोड्या पाण्याचे स्त्रोत खराब करतात. याचा परिणाम शेती, परिसंस्था आणि मानवी आरोग्यावर होतो. त्यामुळे जलजन्य रोग वाढतात आणि स्वच्छ पाण्याच्या उपलब्धतेवरून संघर्ष सुरू होतो.

४) मातीची झीज आणि सुपीकता कमी होणे :

शाश्वत कृषी पद्धती आणि जंगलतोड मातीची गुणवत्ता खराब करते. मातीची धूप, पोषक तत्वांचे नुकसान आणि वाळवंटीकरणामुळे जमिनीची उत्पादकता कमी होते, ज्यामुळे कृषी उत्पन्नावर आणि अन्नसुरक्षेवर परिणाम होतो. मातीची सुपीकता कमी झाल्यामुळे परिसंस्थेवर परिणाम होतो, अन्नाची कमतरता वाढते आणि जमिनीचा ऱ्हास होतो.

५) जैवविविधता आणि परिसंस्थेच्या सेवांचे नुकसान :

संसाधनांच्या क्षीणतेमुळे जैवविविधता नष्ट होते आणि परिसंस्थेची महत्त्वपूर्ण सेवा प्रदान करण्याची क्षमता धोक्यात येते. कमी होणारी जैवविविधता पर्यावरणीय ताणतणावांच्या विरूद्ध पारिस्थितिक तंत्राची लवचिकता कमकुवत करते तसेच रोग, आक्रमक प्रजाती आणि पर्यावरणीय असंतुलनास त्यांची संवेदनशीलता वाढवते. हा व्यत्यय पीक परागण, कीटक नियंत्रण आणि जमिनीच्या सुपीकतेचि देखभाल यासारख्या महत्त्वपूर्ण सेवांना कमी करतो.

६) आर्थिक अस्थिरता :

नैसर्गिक संसाधनांवर उद्योगांच्या अवलंबनामुळे ऱ्हासातेमुळे आर्थिक आव्हाने निर्माण होतात. लाकूड, मत्स्यपालन आणि खनिजे यासारख्या संसाधनांवर अवलंबून असलेले उद्योग कमी उपलब्धता आणि वाढलेल्या खर्चामुळे त्रस्त आहेत. संसाधनांचा तुटवडा आणि पर्यावरणाची हानी यामुळे आर्थिक नुकसान होते. तसेच आजीविका, उद्योग आणि जागतिक आर्थिक स्थिरता प्रभावित होते.

७) आरोग्यावरील परिणाम :

संसाधनांच्या ऱ्हासामुळे पर्यावरण प्रदूषण होते, ज्याचा मानवी आरोग्यावर विपरीत परिणाम होतो. औद्योगिक क्रियाकलाप, जंगलतोड आणि कचऱ्याची विल्हेवाट यामुळे वायू आणि जलप्रदूषणामुळे श्वसनाचे आजार, जलजन्य आजार आणि इतर आरोग्य समस्या उद्भवतात. दूषित वातावरणाचा मानवी आरोग्यावर परिणाम होतो आणि आरोग्यसेवेचा भार वाढतो.

८) सामाजिक विषमता :

संसाधनांची कमतरता सामाजिक असमानता आणि संघर्ष वाढवते. संपलेल्या संसाधनांवर अवलंबून असलेल्या समुदायांना विस्थापन, उपजीविकेची हानी आणि पर्यावरणीय आपत्तींपासून वाढलेली असुरक्षा यांचा सामना करावा लागतो. संसाधनांचा असमान प्रवेश सामाजिक तणाव वाढवतो आणि दुर्मिळ संसाधनांबाबत संघर्ष निर्माण होऊ शकतो.

९) ऊर्जा असुरक्षितता :

जीवाश्म इंधनासारख्या मर्यादित उर्जा स्त्रोतांवर अत्याधिक अवलंबन ऊर्जा असुरक्षितता वाढवते. ऱ्हास या संसाधनांच्या संपुष्टात येण्यास गती देतो, ज्यामुळे ऊर्जेचा तुटवडा, उच्च किमती आणि ऊर्जेच्या प्रवेशावर भू-राजकीय तणाव निर्माण होतो तसेच जागतिक स्थिरतेवर परिणाम होतो.

१०) सांस्कृतिक वारसा नष्ट होणे :

ऱ्हासामुळे नैसर्गिक साधनसंपत्तीशी निगडित सांस्कृतिक वारसा धोक्यात येतो. निवासस्थानांचा नाश आणि संसाधनांचा ऱ्हास, वडिलोपार्जित जमिनी आणि पारंपारिक ज्ञान यांच्याशी त्यांचा संबंध विस्कळीत झाल्यामुळे स्थानिक समुदायांच्या परंपरा, प्रथा आणि सांस्कृतिक ओळख धोक्यात येत आहे.

४.४.४ नैसर्गिक संसाधनांचे संवर्धन :

समुह शाश्वततेच्या दृष्टीने नैसर्गिक संसाधनांचे संरक्षण करणे आवश्यक आहे. जंगले, नैसर्गिक वायू, तेल, पेट्रोल यासारख्या नैसर्गिक संसाधनांच्या होणारा ऱ्हास ही आजच्या काळातील एक मोठी समस्या आहे. लोकसंख्या वाढीमुळे नैसर्गिक संसाधनांचा अतिरीक्त व आरोग्यपणे होणारा वापर हे नैसर्गिक संसाधनांच्या ऱ्हासाचे प्रमुख कारण आहे. त्यामुळे संसाधनांचा योग्य व कार्यक्षमपणे वापर करणे आवश्यक आहे. मानवी समाज्व्यवस्था संसाधनांच्या तुटवड्याशी अनेक प्रकारे समायोजन साध्य करू शकते. काही अर्थशास्त्रज्ञांच्या मतानुसार तुटवडा हा नाविन्य आणि बदल यांना प्रोत्साहन देणारा ठरतो. जेव्हा काही संसाधनांचा वापर करणे अवघड किंवा खर्चिक बनते, तेव्हा पर्यायी संसाधनांचा शोध घेतला जातो. तसेच संसाधनांचा जपून वापर करण्याची प्रवृत्ती यातून निर्माण होते. संसाधनांच्या तुटवड्यास सौम्य करू शकतील अशा काही घटकांची माहिती पुढील मुद्यांच्या आधारे स्पष्ट करता येईल.

१) पाणी :

पाणी हे एक महत्त्वाचे नैसर्गिक संसाधन असून सक्त नियम आणि उपययोजना याद्वारे त्याचे संवर्धन केले जावू शकते. पाण्याचा होणारा अपव्यय टाळण्यासाठी पाण्याचा जपून वापर करण्याबाबत प्रशिक्षण व माहिती पुरवून लोकांना त्याबात जागरूक केले जावू शकते. लोकांनी गाडी धुण्यासाठी तसेच स्वयंपाकी भांडी स्वच्छ करण्यासाठी पाण्याचा जपून वापर करावा. याबाबत लोकांना जेव्हा माहिती पुरविली जाईल, तेव्हा लोक पाण्याची बचत करण्यासाठी प्रवृत्त होतील. त्यामुळे हा पर्यावरण रक्षणाचा व पाण्याचा दुरुपयोगावर नियंत्रण प्रस्थापित करण्याचा एक साधा-सोपा मार्ग आहे.

२) तांत्रिक शोध :

तांत्रिक शोधामुळे संसाधनांच्या कार्यक्षमतेत वाढ होते. तसेच त्यांचा वापर आणि पुर्ननिर्मिती करणे सुलभ बनते. तांत्रिक शोधाद्वारे खाणीतून लोखंड बाहेर काढताना त्याचा अपव्यय टाळता येवू शकतो. तसेच त्याची योग्य साठवणूक केली जाऊ शकते. त्याचप्रमाणे नवीन तंत्रांचा वापर करून तेल विहिरीतून जास्तीतजास्त प्रमाणावर खनिजतेल बाहेर काढता येवे शकते. तेलाचा अपव्यय यातून टळतो. तेलाचा पुरवठा अधिक कार्यक्षमपणे होवू शकतो. म्हणजेच संसाधनांचा वापर तांत्रिक पद्धतींद्वारे केल्यास त्यांचा अपव्यय टाळता येतो.

३) पर्यायी पद्धती :

ज्या संसाधनांचा मोठ्या प्रमाणावर तुटवडा निर्माण होतो अशा संसाधनांच्या बाबतीत नवीन पर्यायांचा शोध घेणे व संसाधनांचा तुटवडा कमी करणे शक्य होऊ शकते. त्यामुळे संसाधनांचे असे पर्यायी स्रोत निर्माण करण्याच्या पद्धती विकसित करणे आवश्यक आहे. बांधकाम करताना कॉनक्रिट ऐवजी रचनात्मक खांब्यांचा वापर, फायबरचा वापर तसेच ॲल्युमिनियम ऐवजी तांब्यांचा वापर यासारखे पर्यायी मार्ग उपलब्ध करता येवू शकतात. यातून संसाधनांचा तुटवडा कमी होवू शकेल.

४) पुर्ननिर्मिती घडवून आणणारे तांत्रिक बदल :

पुर्ननिर्मिती (Recycling) घडवून आणण्याचा प्रक्रियेत तांत्रिक बदल निर्माण केल्यास नैसर्गिक संसाधनांची कार्यक्षमपणे साठवणूक करता येईल. तांब्याच्या पुर्नवापराबाबत घडवून आणलेले तांत्रिक बदल हे यासंदर्भातील एक उदाहरण सांगता येईल. याद्वारे तांब्याचा कार्यक्षमपणे वापर करणे शक्य झाले आहे. कारण तांब्याचा दुहेरी वापर पुर्ननिर्मिती प्रक्रियेद्वारे शक्य होतो. एकदा वापरात आणलेले संसाधन पुन्हा नव्याने पहिल्यासारखे वापरात आणता यावे, यासाठी त्यावर तांत्रिक प्रक्रिया करणे आवश्यक असते. यातून कचरा जास्त निर्माण होत नाही. याचा पर्यावरणास व उद्योगास दोन्ही घटकांना फायदा होतो.

५) मृदेची जपवणूक :

मृदा हे लक्षावधी वर्षांपासून आपल्या उपयोगात येणारे एक बहुमूल्य नैसर्गिक संसाधन आहे. त्यामुळे मृदेचा योग्य प्रकारे वापर करणे आवश्यक आहे. मृदेची जपवणूक करण्यासंदर्भात दोन मार्ग वापरले जावू शकतात.

i) मृदेची झीज कमी करणे. ii) मृदेची उत्पादकता पुन्हा नव्याने निर्माण करणे.

याद्वारे मृदेचे संवर्धन केले जावू शकते. मृदेची धूप घडवून आणणाऱ्या घटकांवर नियंत्रण ठेवणे आवश्यक आहे.

६) सामाजिक जंगले :

खेड्यांमध्ये लोक लाकडाचा इंधन म्हणून वापर करतात. मात्र, वृक्षांची लागवड करण्यावर देखील भर देतात. त्यामुळे खेड्यांत वृक्षांचे प्रमाण अधिक असते. खेड्यांप्रमाणेच फूटपाथच्या भोवती, रस्त्यांच्या कडेला, रेल्वे रुळाच्या बाजुला, बंधाऱ्यांचा सभोवताली, तसेच जेथे रिकामी जागा असते त्याच्या सभोवताली वृक्षांची लागवड करणे आवश्यक आहे. शासनाने वृक्षांच्या लागवडीबाबत पुढाकार घ्यावा. वृक्षांची मोठ्या प्रमाणावर लागवड झाल्यास सामाजिक जंगले निर्माण होतील व त्यांचा वापर इंधन, फळे, लाकूड यांसारख्या गरजा पूर्ण करण्यासाठी होवू शकेल.

७) समुद्राच्या पाण्याचे शुद्धीकरण :

समुद्राचे पाणी हे क्षारयुक्त असते. त्यामुळे ते वापरात आणले जात नाही मात्र, समुद्राच्या पाण्याचे शुद्धीकरण घडवून आणून त्यातील क्षार कमी केले जावू शकतात. सौरउर्जेचा वापर करून समुद्राच्या

पाण्याचे शुद्धीकरण घडवून आणले जावू शकते व शुद्धपाण्याचा चांगल्या प्रकारे वापर केला जावू शकतो. भारतात गुजरातमधील भावनगर व राजस्थानमधील छुरू या ठिकाणी समुद्राच्या पाण्यावर प्रकिया करणाऱ्या यंत्रणा आहेत.

८) अतिरिक्त वापरावर नियंत्रण :

नैसर्गिक संसाधनांच्या अतिरिक्त वापरामुळे त्यांचा ऱ्हास घडून येतो. त्यामुळे या अतिरिक्त वापरावर नियंत्रण प्रस्थापित करणे आवश्यक आहे. पाण्याचा आवश्यकतेपेक्षा जास्त वापर केल्यास त्याचा तुटवडा निर्माण होणे साहजिक आहे. भारतात पाण्यांची गळती होऊन तसेच पाईपलाईन योग्य प्रकारे निर्माण न केल्याने पाण्याचा अपव्यय घडून येतो. तसेच जल सिंचनाची प्रकिया योग्य प्रकारे न राबविल्यास देखील पाण्याचा अपव्यय होतो. त्यामुळे पाण्याच्या अतिरिक्त वापरावर नियंत्रण प्रस्थापित करणे आवश्यक आहे.

९) जलसंवर्धनाच्या आधुनिक पद्धती :

जलसंवर्धनासाठीच्या आधुनिक पद्धतींचा अवलंब करणे आवश्यक आहे. या संदर्भात आंघोळीच्या शॉवरचे उदाहरण देता येईल. पूर्वीच्या शॉवरद्वारे पाण्याचा मोठ्या प्रमाणावर अपव्यय होत असे. त्यामुळे आजच्या काळात पाण्याचा रास्त स्वरूपात वापर होवू शकेल अशी शॉवर्स निर्माण करण्यात आली आहे. तसेच आंघोळीसाठी वापरलेल्या पाण्याचा पुन्हा दुसऱ्या कार्यासाठी वापर करता यावा यासाठी ग्रे-वॉटर कलेक्शन व्यवस्था घरांमध्ये निर्माण करण्यावर भर दिला जातो. याद्वारे पाण्यावर प्रक्रिया करून ते वापर योग्य बनविले जाते.

१०) कागदांचा मर्यादित वापर व पुर्ननिर्मिती :

कागदांच्या वापर कमी करणे, तसेच एकदा वापरलेल्या कागदांची पुर्ननिर्मिती किंवा पुर्नवापर (Recycling) करणे याद्वारे देखील संसाधनांच्या तुटवड्यावर मात करता येवू शकते. त्यामुळे कागदांवर प्रक्रिया करणारे व कचरा कमी करण्यास मदत करणारे उद्योग निर्माण करणे आवश्यक आहे. कागदांचा अपव्यय टाळण्यासाठी पर्यायी मार्ग म्हणून कपड्याचा वापर करता येवू शकतो. कागदांचा अपव्यय टाळण्यासाठी आधुनिक काळात उद्योग आपले व्यवहार संगणकांच्या आधारे करण्यावर भर देतात. तसेच कागदांचा व प्लॅस्टिकचा वापर केल्यावर त्यांची योग्य प्रकारे साठवणूक करून ठेवणे आवश्यक आहे. जेणेकरून त्या साठविवलेल्या कचऱ्याचा पुर्ननिर्मितसाठी वापर केला जावू शकेल.

११) विजेचे संवर्धन :

लाईट्स आणि विद्युत उपकरणे वापर झाल्यानंतर बंद करणे आवश्यक आहे. विजेपासून प्रकाश निर्माण करण्याऐवजी जास्तीतजास्त प्रमाणावर नैसर्गिक प्रकाशाचा वापर करावा. यातून विजेची अधिक प्रमाणावर बचत होवू शकेल. संगणकांचा वापर करून झाल्यावर ते व्यवस्थित बंद करावेत. तसेच विजनिर्मिती करणाऱ्या कंपन्यांना पुर्नविनिकरण स्त्रोतांचा वापर करण्यासाठी प्रोत्साहन द्यावे. विजेचा अपव्यय टाळण्यातून विजेचा तुटवडा कमी करता येईल.

१२) गॅस व पेट्रोलियम पदार्थांचे संवर्धन :

गॅस आणि पेट्रोलियम पदार्थांचे संवर्धन करण्यासाठी या नैसर्गिक स्रोतांवरील अवलंबीत्व कमी करावे. त्याऐवजी स्थानिक स्रोतांचा वापर करण्यावर भर द्यावा. खासगी वाहनांचा वापर करण्याऐवजी सार्वजनिक वाहतूक सुविधांचा वापर करण्यावर भर द्यावा. संकरित किंवा उर्जेवर चालणाऱ्या वाहनांचा वापर करण्यावर भर द्यावा. गॅसचा अमर्यादित वापर करण्याऐवजी त्यास पर्यायी अशा परंपरागत इंधन स्रोतांचा वापर करावा. यातून नैसर्गिक संसाधनांचे संवर्धन होवू शकेल.

४.५ प्रदूषण :

पृथ्वीवरील जीवसृष्टी ज्या विशिष्ट अधिवासात नैसर्गिक परिस्थितीत जगते त्या सर्व पार्श्वभूमीला सामान्यत: पर्यावरण असे म्हटले जाते. पर्यावरणावर सजीवांची निर्मिती, वाढ, रंगरूप, अस्तित्व या गोष्टी अवलंबून असतात. काही वेळा पर्यावरणांमध्ये नैसर्गिक किंवा मानवी कारणांमुळे सजीवांना काही गोष्टी बाधक ठरतात. अशा घटकांना प्रदूषण असे म्हणतात. हवा, पाणी व जमीन यात कायिक, रासायनिक व जैविक बदल घडतात. जे सजिवांना घातक ठरतात त्यास प्रदूषण असे म्हणतात. पर्यावरणात निर्माण होणाऱ्या किंवा केल्या जाणाऱ्या अपायकारक पदार्थांना प्रदूषके म्हणतात. या प्रदूषकांमुळे पर्यावरण दूषित होण्याच्या क्रियेला प्रदूषण असे म्हणतात.

४.५.१ अर्थ :

प्रदूषणाला इंग्रजीमध्ये 'Pollution' असे म्हणतात. 'Pollution' हा शब्द 'Pollutus' या लॅटिन शब्दावरून तयार झालेला आहे. 'Pollutus' याचा अर्थ दूषित किंवा अशुद्ध असा आहे. त्यामुळे पर्यावरण प्रदूषण म्हणजे पर्यावरणाचे दूषितीकरण होय. प्रदूषण हे मृदावरण, जलावरण व वातावरण अशा तिन्ही ठिकाणी आढळते. अलीकडच्या काळात लोकसंख्यावाढ, वाढते औद्योगिकीकरण, शहरीकरणामुळे नैसर्गिक साधनसंपत्तीवर ताण पडत आहे. काही साधनसंपत्ती संपुष्टात येत आहे. थोडक्यात मानवाच्या सभोवताली, निसर्गातील विविध घटकांचे मिळून जे पर्यावरण निर्माण झालेले आहे ते काही नैसर्गिक किंवा मानवनिर्मित प्रदूषकांमुळे दूषित होत आहे त्याला 'प्रदूषण' असे म्हणतात.

४.५.२ व्याख्या :

पर्यावरणात निर्माण होणाऱ्या किंवा केल्या जाणाऱ्या अपायकारक पदार्थांना प्रदूषके म्हणतात. या प्रदूषकांमुळे पर्यावरण दूषित होणाच्या क्रियेला प्रदूषण असे म्हणतात. प्रदूषणाच्या व्याख्या पुढीलप्रमाणे :

१) डी. एम. डिक्सन :

"मानवाच्या जागृत व बेसावध क्रियेमुळे तसेच पाळीव जनावरांमुळे पर्यावरणाच्या तात्कालिक व दूरगामी परिणामांमुळे मानवास पर्यावरणाचा आनंद, फायदा पुरेपूर उपलब्ध होत नाही त्यास प्रदूषण असे संबोधले जाते."

२) आर. एफ. दासमन :

"प्रदूषण म्हणजे पर्यावरणातील परिसंस्थेत अपायकारक पदार्थांचा व ऊर्जेचा प्रमाणापेक्षा जास्त संचय होय की जो नाहीसा होत नाही किंवा इतर भागात पसरून तो पर्यावरणास घातक ठरत नाही. त्याच्या मते दूषितके ही अपायकारक असतातच असे मात्र नाही; पण त्यांचे प्रमाण जास्त झाल्यास प्रदूषण निर्माण होते."

३) लॉर्ड केनेट :

"प्रदूषण म्हणजे मानवी शरीरात अपायकारक अशा पदार्थांचा व ऊर्जा साधनांचा पर्यावरणातील प्रचंड प्रमाणात उगम होय."

४.५.३ प्रदूषणाची कारणे :

मानव, प्राणी व वनस्पती यांचे परस्परांशी अतूट नाते आहे. या तीन घटकांच्या सहअस्तित्वाला हवा, पाणी, जमीन, सूर्य प्रकाश, अतिसूक्ष्म जीव, जीवाणू, खनिजे, औषधी झाडे इत्यादी घटकांचाही हातभार लागतो. हे सर्व घटक एकत्रितपणे पर्यावरण तयार करतात. सर्व सजीवसृष्टीला हे पर्यावरण पोषक व तारक होते. या सर्वांच्या प्रमाणांचा नैसर्गिक समतोल असतो. या सृष्टीची निर्मिती, वाढ व नाश ही कार्ये वर्षानुवर्षे अव्याहत चालू आहेत. मानवाने अनेक प्रकारचे शोध लावून मानवी जातीस हे शोध उपकारक केले; पण मानव तरीही असमाधानी व स्वकेंद्रित झाल्याने

त्याने निसर्गाचे विविध प्रकारे शोषण केले. त्याने हवा, पाणी, भूमी यांचे मोठ्या प्रमाणात प्रदूषण केले. यास पुढील घटक जबाबदार आहेत :

१) उद्योगीकरण :

वाढत्या लोकसंख्येमुळे वाढत्या गरजा निर्माण झाल्या, त्या पूर्ण करण्याकरिता विविध वस्तू व सेवा उत्पादित करणारे कारखाने वाढत गेले. विशेषत: कापड, ताग, साखर, रासायनिक औषधे इत्यादी उद्योग संस्था जी टाकाऊ द्रव्ये पाण्यात सोडू लागले त्यामुळे पाण्याचे प्रदूषण झाले. धूर व राख यामुळे हवेचे प्रदूषण झाले. विविध यंत्रांचे आवाज ध्वनिप्रदूषण करत गेले. कारखान्यांची वाढती संख्या गलिच्छ वस्त्या वाढविण्यास कारण झाली. गलिच्छ वस्त्या, मैलापाणी व सांडपाणी यामुळे प्रदूषण जास्त वाढले.

२) लोकसंख्या :

वाढत्या नागरीकरणामुळे लोकसंख्या वाढत गेली. बड्या शहरातून लोकसंख्येची घनता वाढली. टोलेजंग उंच इमारती, वाहनांची वाढती संख्या, पाणीपुरवठ्याच्या सोयींची कमतरता, अपुरे वायूविजन, अपुरा सूर्यप्रकाश, कारखान्यातून बाहेर पडणारे दूषित पदार्थ इत्यादीचा परिणाम वाढत्या प्रदूषणात झाला. कोलकत्ता, मुंबई, चेन्नई, पुणे, बंगलोर, दिल्ली या महानगरांतून अनधिकृत झोपड्या, बांधकामे वाढत गेली. परिणामी, प्रदूषण वाढले.

३) जंगलतोड :

उद्योग संस्थांना आवश्यक असणारा कच्चामाल, औषधी वनस्पती, डिंक, लाख, बांबू, गवत, इमारती लाकूड (साग, शिसव) इत्यादीकरिता जंगलातील वृक्षांची तोड वर्षानुवर्षे सातत्याने होत गेली. यामुळे एकूण भूमी क्षेत्रफळात जंगलाचे क्षेत्र २१ टक्क्यांवरून ७ टक्के इतके कमी झाले. जंगलसंपत्ती घटत गेली तशी जमिनीची धूप मोठ्या प्रमाणात वाढली. पर्यावरणाचे संतुलन बिघडविण्यास मानवीवृत्तीच जबाबदार ठरली आहे.

४) शहरीकरण :

औद्योगिकीकरणामुळे प्रत्येक राज्यात विशिष्ट शहरातूनच कारखाने वाढत गेले. औद्योगिक पट्टे (Industrial belts) निर्माण झाले. आज ही शहरे विषारी वायू, धूळ व धूर या समस्यांनी ग्रस्त आहेत. स्वयंचलित यंत्रे व स्वयंचलित वाहने याची भर पडल्याने हवाप्रदूषण, ध्वनिप्रदूषण तीव्र झाले. रोजगारांकरिता बहुसंख्य तरुणांचा लोंढा शहराकडे येत गेला. खेड्यातील शेतीला पूरक उद्योग नसल्याने अनेक लोक शहराकडे स्थलांतरित झाले. अतिरिक्त शहरीकरणातून स्थानिक स्वरूपाच्या प्रदूषण समस्या गंभीर झाल्या. वाढत्या शहरीकरणामुळे पाणीपुरवठा, मैलापाण्याचा निचरा, वाहतूक, वीजपुरवठा, रस्ते सुधारणा व आरोग्यविषयक सुविधा या सर्वांवर प्रचंड ताण पडून प्रदूषण समस्या वाढली.

५) वाहतूक व इंधन :

विविध उत्पादन घटकांची गतिक्षमता वाहतुकीवर अवलंबून असते. देशांतर्गत व आंतरराष्ट्रीय बाजारपेठा जशा विस्तार पावतात तशी रेल्वे, विमान, मोटर वाहतूक इत्यादी साधने वाढत जातात; पण त्याचबरोबर या वाहनांकडून मोठ्या प्रमाणात इंधन ज्वलन होते. मोठ्या प्रमाणात वीज, वाफ, पेट्रोल, डिझेल यांसारख्या ऊर्जांची (energy) गरज वाढते. वाहतूक जशी वाढते तसे धूळ, धूर या स्वरूपात हवेचे प्रदूषण वाढत जाते. वाहनांचे कर्कश आवाज प्रदूषणात भर पाडतात. कारखान्यांचा इंधनाचा वापरसुद्धा हवेच्या प्रदूषणात भर टाकतो. वाहतूक साधनांचे सांडले गेलेले तेल, इतर द्रव्ये जमीन प्रदूषण करतात. नद्या, समुद्र यात सांडले गेलेले तेल, टाकाऊ द्रव्ये पाण्याचे प्रदूषण वाढवितात. अनेक नद्यांच्या काठावर धार्मिक स्वरूपाची कर्मकांडे केली जातात, अस्थिविसर्जन केले जाते. कुंभमेळ्याच्या वेळी मृतदेह, जनावरे नदीच्या पाण्यात विसर्जित केली जातात. गंगा नदीवर अनेक ठिकाणी धरणे, कालवे, प्रकल्प जलसिंचनाकरिता अशास्त्रीय पद्धतीने उभारले गेल्याने गंगा नदीचे प्रदूषण वाढले.

६) रासायनिक खते व जंतूनाशकाचा वापर :

जगाची लोकसंख्या वेगाने वाढत असून, अन्नाची गरजही वाढत आहे. या वाढत्या लोकसंख्येची अन्नाची गरज भागविण्यासाठी अन्नोत्पादन वाढविणे गरजेचे झाले आहे. यासाठी नवीन तंत्राचा वापर करण्यास सुरुवात झाली असून, उत्पादनवाढीसाठी रासायनिक खतांचा वापर वाढला आहे. त्यासाठी युरिया, पोटॅश, अमोनियम सल्फेट, नायट्रोजनयुक्त खते यांसारखी कृत्रिम खते वापरली जातात. त्यांचा वापर कसा करावा याचे योग्य व पद्धतशीर ज्ञान शेतकऱ्यांना नसल्याने या खतांचा अतिरिक्त वापर केला जातो. त्याचे कृषी परिसंस्थांवर विपरीत परिणाम होतात. त्याचप्रमाणे जंतुनाशके व कीटकनाशके यांच्या वापराच्या बाबतीत घडत आहेत. निसर्गचक्रात अत्यंत महत्त्वाचे असणारे जमिनीतील गांडुळांसारखे प्राणी नामशेष होत जातात. त्यातील विषारी द्रव्ये वनस्पतीद्वारे प्राण्यांच्या शरीरात अन्नसाखळीद्वारे प्रवेश करतात व त्याचे दूरगामी परिणाम घडून येतात.

७) औद्योगिक अपघात :

जगाच्या प्रगत भागात वेगाने होणाऱ्या कारखानदारीचा मानवी जीवनावर अनुकूल परिणाम होत असला तरी त्याचे काही तोटे प्रकर्षाने जाणवू लागले आहेत. यात मुख्यत्वेकरून वायुगळतीसारखे अपघात मानवावर दूरगामी परिणाम करणारे आहेत. रासायनिक उद्योगात वापरले जाणाऱ्या विषारी वायूंची गळती ही त्या कारखान्याच्या परिसरातील लोकांवर परिणाम करते. बहुतांशी भागात औद्योगिक प्रदेश हे मोठ्या शहरात वसले असल्याने हा धोका भयावह बनला आहे. भोपाळ येथील वायुगळतीमुळे अनेक लोक मृत्युमुखी पडले, तर काही कायमचे अपंग झाले. विषारी वायुगळतीच्या वेळी हवेत मिसळून होणाऱ्या प्रदूषणांचे परिणाम वनस्पतीसृष्टीवरही जाणवतात.

८) अणुप्रकल्प :

अणुविद्युतनिर्मिती केंद्रात स्फोट झाल्यास त्यापासून जे किरणोत्सर्जित पदार्थ बाहेर पडतात ते पर्यावरणास घातक ठरतात. मानवावर या किरणोत्सर्जित पदार्थामुळे कॅन्सर, त्वचेचे रोग व इतर अपायकारक परिणाम होतात व ते भावी पिढ्यातही संक्रमित होतात.

९) युद्धे :

दोन देशांतील संघर्ष युद्धाच्या रूपात प्रगट होतो. युद्धामध्ये अणुबॉम्बसारख्या शस्त्रांचा वापर मोठ्या प्रमाणावर होतो. दुसऱ्या महायुद्धामध्ये वापरल्या गेलेल्या अणुबॉम्बच्या हानीचे परिणाम आजही भोगावे लागत आहेत. याचे परिणाम अतिशय दूरगामी असल्याने ते मानवास शाप ठरत आहेत.

१०) कारखानदारी :

आर्थिक विकासाच्या पातळ्या वेगवेगळ्या प्रदेशात वेगवेगळ्या आढळतात. विकसित देश कारखानदारीप्रधान आहेत. प्रदूषण हे मुख्यत्वेकरून मानवी क्रिया व औद्योगिकीकरणाचे फलित आहे. अनेक प्रकारचे कारखाने त्याज्य पदार्थ प्रक्रिया न करता नद्या, ओढे, नाले यात सोडतात. त्यामुळे नद्या प्रदूषित झाल्या आहेत. जलप्रदूषणामुळे जलचर प्राण्यांच्या अस्तित्वावरच परिणाम होऊन पाण्यातील मासे व जलचर प्राणी नष्ट होत आहेत. कारखानदारीमुळे जमीन, पाणी, हवा व ध्वनी प्रदूषण मानवाच्या आरोग्यास घातक बनत आहेत. वायू गळती व आम्ल पर्जन्य ही औद्योगिकीकरणाची समस्याही जगाच्या काही भागात भेडसावत आहे.

४.५.४ प्रदूषणाचे परिणाम :

मानवी आरोग्य, अर्थव्यवस्था आणि पर्यावरणावर प्रदूषणाचा व्यापक आणि गंभीर परिणाम होतात, त्यापैकी काही पुढीलप्रमाणे आहेत :

१) मानवी आरोग्यावर परिणाम :

प्रदूषणामुळे मानवी आरोग्यावर लक्षणीय प्रतिकूल परिणाम होतात, ज्यामुळे श्वसन समस्या, हृदय व रक्तवाहिन्यासंबंधी रोग आणि इतर विविध आजार होतात. वायू प्रदूषण हे दमा आणि ऍलर्जी वाढवू शकते, फुफ्फुसाच्या कर्करोगाचा धोका वाढतो आणि श्वसन संक्रमणास कारणीभूत ठरू शकतो. जलप्रदूषणामुळे गॅस्ट्रोइंटेस्टाइनल समस्या, त्वचा रोग आणि हानिकारक रसायने, कीटकनाशके व जड धातूंच्या संपर्कात येऊ शकते. स्वच्छ पाणी आणि स्वच्छता सुविधांपर्यंत मर्यादित प्रवेश असलेल्या समुदायांमध्ये गंभीर आरोग्य धोके निर्माण होतात.

२) पर्यावरणाचा ऱ्हास :

प्रदूषणामुळे पर्यावरणाचा ऱ्हास होतो, परिसंस्था विस्कळीत होते आणि जैवविविधता कमी होते. घातक रसायने आणि प्रदूषकांच्या संचयामुळे होणारे माती प्रदूषण, जमिनीची सुपीकता, कृषी उत्पादकता आणि वनस्पतींच्या वाढीवर परिणाम करते. जलप्रदूषण जलीय परिसंस्था दूषित करते, ज्यामुळे माशांची संख्या कमी होते, अधिवास नष्ट होतात आणि अन्नसाखळी विस्कळीत होते. प्रदूषणामुळे सागरी जीवसृष्टी, प्रवाळ खडक आणि संवेदनशील अधिवासांनाही हानी पोहोचते, ज्यामुळे पर्यावरणातील एकूण संतुलन धोक्यात येते.

३) वन्यजीवांचे नुकसान :

प्रदूषणामुळे वन्यजीवांसाठी एक महत्त्वपूर्ण धोका निर्माण होतो, ज्यामुळे त्यांचे अधिवास, अन्न स्त्रोत आणि पुनरुत्पादन पद्धतींवर परिणाम होतो. रासायनिक प्रदूषक, जसे की कीटकनाशके आणि औद्योगिक कचरा, वातावरणात जमा होऊ शकतात आणि प्राण्यांच्या ऊतींमध्ये जैवसंचय होऊ शकतात. ज्यामुळे प्रजनन विकार, विकासात्मक विकृती आणि लोकसंख्या घटते. प्लॅस्टिक प्रदूषण सागरी जीवनासाठी एक महत्त्वपूर्ण धोका आहे, कारण प्राणी प्लास्टिकच्या ढिगाऱ्यात अडकतात किंवा परिणामी इजा होते, गुदमरून मृत्यू होतो.

४) हवामान बदल प्रवेग :

हरितगृह वायू उत्सर्जन हे हवामान बदलामध्ये योगदान देते, ग्लोबल वॉर्मिंग आणि त्याच्याशी संबंधित प्रभाव वाढवते. कार्बन डायऑक्साइड (CO_2) जीवाश्म इंधन जाळण्यापासून उत्सर्जन आणि जंगलतोडीमुळे वातावरणात उष्णता निर्माण होते, ज्यामुळे तापमान वाढते, बर्फाच्या रांगा वितळतात आणि अधिक वारंवार तीव्र हवामानाच्या घटना घडतात. इतर प्रदूषक जसे की मिथेन आणि नायट्रस ऑक्साईड, हवामान बदलास कारणीभूत ठरतात. ज्यामुळे पर्जन्यमान बदलते, समुद्र-पातळी वाढते आणि परिसंस्थांमध्ये बदल होतो.

५) आर्थिक खर्च :

प्रदूषणामुळे समाजांवर आरोग्यसेवा खर्च, पर्यावरण स्वच्छतेचा खर्च आणि उत्पादकता व महसुलातील तोटा यासारखा महत्त्वपूर्ण आर्थिक खर्च होतो. प्रदूषण-संबंधित आजारांशी संबंधित आरोग्यसेवा खर्च, जसे की श्वसन रोग आणि कर्करोग हे आरोग्य सेवा प्रणालींवर ताण आणतात आणि व्यक्तीच्या जीवनाची गुणवत्ता कमी करतात. पर्यावरणीय स्वच्छतेच्या प्रयत्नांसाठी जसे की, दूषित साइट्सवर उपाय करणे आणि खराब झालेल्या इकोसिस्टमचे पुनर्संचयित करणे यासाठी भरीव आर्थिक संसाधने आवश्यक असतात. त्यामुळे हा खर्च भागविण्यासाठी इतर आवश्यक सेवा आणि गुंतवणूकीमधून निधी कपात करावी लागते.

६) शेतीवर होणारे परिणाम :

प्रदूषणामुळे कृषी उत्पादकता आणि अन्न सुरक्षेवर विपरीत परिणाम होतो, ज्यामुळे जागतिक अन्न प्रणालींना धोका निर्माण होतो. वायू प्रदूषण, माती दूषित आणि जलप्रदूषण पिकांच्या वाढीस बाधित आणते, उत्पादन कमी करते

आणि अन्न सुरक्षिततेशी तडजोड करते. कीटकनाशक प्रदूषण हे माती आणि जलस्त्रोतांना दूषित करते, ज्यामुळे पर्यावरणीय असंतुलन निर्माण होते आणि शेतीसाठी आवश्यक असलेल्या फायदेशीर कीटक आणि मातीतील सूक्ष्मजीवांना हानी पोहोचते.

७) पाणी टंचाई आणि प्रदूषण :

प्रदूषणामुळे पाणी टंचाई आणि पाणी दूषित होण्यास हातभार लागतो, ज्यामुळे पिण्यासाठी, स्वच्छतेसाठी आणि शेतीच्या उद्देशांसाठी स्वच्छ पाण्याच्या उपलब्धतेवर परिणाम होतो. औद्योगिक विसर्जन, कृषी प्रवाह आणि प्रक्रिया न केलेले सांडपाणी गोड्या पाण्याचे स्त्रोत दूषित करतात, ज्यामुळे ते मानवी वापरासाठी आणि जलचरांसाठी असुरक्षित बनतात. पाण्याची टंचाई पाण्याशी वापरा संबंधित संघर्ष वाढवते आणि जलसंपत्तीवर अवलंबून असलेल्या उपजीविकेला धोका निर्माण करते, विशेषतः शुष्क आणि दुष्काळी प्रदेशांमध्ये हे दिसून येते.

८) सौंदर्याचा आणि मनोरंजनाचा अभाव :

प्रदूषणामुळे नैसर्गिक वातावरणातील सौंदर्यात्मक आणि मनोरंजनात्मक मूल्य कमी होते, त्यामुळे घराबाहेरील मनोरंजन आणि आनंदाच्या संधी कमी होतात. कचरा, भित्तिचित्र आणि औद्योगिक पायाभूत सुविधा यामुळे परिदृश्य आणि निसर्गरम्य क्षेत्रांच्या नैसर्गिक सौंदर्यापासून विचलित होतात, पर्यटन आणि स्थानिक अर्थव्यवस्थेवर परिणाम करतात. जलप्रदूषण आणि समुद्रकिनाऱ्यावरील कचरा यामुळे किनारपट्टीच्या वातावरणाचा ऱ्हास होतो, ज्यामुळे समुद्रकिनारे आणि मनोरंजनात्मक जल-क्रियाकलापांचे आकर्षण कमी होते.

९) सामाजिक विषमता आणि पर्यावरणीय न्याय :

प्रदूषणाचा उपेक्षित समुदायांवर परिणाम होतो आणि सामाजिक विषमता व पर्यावरणीय अन्याय वाढतो. कमी उत्पन्न असलेले अतिपरिचित क्षेत्र आणि अल्पसंख्याक समुदाय अनेकदा औद्योगिक सुविधा, महामार्ग आणि कचरा विल्हेवाटीच्या ठिकाणांवरील प्रदूषणाचा फटका सहन करतात. ज्यामुळे प्रदूषण-संबंधित आरोग्य समस्यांचे उच्च दर आणि जीवनाची गुणवत्ता कमी होते. या विषमता दूर करणे आणि सर्वांसाठी स्वच्छ हवा, पाणी आणि निरोगी वातावरणाचा समान प्रवेश सुनिश्चित करणे हे पर्यावरणीय न्याय उपक्रमांचे उद्दिष्ट आहे.

१०) दीर्घकालीन पर्यावरणीय प्रभाव :

प्रदूषणाचा दीर्घकालीन पर्यावरणीय प्रभाव निर्माण होतो, पॉलीक्लोरिनेटेड बायफेनिल्स (पीसीबी) आणि क्लोरोफ्लोरोकार्बन्स (सीएफसी) सारखे सतत सेंद्रिय प्रदूषक (पीओपी) अन्न साखळींमध्ये जैव जमा करतात, ज्यामुळे वन्यजीव आणि मानवी आरोग्यास धोका निर्माण होतो. पारा आणि शिसे यासारखे जड धातू हे माती आणि जलमार्ग दूषित करतात, ज्यामुळे परिसंस्थेचे कायमचे नुकसान होते आणि येणाऱ्या पिढ्यांसाठी जैवविविधता आणि मानवी आरोग्यास धोका निर्माण होतो.

४.५.५ प्रदूषण नियंत्रित करण्यासाठी उपाय :

प्रदूषणाचा विस्तार घडून येण्यापूर्वीच त्यावर नियंत्रण प्रस्थापित करणे फायदेशीर ठरते. त्यामुळे पर्यावरण व्यवस्थापन कार्यक्रमांचे आधुनिकीकरण घडवून आणणे महत्त्वाचे ठरते. जेव्हा लोकांमध्ये पर्यावरण संरक्षणाबाबत अधिक जागरूकता निर्माण झालेली असते तेव्हा प्रदूषण नियंत्रणाबाबत शासनावर जास्त दबाव येतो. अर्थात अचानक एकदम परिस्थितीत बदल घडवून आणणे अवघड आहे. मात्र, समस्या निर्माण होण्यापूर्वी तिचा अंदाज येणे व त्यावर प्रतिबंध घालणाऱ्या उपाययोजना निर्माण करणे आवश्यक आहे.

१) स्वच्छ ऊर्जा :

स्वच्छ ऊर्जा किंवा हरित ऊर्जा ही पुनर्विनिकरणात्मक ऊर्जा असून ती पर्यावरणास अपाय पोहोचवत नाही. यात जैवऊर्जा, पाण्याच्या आधारावर निर्माण केलेली ऊर्जा, पवन ऊर्जा, सौरऊर्जा आणि भू औष्णिक ऊर्जा यांचा समावेश होतो. पुढील मुद्यांच्या आधारे त्याची माहिती जाणून घेता येईल.

अ) जैवऊर्जा :

जैवऊर्जा ही वृक्ष आणि रोपटे यासारख्या सजीव घटकांपासून तयार केली जाते. मका आणि सोयाबीन यासारख्या पिकांच्या माध्यमातून ही ऊर्जा निर्माण केली जाते. जैव इंधनाच्या स्वरूपात ही ऊर्जा प्राप्त होते.

ब) पवन ऊर्जा :

पवन चक्क्यांचा वापर करून हवेपासून ऊर्जेची निर्मिती केली जाते. पवन ऊर्जेची निर्मिती करताना कुठल्याही प्रकाराचा वायू उत्सर्ग किंवा घनकचरा याची निर्मिती होत नाही. मात्र, यातून ध्वनी प्रदूषणासारखा नकारात्मक परिणाम समोर येतो.

क) पाण्यापासून निर्माण होणारी ऊर्जा :

पाण्याच्या प्रवाहापासून ही ऊर्जा निर्माण केली जाते. उंचावरून ज्या ठिकाणी पडते अशा ठिकाणी प्रकल्पांची निर्मिती करून ऊर्जा निर्माण केली जाते. धरणांचा पाण्यापासून ऊर्जा निर्माण करणारे प्रकल्प म्हणून जगात सर्वत्र वापर होताना दिसतो.

ड) भू औष्णिक ऊर्जा :

औष्णिक ऊर्जा ही प्रामुख्याने औष्णिक ऊर्जा असून ती पृथ्वीच्या अंतर्गत भागात, म्हणजेच भूपुष्ठाखालील उष्णतेच्या आधारे निर्माण केली जाते. भू औष्णिक ऊर्जा हा देखील पुनर्निर्मितीक्षम ऊर्जास्रोत आहे.

इ) सौरऊर्जा :

सूर्याच्या उष्णतेपासून व प्रकाशापासून ही ऊर्जा निर्माण केली जाते. त्यामुळे अशा प्रकारची ऊर्जा ही अतिशय कमी दरात व सातत्यपूर्णरित्या उपलब्ध होवू शकते. सौरचुलींचा वापर करून ही ऊर्जा निर्माण करता येते तसेच साठवून ठेवता येते.

२) इलेक्ट्रिक आणि संकरित कार्स :

विद्युत बॅटरीच्या आधारावर चालणाऱ्या कार्सदेखील प्रदूषण नियंत्रणाच्या दृष्टीने उपयुक्त आहेत. या कार्समधीच बॅटरी चार्ज करून त्यावर या कार्स चालतात. आधुनिक काळात जास्त वेळा चार्ज राहू शकतील अशा बॅटरीज निर्माण करण्यात आल्या आहेत. त्यामुळे या कार्सचा वापर करण्याचे प्रमाण वाढले आहे. मात्र, या कार्सचा वापर करणे हे अधिक खर्चीक ठरते. संकरित कार्समध्ये इलेक्ट्रिसिटी व गॅस यांचे मिश्रण असते. अशा कार्समध्ये इलेक्ट्रॉनिक मोटार व अंतर्गत ज्वालाग्रही इंजिन बसविलेले असते. यामुळे कमी गॅसचा वापर होतो. या कार्सदेखील प्रदूषण नियंत्रणाच्या दृष्टीने उपयुक्त ठरतात.

३) जलप्रदूषण नियंत्रण :

अत्यंत सोप्या मार्गांचा वापर करून जलप्रदूषणावर आळा घातला जावू शकतो. ते पुढीलप्रमाणे :

अ) पाण्यात किंवा पाण्याच्या स्रोतांजवळ केर-कचरा टाकू नये.

ब) ज्या नदीच्या किंवा तळ्याच्या ठिकाणी लोक राहतात अशा ठिकाणी स्वच्छता मोहीम राबविणे.

क) नदीच्या किंवा तळ्याच्या पाण्यात कपडे धुवू नयेत.

ड) नैसर्गिक खतांचा वापर करण्यावर अधिक थर देणे.

इ) रसायन विरहित जैव खताचा वापर करणे.

फ) पाण्यामध्ये रंग, मोटार इंधन, केमीकल्स यासारख्या घटकांची मिळवणूक करू नये. तसेच सांडपाणीदेखील नद्यांच्या प्रवाहात सोडू नयेत.

४) मृदा प्रदूषणावर नियंत्रण :

मृदेच्या प्रदूषणावर नियंत्रण प्रस्थापित करण्यासाठी, जलप्रदूषण नियंत्रणासाठी सुचविलेले उपाय अमलात आणले जावू शकतात. म्हणजे पाण्याप्रमाणेच जमिनीवर किंवा मृदेतदेखील विषारी व केमीकल्सयुक्त पदार्थ मिसळू नयेत. याशिवाय मृदा प्रदूषण रोखण्यासाठी पुढील काही मार्गांचा अवलंब करता येईल.

अ) जमिनीत किंवा मृदेस उपद्रवी बनविणाऱ्या प्लॅस्टिक, पेपर, अल्युमिनियम व इतर कचरा इ. घटकांचे पुनर्विकरण घडवून आणणे.

ब) वृक्षारोपण करण्यासाठी सामूहिक स्वरुपात प्रयत्न करणे.

क) प्लॅस्टिक बॅग्जऐवजी कापडाच्या पिशव्यांचा अधिक वापर करण्यावर भर देणे.

५) लहान मुले व प्रौढ यांच्यात प्रदूषणाबाबत जागरूकता निर्माण करणे :

प्रदूषण नियंत्रणासाठी लहान मुले व प्रौढ यांच्यात प्रदूषणाबाबत जागरूकता निर्माण करणे आवश्यक आहे. मुलांना लहान वयातच सार्वजनिक आरोग्य व स्वच्छता, नागरिक म्हणून नैसर्गिक संसाधनांबाबत असणारी आपली कर्तव्ये व हक्क यांची शिकवण देणे आवश्यक आहे. जेणेकरून ही मुले पुढे चालून प्रदूषण नियंत्रणविषयक कार्यात सक्रियपणे सहभाग घेतील. मुलांप्रमाणेच प्रौढ वर्गात देखील प्रदूषण नियंत्रणाबाबत जागरूकता निर्माण करण्याची गरज आहे. कारण प्रौढ वयातील लोकच प्रदूषणासाठी जास्त जबाबदार असतात. त्यामुळे त्यांचात जागरूकता निर्माण करून त्यांचे या प्रक्रियेत साहाय्य प्राप्त करून घेणे आवश्यक आहे.

६) स्थानिक लोकांचा सक्रिय सहभाग :

प्रदूषण नियंत्रणासाठीच्या कार्यात स्थानिक लोकांना सक्रियपणे सहभागी करून घेणे आवश्यक आहे. सभोवतालच्या पर्यावरणात प्रदूषण निर्माण करणारे घटक आणि त्यावर नियंत्रण प्रस्थापित करण्यासाठीच्या उपाययोजना याबाबत स्थानिक लोकांना माहिती असायला पाहिजे. कारण स्थानिक लोकांच्या सहभागाशिवाय व सहकार्यास शिवाय प्रदूषण नियंत्रण उपाययोजनांना यश प्राप्त होवू शकत नाही यासाठी स्थानिक प्रदूषण नियंत्रण मंडळाने प्रयत्न करणे आवश्यक आहे.

७) शासनाचा हस्तक्षेप :

पर्यावरणीय परिणाम व सार्वजनिक आरोग्य या कार्यांवर नियंत्रण ठेवणाऱ्या शासकीय विभागांनी सार्वजनिक आरोग्यावर परिणाम घडवून आणणाऱ्या कृती, पर्यावरणीय स्थिती, आणि वेगवेगळ्या जीवन प्रकारावरील प्रदूषणाचे होणारे परिणाम याबाबतची माहिती संकलित केली पाहिजे. प्रत्येक क्षेत्रास अनुसरून पर्यावरणात सुधारणा घडवून आणणे, ही शासकीय विभागांची भूमिका असायला हवी. या माहितीच्या आधारे शासकीय विभागांनी पर्यावरण विकास आणि अंमलबजावणी कार्यक्रम राबविले पाहिजे. म्हणजे प्रदूषण नियंत्रण प्रक्रियेत शासनाचा हस्तक्षेप हा अधिक महत्त्वाचा ठरतो.

८) स्वच्छ उत्पादन प्रक्रियेचा अवलंब :

स्वच्छ कच्च्या मालाचा वापर व पारदर्शक प्रक्रियेचा अवलंब यांना प्रोत्साहन देणे प्रदूषण नियंत्रणाच्या दृष्टीने आवश्यक आहे. उत्पादन प्रकियेतून निर्माण होणारे प्रदूषण हे उत्पादनात घट घडवून आणणारे ठरते. यामुळे उत्पादन प्रक्रियेतून कमीतकमी कचरा निर्माण झाला पाहिजे. वस्तू किंवा संसाधने निरुपयोगी झाली तरी, त्यापासून

पर्यावरणास धोका निर्माण होता कामा नये. त्यामुळे उत्पादनासाठी अशा प्रकारच्या संसाधनांचा वापर करणे आवश्यक आहे.

९) रासायनिक खतांऐवजी जैविक खतांचा वापर :

प्रत्येक शेतकरी पावसाचे पाणी साठवून ठेवण्याचा व शेतीसाठी त्याचा वापर करण्याचा प्रयत्न करत असतो. रासायनिक खते ही अशा साचविलेल्या नद्यांच्या किंवा तळ्याच्या पाण्यात मिसळतात व त्यास प्रदूषित करतात. याचा शेतीतून निर्माण होणाऱ्या अन्नपदार्थांवर देखील परिणाम घडून येतो. रसायनयुक्त खतांचा व रसायन मिश्रित पाण्याचा शेतीसाठी वापर केल्याने अन्नधान्यात देखील त्याचा अर्क उतरतो. त्यामुळे रासायनिक खतांऐवजी जैविक खतांचा वापर करून अन्नधान्य प्रदूषण होण्यापासून रोखणे आवश्यक आहे.

१०) डिपोजिट–रिफंड सिस्टीम :

प्रदूषण नियंत्रणासाठीचीही व्यवस्था अमेरिकेत प्रचलित असलेली दिसते. डिपोजिट–रिफंड सिस्टीमनुसार ग्राहक किंवा वस्तूंचा वापर करणारे, वस्तूचा वापर केल्यानंतर रिकाम्या बाटल्या, खोकी किंवा कॅन परत करून त्याबदल्यात पैसे प्राप्त करू शकतात. या टाकाऊ वस्तू स्विकाराच्या साठीची केंद्रे निर्माण केलेली असतात. ग्राहकांनी वस्तूंचा वापर केल्यानंतर योग्य त्या स्वरुपात किंवा कुठलीही तोडफोड न करता, टाकाऊ वस्तू परत केल्या तर त्यांना ठरावीक रक्कम त्या बदल्यात परत केली जाते. जपानमध्ये देखील अशी व्यवस्था अस्तित्वात आहे. वस्तूचा मूळ उत्पादक, वस्तूची विक्री करणारा, टाकाऊ वस्तूंचा स्वीकार करणारी केंद्रे व स्थानिक नगरपालिका यांच्याद्वारे या टाकाऊ वस्तू स्वीकार केल्या जातात. अमेरिकेत बाटलीमध्ये किंवा कॅनमध्ये असणाऱ्या वस्तूंचा वापर करून रिकाम्या बाटल्यात व कॅन परत करण्याचे प्रमाण जास्त आहे. घनकचऱ्याचे व्यवस्थापन करून प्रदूषणावर नियंत्रण प्रस्थापित करण्याचा हा एक नाविन्यपूर्ण मार्ग आहे.

११) प्रदूषण फी आकारणी :

प्रदूषणावर नियंत्रण प्रस्थापित करण्याचा एक प्रत्यक्ष मार्ग म्हणजे प्रदूषण फी ची आकारणी करणे होय. ज्या उद्योगव्यवसायांतून हवाप्रदूषण व जलप्रदूषण निर्माण करणाऱ्या क्रिया पार पाडल्या जातात, त्या उद्योग व्यवसायांकडून अधिक कर वसूल करणे या दृष्टीने योग्य ठरेल. प्रदूषण निर्माण करणाऱ्या प्रत्येक घटकावर फी आकारली जावी याचा एक फायदा असा होईल की, उद्योगव्यवसाय अतिरिक्त कर भरावा लागू नये व आपले आर्थिक नुकसान होवू नये याची काळजी घेवू लागतील. कचरा निर्मितीवर अधिक नियंत्रण ठेवतील. मात्र, हा कर कशा प्रकारे निर्धारित केला जावा ही एक अडचण आहे. जागतिक तापमान बदलावर नियंत्रण प्रस्थापित करण्यासाठी कार्बन डायऑक्साईड वायूचा उत्सर्जनावर आकारली जाणारी फी हा त्यादृष्टीने एक वादग्रस्त मुद्दा बनला आहे.

▶ ४.६ शाश्वत विकास :

शाश्वत विकास या संकल्पनेत पृथ्वीवरील मर्यादित साधनसंपत्तीच्या उपभोगाचा आणि जतन–संवर्धनाचा विचार केला जातो. सर्वसाधारणपणे त्याचा संदर्भ पुन्हा नव्याने निर्माण करता येण्यासारख्या ऊर्जा साधनांचा आणि चालू ठेवता येण्यासाख्या शेती व वनविषयक पद्धतींचा वापर करण्याबाबत असतो. त्यात खनिजांच्या वापराचाही समावेश होतो. शाश्वत विकास या दोन परस्परसंबंधित संज्ञा आहेत. 'चालू ठेवता येण्यासारखी' किंवा 'शाश्वत' म्हणजे कोणत्याही व्यत्ययाशिवाय सातत्याने व सतत चालणारी कृती होय. दुसरी संज्ञा 'विकास' म्हणजे मानवी जीवनाच्या आर्थिक, सामाजिक किंवा इतर कोणत्याही क्षेत्रातील जगण्याच्या स्थितीमधील गुणात्मक व कायमची सुधारणा होय.

४.६.१ अर्थ :

शाश्वत विकास याचा अर्थ विकास व पर्यावरण यांबाबतच्या आवश्यक गोष्टींचे एकजिनसी एकीकरण असा होतो. म्हणजे हा विकास दीर्घकाल आणि सतत चालू असतो. धोरणकर्ता, उद्योगपती तसेच एकुण समाज यांनी भोवतालचा परिसर व परिस्थिती यांसंबंधीचे मुद्दे विचारात घेतले पाहिजेत. आर्थिक योजना व विकासाची उद्दिष्टे आखताना सध्याची परिस्थिती, परिसर व जैवविविधता यांवरील परिणामांचा विचार केला पाहिजे.

उदाहरणार्थ, अणुऊर्जा संच बसविताना राष्ट्राच्या गरजेबरोबरच त्याच्या इतर संभाव्य परिणामांचाही विचार करावयास हवा. जसे की, वनांचा नाश, उत्सर्जनाद्वारे बाहेर पडणारे किरणोत्सारी टाकाऊ पदार्थ इत्यादी. अविचाराने औद्योगिकीकरण करू लागल्यास शाश्वत विकासात भारतातील भोपाळ वायू दुर्घटना तसेच रशियातील चेर्नोबिल अणू दुर्घटना यांसारखे अपघात घडून कायमचे अडथळे निर्माण होऊ शकतात.

४.६.२ व्याख्या :

शाश्वत विकासाच्या व्याख्या पुढीलप्रमाणे अभ्यासता येतील :

१) माइनहार्ड शोडर :

''शाश्वत विकास म्हणजे, प्रकृतीचे एक तत्त्व आणि भावी पिढी जगण्यासाठीच्या परिस्थितीचे रक्षण करण्याचे एक साधन होय.''

२) टर्नर :

''तत्त्वतः शाश्वत विकासाच्या धोरणात राष्ट्रीय संपत्ती व राष्ट्रीय पर्यावरण यांचा ऱ्हास होऊ न देता स्वीकारार्ह, असा दरडोई वास्तव उत्पन्नाचा दर किंवा गती कायम राखणे याचा समावेश होतो.

३) कॉनवे :

''दशकांपासून शतकांपर्यंत चालू राखलेली एकूण सर्व जैवांची (लळेरीी) निव्वळ उत्पादकता म्हणजे शाश्वत विकास होय.''

४) ब्रुन्टलॅन्ड आयोग :

''भविष्यकालीन पिढ्याना त्यांच्या गरजा भागविता येण्याबाबत कोणतीही अडचण निर्माण होणार नाही अशाप्रकारे सध्याच्या गरजा भागविणे म्हणजे चालू ठेवता येण्यासारखा किंवा शाश्वत विकास होय.''

४.६.३ शाश्वत विकासाची प्रमुख तत्त्वे :

शाश्वत विकासाची प्रमुख तत्त्वे पुढीलप्रमाणे अभ्यासता येतील :

१) न्यायबुध्दीचा वापर (equity) :

१९७२ च्या स्टॉकहोम निवेदनानुसारची दोन तत्त्वे :

i) स्वातंत्र्य, समानता व जीवनातील आवश्यक गोष्टींची पूर्तता मिळण्याचा मानवाचा मूलभूत हक्क आहे. तसेच पर्यावरणाचे रक्षण करून त्यात सुधारणा करण्याची मानवाची नैतिक जबाबदारीही आहे.

ii) हवा, पाणी, जमीन, वनस्पती व प्राणी जीवन इत्यादी साधनसंपत्तीचे काळजीपूर्वक नियोजन व व्यवस्थापन करून रक्षण केले पाहिजे.

२) नैसर्गिक साधनसंपत्तीचा वापर व जतन :

इतर सजीव प्राणी तसेच भविष्यातील पिढ्या यांच्या बाबतीत आपले कर्तव्य असे की, आपण साधनसंपत्तीचे जतन व संवर्धन करून वाढत्या लोकसंख्येला ही साधनसंपत्ती पुरेल याची काळजी घेतली पाहिजे.

३) पर्यावरण रक्षण :

पर्यावरणाचे रक्षण केल्याशिवाय विकास होणार नाही व विकास होण्याकरिता आवश्यक असणाऱ्या साधनसंपत्तीचे जर रक्षण केले गेले नाही तर भविष्यकाळाकरिता व वर्तमानकालीन विकासाकरिता साधनसंपत्ती ही अपुरी पडेल ज्याचा परिणाम विकास प्रक्रियेवर होईल. त्यासाठी निश्चित स्वरूपाची धोरणे हवीत.

४) खबरदारी तत्त्व :

पर्यावरणास होणाऱ्या संभाव्य धोक्यास अगोदरच प्रतिबंध करावयास हवा :

i) राज्य शासन व स्थानिक शासन संस्थांनी अशा प्रकारच्या धोक्यांचा अंदाज घेऊन त्यास प्रतिबंध केला पाहिजे.

ii) शास्त्रीय दृष्टीने खात्री नसली तरीही अशा संभाव्य धोक्यांविरुध्द प्रतिबंध उपाय योजणे पुढे ढकलू नये.

iii) विकसक किंवा कारखानदार यांच्यावर याची कायदेशीर जबाबदारी असते की, त्यांनी त्यांच्या कृतीने पर्यावरणास धोका पोचणार नाही हे सिध्द केले पाहिजे.

५) प्रदूषण करणाऱ्याकडून भरपाईचे तत्त्व :

सर्वोच्च न्यायालयाच्या आदेशानुसार, प्रदूषण करणाऱ्याने नुकसान झालेल्या घटकांना नुकसानभरपाई दिली पाहिजे. तसेच पर्यावरणास झालेल्या हानीच्या भरपाईचा खर्चही संबंधितांनी दिला पाहिजे.

६) सहाय्य व सहकार्य करण्याचे बंधन :

पर्यावरणविषयक समस्यांबाबत सर्वांनी सहाय्य व सहकार्य करणे बंधनकारक आहे. राज्यांनी शास्त्रीय व तांत्रिक ज्ञान परस्परांना दिले घेतले पाहिजे.

७) गरिबीचे निर्मूलन :

गरिबीचा पर्यावरणावर प्रतिकूल परिणाम होत असल्याने विकसनशील देशांनी गरिबी दूर करण्यावर भर दिला पाहिजे.

४.६.४ शाश्वत विकासाची उद्दिष्टे :

शाश्वत विकासाची उद्दिष्टे खालीलप्रमाणे आहेतः

१) ध्येय १ :

दारिद्र्याच्या सर्व प्रकारचा नायनाट करणे.

२) ध्येय २ :

भूक संपविणे, अन्न सुरक्षा आणि सुधारित पोषण मिळविणे आणि शाश्वत शेतीला प्रोत्साहन देणे.

३) ध्येय ३ :

निरोगी आयुष्याची खात्री करणे आणि सर्व वयोगटातील सर्वांच्या कल्याणासाठी प्रोत्साहन देणे.

४) ध्येय ४ :

सर्वसमावेशक आणि न्याय्य गुणवत्तेच्या शिक्षणाची खात्री करुन घेणे आणि सर्वांसाठी आजीवन शिक्षण संधींना प्रोत्साहन देणे.

५) ध्येय ५ :

लैंगिक समानता मिळविणे आणि सर्व महिला आणि मुलींना सक्षम बनविणे.

६) ध्येय ६ :

सर्वांसाठी पाणी आणि स्वच्छतेची उपलब्धता आणि शाश्वत व्यवस्थापन याची खात्री करणे.

७) ध्येय ७ :

सर्वांसाठी परवडणारी, विश्वासार्ह, टिकाऊ व आधुनिक उर्जा मिळण्याची खात्री करणे.

८) **ध्येय ८ :**
शाश्वत, सर्वसमावेशक आणि शाश्वत आर्थिक वाढ, पूर्ण आणि उत्पादक रोजगार आणि सर्वांसाठी सभ्य कार्याला प्रोत्साहन देणे.

९) **ध्येय ९ :**
लवचिक पायाभूत सुविधा तयार करणे, सर्वसमावेशक आणि टिकाऊ औद्योगिकीकरण आणि फॉस्टर इनोव्हेशनला प्रोत्साहन देणे.

१०) **ध्येय १०:**
देशांमधील असमानता कमी करणे.

११) **ध्येय ११ :**
शहरे आणि मानवी वस्ती सर्वसमावेशक, सुरक्षित, लवचिक आणि टिकाऊ बनविणे.

१२) **ध्येय १२ :**
शाश्वत वापर आणि उत्पादन पद्धतीची खात्री करणे.

१३) **ध्येय १३ :**
हवामान बदल आणि त्याच्या परिणामांवर प्रतिकार करण्यासाठी त्वरित कारवाई करणे

१४) **ध्येय १४ :**
शाश्वत विकासासाठी महासागर, समुद्र आणि सागरी संसाधनांचे जतन आणि शाश्वत वापर करणे.

१५) **ध्येय १५ :**
स्थलीय परिसंस्थेच्या शाश्वत वापरास संरक्षण, पुनर्संचयित आणि प्रोत्साहित करणे, शाश्वत वने व्यवस्थापित करणे, लढाई वाळवंट, जमीन खाली कोसळणे आणि जैवविविधतेचे नुकसान थांबविणे.

१६) **ध्येय १६ :**
शाश्वत आणि सर्वसमावेशक संस्थांना शाश्वत विकासासाठी प्रोत्साहन देणे, सर्वांना न्याय आणि सर्व स्तरांवर प्रभावी, जबाबदार व समावेशक संस्था तयार करणे.

१७) **ध्येय १७ :**
अंमलबजावणीची साधने बळकट करणे आणि शाश्वत विकासासाठी जागतिक भागीदारीचे पुनरुज्जीवन करणे.

४.६.५ शाश्वत विकास साधण्यासाठी व्यूहरचना :

शाश्वत विकास साधण्यासाठी खालील व्यूहरचना आहेत :

१) **धोरण एकत्रीकरण आणि संरचना विकास :**
शाश्वत विकास धोरणाचा पाया हा राष्ट्रीय धोरणे आणि संरचनेमध्ये शाश्वत तत्त्वांचे एकत्रीकरण आहे. सरकारांनी आर्थिक, सामाजिक आणि पर्यावरणीय उद्दिष्टांशी जुळवून घेणारी सर्वसमावेशक धोरणे विकसित करणे आवश्यक आहे. यामध्ये स्पष्ट लक्ष्ये निश्चित करणे, नियामक चौकटीचा अवलंब करणे आणि शासनाच्या सर्व स्तरांवर निर्णय घेण्याच्या प्रक्रियेमध्ये शाश्वतता समाकलित करणे समाविष्ट आहे.

२) **शाश्वत पायाभूत सुविधांमध्ये गुंतवणूक :**
शाश्वत पायाभूत सुविधांमध्ये गुंतवणूकीला प्राधान्य देणे महत्त्वाचे आहे. यामध्ये नवीकरणीय ऊर्जेकडे संक्रमण, सार्वजनिक वाहतूक वाढवणे, ऊर्जा-कार्यक्षम इमारतींना प्रोत्साहन देणे आणि स्वच्छ तंत्रज्ञानामध्ये गुंतवणूक करणे समाविष्ट आहे. पायाभूत सुविधा प्रकल्पांनी दीर्घकालीन शाश्वतता, हवामान बदलासाठी लवचिकता आणि पर्यावरणीय प्रभाव कमी करणे याचा विचार केला पाहिजे.

३) शिक्षण आणि जागरूकता :

शाश्वत विकास धोरणाचा एक महत्त्वाचा स्तंभ म्हणजे जनजागृती आणि शिक्षण वाढवणे. यामध्ये शाश्वतता, पर्यावरणीय जागरूकता आणि जबाबदार उपभोग यावर जोर देणाऱ्या शैक्षणिक मोहिमा, कार्यशाळा आणि अभ्यासक्रम विकास यांचा समावेश होतो. पर्यावरणीय साक्षरतेला चालना देणे व्यक्तींना माहितीपूर्ण निवडी करण्यास आणि शाश्वत पद्धतींमध्ये सक्रियपणे सहभागी होण्याचे सामर्थ्य देते.

४) चक्रीय अर्थव्यवस्थेला प्रोत्साहन :

चक्रीय अर्थव्यवस्थेच्या प्रारूपाकडे वळण्यास प्रोत्साहन देणे अत्यावश्यक आहे. यामध्ये कचरा निर्मिती कमी करणे, पुनर्वापरास प्रोत्साहन देणे आणि शाश्वतता व पुनर्वापर करण्यावर लक्ष केंद्रित करून उत्पादनांची रचना करणे यांचा समावेश आहे. चक्रीय अर्थव्यवस्था स्वीकारल्याने संसाधनांचे उत्खनन कमी होते, कचरा कमी होतो आणि शाश्वत उत्पादन-उपभोग चक्राला चालना मिळते.

५) भागीदारी आणि सहयोग मजबूत करणे :

प्रभावी शाश्वत विकासासाठी भागधारकांमधील सहकार्य आवश्यक आहे. यामध्ये सरकार, व्यवसाय, नागरी समाज, शैक्षणिक संस्था आणि आंतरराष्ट्रीय संस्था यांच्यातील भागीदारी समाविष्ट आहे. बहु-भागधारक सहयोग ज्ञानाची देवाणघेवाण, संसाधने एकत्रित करणे आणि शाश्वत विकास प्रयत्नांना चालना देणारे संयुक्त उपक्रम सुलभ करतात.

६) नैसर्गिक संसाधन व्यवस्थापन आणि संवर्धन :

शाश्वत विकास धोरणे नैसर्गिक संसाधनांचे संवर्धन आणि शाश्वत व्यवस्थापनाला प्राधान्य देतात. यामध्ये जैवविविधतेचे संरक्षण करणे, परिसंस्था पुनर्संचयित करणे आणि शाश्वत कृषी पद्धती लागू करणे समाविष्ट आहे. नैसर्गिक अधिवासांचे संरक्षण करणे आणि जैवविविधता जतन करणे पर्यावरणीय संतुलन आणि लवचिक परिसंस्था सुनिश्चित करते.

७) शाश्वत शेती आणि अन्न सुरक्षेला प्रोत्साहन :

अन्न सुरक्षा आणि पर्यावरणीय स्थिरतेसाठी शाश्वत कृषी पद्धतींचे समर्थन करणे महत्त्वाचे आहे. यामध्ये सेंद्रिय शेती, कृषीशास्त्र, कार्यक्षम सिंचन आणि अन्नाचा अपव्यय कमी करणे यांचा समावेश आहे. शाश्वत शेती जमिनीची सुपीकता टिकवून, रासायनिक निविष्ठा कमी करून आणि पर्यावरणाचा ऱ्हास कमी करून अन्न उत्पादन सुनिश्चित करते.

८) हरित वित्तपुरवठा आणि गुंतवणूक :

हरित वित्तपुरवठा यंत्रणा आणि शाश्वत व्यवसायांमध्ये गुंतवणुकीला प्रोत्साहन देणे शाश्वत विकासाच्या दिशेने संक्रमणास गती देते. यामध्ये शाश्वत गुंतवणुकीसाठी प्रोत्साहन देणे, हरित आर्थिक साधने विकसित करणे आणि पर्यावरणीय व सामाजिक प्रभावांसाठी कॉर्पोरेट जबाबदारी वाढवणे यांचा समावेश आहे.

९) हवामान बदल शमन आणि अनुकूलन :

हवामान बदलाला संबोधित करणे हे शाश्वत विकासासाठी अविभाज्य आहे. हरितगृह वायू उत्सर्जन कमी करणे, नवीकरणीय ऊर्जेकडे संक्रमण करणे आणि हवामान-लवचिक पायाभूत सुविधा व आपत्ती सज्जता यासारख्या अनुकूलन उपायांद्वारे लवचिकता वाढवणे, यासारख्या शमन प्रयत्नांवर धोरणांनी लक्ष केंद्रित केले पाहिजे.

१०) निरीक्षण, मूल्यमापन आणि अहवाल :

निरंतर देखरेख, मूल्यमापन आणि स्थिरता उद्दिष्टांच्या दिशेने प्रगतीचा अहवाल देण्यासाठी यंत्रणा कार्यान्वित करणे आवश्यक आहे. स्पष्ट निर्देशक स्थापित करणे, परिणामांचे मूल्यांकन करणे आणि प्रगतीचा नियमितपणे

अहवाल देणे जबाबदारीला प्रोत्साहन देते, धोरण समायोजनांचे मार्गदर्शन करते आणि शाश्वत विकास उपक्रमांमध्ये पारदर्शकता सुनिश्चित करते.

४.७ व्यावसायिक नीतिमूल्ये आणि व्यावहारिक मूल्यांमधील सद्यकालीन प्रवाह :

व्यावसायिक नीतिमूल्ये आणि व्यावहारिक मूल्यांमधील सद्यकालीन प्रवाह व्यवसाय चालविण्याच्या अधिक समग्र, जबाबदार आणि शाश्वत दृष्टिकोनाकडे एक प्रतिमान बदल दर्शवतात. वेगाने विकसित होत असलेल्या जागतिक बाजारपेठेमध्ये केवळ आर्थिक यशाचेच नव्हे तर नैतिक पद्धती, सामाजिक जबाबदारी आणि विश्वास, लवचिकता व दीर्घकालीन यश वाढविण्यात पारदर्शकता यांचे महत्त्व कंपन्या वाढत्या प्रमाणात ओळखतात.

४.७.१ व्यावसायिक नीतिमूल्यांमधील सद्यकालीन प्रवाह :

व्यावसायिक नीतिमूल्यांतील सद्यकालीन प्रवाह विकसित होत असलेल्या सामाजिक अपेक्षा आणि जागतिक आव्हानांच्या दरम्यान जबाबदार आणि नैतिक पद्धतींवर वाढत्या महत्वास प्रतिबिंबित करतात:

१) पर्यावरणीय शाश्वतता एकत्रीकरण :

एका उल्लेखनीय प्रवाहामध्ये पर्यावरणीय स्थिरतेला प्राधान्य देणारे व्यवसाय समाविष्ट आहेत. कंपन्या पर्यावरणपूरक पद्धतींचा अवलंब करत आहेत, कार्बन पदचिन्ह कमी करत आहेत आणि पर्यावरणावर होणारा परिणाम कमी करण्यासाठी हरित तंत्रज्ञानाची अंमलबजावणी करत आहेत. स्थिरता अहवाल आणि निव्वळ-शून्य उत्सर्जन साध्य करण्यासाठी वचनबद्धता अविभाज्य बनली आहे, जी पर्यावरणीय चेतना आणि हवामान बदलाला संबोधित करण्यासाठी कॉर्पोरेट सामाजिक जबाबदारीच्या दिशेने बदल दर्शवते.

२) सामाजिक जबाबदारी आणि विविधता :

सामाजिक जबाबदारी आणि सर्वसमावेशकतेवर अधिक लक्ष केंद्रित केले जात आहे. कंपन्या विविधता, समानता आणि समावेश उपक्रमांचे महत्त्व ओळखत आहेत. त्या कामाच्या विविध पद्धतींना प्राधान्य देत आहेत, न्याय्य वागणूक सुनिश्चित करत आहेत आणि कामाच्या ठिकाणी संस्कृतींमध्ये समावेशकतेला प्रोत्साहन देत आहेत. व्यवसाय देखील सामाजिक कारणांशी सरेखित करत आहेत, उपेक्षित समुदायांना समर्थन देत आहेत आणि लैंगिक समानता, वांशिक न्याय व LGBTQ+ अधिकार यासारख्या सामाजिक समस्यांचे निराकरण करत आहेत.

३) तंत्रज्ञानाचा नैतिक वापर :

तांत्रिक प्रगतीबरोबर माहितीची गोपनीयता, कृत्रिम बुद्धिमत्ता आणि स्वयंचलनाच्या आसपासच्या नैतिक विचारांना महत्त्व प्राप्त झाले आहे. व्यवसायांना माहिती वापराच्या नैतिक परिणामांबद्दल, माहिती संकलनात पारदर्शकता सुनिश्चित करणे, वापरकर्त्यांच्या गोपनीयतेचे संरक्षण करणे आणि नैतिक कृत्रिम बुद्धिमत्ता विकासाला चालना देणे याविषयी वाढत्या प्रमाणात जाणीव होत आहे. नैतिक तंत्रज्ञानाच्या वापरामध्ये पूर्वाग्रह दूर करणे, उत्तरदायित्व सुनिश्चित करणे आणि उदयोन्मुख तंत्रज्ञानाच्या सामाजिक प्रभावांचा विचार करणे समाविष्ट आहे.

४) कॉर्पोरेट गव्हर्नन्स आणि पारदर्शकता :

वर्धित कॉर्पोरेट गव्हर्नन्स आणि पारदर्शकता हे केंद्रबिंदू बनले आहेत. भागधारकांना व्यवसाय कार्यपद्धतींमध्ये अधिक जबाबदारी आणि पारदर्शकता हवी आहे. भागधारकांसोबत विश्वास निर्माण करण्यासाठी आणि अनैतिक वर्तन किंवा कॉर्पोरेट घोटाळे रोखण्यासाठी कंपन्या पारदर्शक अहवाल, नैतिक नेतृत्व आणि मजबूत प्रशासन संरचना स्वीकारत आहेत.

५) पुरवठा साखळी नीतिमूल्ये :

व्यवसाय नैतिक पुरवठा साखळी व्यवस्थापनावर भर देत आहेत. सोर्सिंग पद्धती, वाजवी कामगार परिस्थिती सुनिश्चित करणे आणि कच्च्या मालाचे जबाबदार सोर्सिंग यावर अधिक छाननी होत आहे. कंपन्या नैतिक सोर्सिंगसाठी प्रयत्नशील आहेत, मानवी हक्क उल्लंघनात गुंतलेल्या पुरवठादारांवरील अवलंबित्व कमी करत आहेत आणि शाश्वत व नैतिक पुरवठा साखळी तयार करण्यासाठी वाजवी व्यापार पद्धतींना समर्थन देत आहेत.

६) नैतिक विपणनावर भर :

नैतिक विपणन पद्धतींना महत्व प्राप्त होत आहे. ग्राहक अधिक समजूतदार, सत्यता, प्रामाणिकपणा आणि नैतिक जाहिरातींना प्रोत्साहन देणाऱ्या ब्रँडला पसंती देतात. व्यवसाय दिशाभूल करणारी विपणन युक्ती हरित उपायांपासून दूर जात आहे. सत्य, पारदर्शक संप्रेषण आणि नैतिक मूल्यांशी संरेखित जबाबदार जाहिरातींवर लक्ष केंद्रित करत आहेत.

७) भागधारकांची गुंतवणूक आणि ईएसजी अहवाल :

पर्यावरण, सामाजिक आणि प्रशासन (ESG) अहवालाला प्राधान्य देणाऱ्या व्यवसायांद्वारे भागधारक प्रतिबद्धता विकसित झाली आहे. कंपन्या वाढत्या प्रमाणात गुंतवणूकदार, कर्मचारी, ग्राहक आणि समुदायांसारख्या विविध भागधारकांच्या हिताचा विचार करत आहेत. ईएसजी अहवाल कंपनीची शाश्वतता, सामाजिक प्रभाव आणि नैतिक पद्धती ही गुंतवणुकीच्या निर्णयांवर आणि भागधारकांच्या विश्वासावर प्रभाव टाकणारी वचनबद्धता अधोरेखित करते.

८) नैतिक नेतृत्व आणि कॉर्पोरेट संस्कृती :

कॉर्पोरेट संस्कृतीला आकार देण्यासाठी नैतिक नेतृत्वाला महत्त्व प्राप्त होत आहे. नेत्याने नैतिक मूल्यांना मूर्त रूप देणे, संपूर्ण संस्थांमध्ये सचोटी, जबाबदारी आणि नैतिक निर्णय घेण्याची संस्कृती वाढवणे अपेक्षित आहे. कंपन्या नैतिक नेतृत्व प्रशिक्षणात गुंतवणूक करत आहेत, मूल्यांवर आधारित नेतृत्वावर भर देत आहेत आणि स्पष्ट नैतिक मानके निश्चित करत आहेत.

४.७.२ व्यावहारिक मूल्यांमधील सद्यकालीन प्रवाह :

व्यावहारिक मूल्यांमधील सद्यकालीन प्रवाह विविध व्यवसायांमध्ये नैतिक आचरणाला आकार देणाऱ्या सामाजिक निकषांमध्ये विकसित होणाऱ्या अपेक्षा आणि बदल प्रतिबिंबित करतात :

१) नैतिक नेतृत्वावर भर :

सर्व व्यवसायांमध्ये नैतिक नेतृत्वावर भर दिला जात आहे. नेत्यांनी मजबूत नैतिक मूल्ये, सचोटी आणि निर्णय प्रक्रियेत पारदर्शकता प्रदर्शित करणे अपेक्षित आहे. नैतिक विचारांना प्राधान्य देणाऱ्या, विश्वासाची संस्कृती वाढवणाऱ्या आणि संस्थांना सामाजिक जबाबदारीच्या पद्धतींकडे मार्गदर्शन करणाऱ्या नेत्यांना व्यावसायिक क्षेत्रे अधिकाधिक प्राधान्य देतात.

२) तंत्रज्ञान नैतिकता आणि डिजिटल जबाबदारी :

तंत्रज्ञान हे विविध व्यवसायांचे अविभाज्य घटक बनत असताना, तंत्रज्ञानाच्या नैतिकतेवर लक्ष केंद्रित केले आहे. तंत्रज्ञान, वित्तपुरवठा, आरोग्य सेवा आणि त्यापुढील क्षेत्रातील व्यावसायिक माहितीची गोपनीयता, कृत्रिम बुद्धिमत्ता आणि स्वयंचलनाशी संबंधित नैतिक दुविधांशी लढा देत आहेत. डिजिटल जबाबदारी स्वीकारण्यात तंत्रज्ञानाचा नैतिक वापर सुनिश्चित करणे, वापरकर्त्यांच्या माहितीचे संरक्षण करणे आणि तांत्रिक नवकल्पनांच्या सामाजिक प्रभावांना संबोधित करणे समाविष्ट आहे.

३) विविधता, समानता आणि समावेशन :

व्यावहारिक मूल्यांमध्ये आता विविधता, समानता आणि समावेशनासाठी मजबूत वचनबद्धता समाविष्ट आहे. विविध दृष्टीकोनांचे आणि सर्वसमावेशकतेचे महत्त्व ओळखून, उद्योगांमधील संस्था विविधता, समानता आणि समावेशन उपक्रमांना प्राधान्य देत आहेत. व्यावसायिक निष्पक्ष प्रतिनिधित्वासाठी, पद्धतशीर पूर्वाग्रहांना संबोधित करण्यासाठी आणि सर्वसमावेशक कार्य पर्यावरणास प्रोत्साहन देत आहेत जे फरकांना महत्त्व देतात.

४) व्यवसायांमध्ये सामाजिक जबाबदारी :

व्यावसायिकांमध्ये सामाजिक जबाबदारीकडे एक लक्षणीय कल आहे. कायदा, आरोग्यसेवा, वित्तपुरवठा आणि अभियांत्रिकी यासारखी क्षेत्रे त्यांच्या पद्धतींमध्ये सामाजिक प्रभाव वाढवत आहेत. वकील व्यावसायिक कामात गुंततात, आरोग्यसेवा व्यावसायिक सामुदायिक आरोग्य कार्यक्रमांमध्ये भाग घेतात आणि आर्थिक व्यावसायिक नैतिक गुंतवणुकीसाठी पाठपुरावा करतात तसेच सामाजिक हितासाठी व्यापक बांधिलकी दर्शवितात.

५) व्यवसायांमध्ये पर्यावरणीय जाणीव :

पर्यावरणीय शाश्वतता हे प्रमुख व्यावसायिक मूल्य बनले आहे. विविध क्षेत्रांतील व्यवसाय पर्यावरण-पूरक पद्धती आणि शाश्वततेच्या मानकांशी जुळवून घेत आहेत. हरित इमारत बांधणी करणाऱ्या अभियंत्यापासून ते पर्यावरणपूरक सोर्सिंगला प्राधान्य देणाऱ्या साखळी व्यावसायिकांपर्यंत पर्यावरणीय प्रभाव कमी करण्यासाठी व्यावसायिकांच्या भूमिकेची पोचपावती वाढत आहे.

६) कृत्रिम बुद्धिमत्ता आणि डेटा नालिटिक्स मधील नैतिकता :

माहिती-आधारित क्षेत्रातील व्यावसायिक कृत्रिम बुद्धिमत्ता आणि माहिती विश्लेषणामध्ये नैतिक विचारांशी लढत आहेत. नैतिकतावादी, माहिती शास्त्रज्ञ आणि संशोधक जबाबदार माहिती वापरासाठी, अल्गोरिदममधील पूर्वाग्रह दूर करण्यासाठी आणिकृत्रिम बुद्धिमत्ता व्यवस्था निर्णय घेण्यामध्ये निष्पक्षता, उत्तरदायित्व आणि पारदर्शकतेला प्राधान्य देत असल्याचे सुनिश्चित करत आहेत.

७) व्यावसायिक सचोटी आणि जबाबदारी :

व्यावहारिक मूल्ये अधिकाधिक सचोटी आणि उत्तरदायित्वावर जोर देतात. अधिक सार्वजनिक छाननीद्वारे आणि पारदर्शकतेच्या मागणीद्वारे, व्यावसायिकांनी उच्च नैतिक मानकांचे पालन करणे अपेक्षित आहे. वित्तपुरवठा, लेखापरीक्षण, कायदा आणि आरोग्यसेवा या क्षेत्रातील व्यावसायिकांवर नैतिक मार्गदर्शक तत्त्वांचे पालन करण्याचा, विश्वास आणि विश्वासार्हता वाढवण्याचा जास्त दबाव असतो.

८) सतत शिकणे आणि नैतिक विकास :

सर्व व्यवसायांमध्ये सतत शिक्षण आणि नैतिक विकासाकडे कल आहे. जटिल नैतिक दुविधा प्रभावीपणे समायोजित करण्यासाठी व्यावसायिक हे नैतिक प्रशिक्षण, कार्यशाळा आणि चालू शिक्षणात व्यस्त असतात. विकसित होत असलेल्या नैतिक आव्हानांना तोंड देण्यासाठी व्यावसायिकांना साधनांद्वारे सुसज्ज करण्यासाठी संस्था नैतिक प्रशिक्षण कार्यक्रमांमध्ये गुंतवणूक करतात.

बहुविकल्पी प्रश्न

१) ---------- हा पर्यावरणीय शाश्वतता सुनिश्चित करण्यासाठी संसाधनांचा जबाबदार वापर आहे.
अ) संवर्धन ब) शोषण क) निष्काळजीपणा ड) उदासीनता

२) ---------- हा पर्यावरणावर अनियंत्रित औद्योगिक क्रियाकलापांचा एक प्रमुख परिणाम आहे.
अ) समृद्धी ब) अधोगती क) सुसंवाद ड) कायाकल्प

३) शाश्वत विकासाचे उद्दिष्ट ---------- शी तडजोड न करता सध्याच्या गरजा पूर्ण करणे आहे.
अ) भूतकाळ ब) भविष्य क) उपस्थित ड) जीवाश्म इंधन

४) ---------- ही नैसर्गिक संसाधनांच्या गैरवापराशी संबंधित एक गंभीर समस्या आहे.
अ) नवोपक्रम ब) ऱ्हास होणे क) संपन्नता ड) विपुलता

५) पर्यावरणीय ---------- म्हणजे परिसंस्थेच्या ऱ्हासाकडे नेणारी कोणतीही क्रिया.
अ) जतन ब) शोषण क) जीर्णोद्धार ड) संवर्धन

६) ---------- च्या उद्दिष्टांमध्ये गरिबी निर्मूलन, पर्यावरणीय शाश्वतता आणि सामाजिक समता यांचा समावेश होतो.
अ) शाश्वत विकास ब) जलद वाढ क) तात्काळ नफा ड) अनिर्बंध विस्तार

७) व्यावसायिक नीतिमूल्यांमधील सद्यकालीन प्रवाह कॉर्पोरेट निर्णय घेण्यामध्ये ---------- वर जोर देतात.
अ) नफा वाढवणे ब) पारदर्शकता क) शोषण ड) गुप्तता

८) व्यावहारिक मूल्ये व्यक्तींना त्यांच्या ---------- मध्ये नैतिक निर्णय घेण्यास मार्गदर्शन करतात.
अ) वैयक्तिक जीवन ब) अलगीकरण
क) व्यावसायिक भूमिका ड) अज्ञान

९) ---------- हे वायू आणि जल प्रदूषणाचे प्राथमिक कारण आहे.
अ) संवर्धन ब) औद्योगिकीकरण क) शाश्वत विकास ड) वनीकरण

१०) ---------- हे पर्यावरणावरील प्रभाव कमी करण्यासाठी कचऱ्याचे जबाबदार व्यवस्थापन आहे.
अ) विल्हेवाट ब) संचय क) पुनर्वापर ड) दुर्लक्ष

११) ---------- च्या संकल्पनेमध्ये आर्थिक आणि पर्यावरणीय विचारांमध्ये संतुलन राखणे समाविष्ट आहे.
अ) शोषण ब) शाश्वत विकास क) निष्काळजीपणा ड) ग्राहकवाद

१२) समाजासाठी सकारात्मक योगदान देण्याची व्यवसायांची नैतिक जबाबदारी ---------- आहे.
अ) कॉर्पोरेट सामाजिक जबाबदारी ब) नफा वाढवणे
क) शोषण ड) अनैतिक आचरण

१३) ---------- मध्ये भविष्यातील पिढ्यांसाठी नैसर्गिक संसाधनांचे नूतनीकरण समाविष्ट आहे.
अ) ऱ्हास होणे ब) संवर्धन क) निष्काळजीपणा ड) शोषण

१४) ---------- हे जंगलतोडीचा सामना करण्यासाठी आणि जैवविविधतेला प्रोत्साहन देण्यासाठी एक उपाय आहे.
अ) वनीकरण ब) औद्योगिकीकरण क) दुर्लक्ष ड) कमी होणे

१५) ---------- चे मुख्य तत्व म्हणजे व्यावसायिक धोरणांमध्ये पर्यावरणीय आणि सामाजिक विचारांचे एकत्रीकरण.
अ) शाश्वत विकास ब) नफा वाढवणे क) निष्काळजीपणा ड) ग्राहकवाद

१६) ---------- हे नैसर्गिक अधिवास आणि परिसंस्था यांचे संरक्षण आणि जतन करण्याचे नैतिक बंधन आहे.

अ) अध:पतन **ब)** संवर्धन **क)** शोषण **ड)** उदासीनता

१७) ---------- मध्ये पर्यावरणीय प्रभाव कमी करण्यासाठी ऊर्जा संसाधनांचा जबाबदार वापर समाविष्ट आहे.

अ) अक्षय **ब)** कमी होणे **क)** निष्काळजीपणा **ड)** उदासीनता

१८) ---------- म्हणजे पर्यावरणाची हानी करणाऱ्या घातक पदार्थांची अयोग्य विल्हेवाट लावणे.

अ) संवर्धन **ब)** दुर्लक्ष **क)** प्रदूषण **ड)** वनीकरण

१९) शाश्वत विकासाच्या ---------- मध्ये आर्थिक, सामाजिक आणि पर्यावरणीय परिमाणे समाविष्ट आहेत.

अ) संकल्पना **ब)** ध्येय **क)** तत्त्वे **ड)** निष्काळजीपणा

२०) ---------- हा वर्तमान आणि भावी पिढ्यांच्या कल्याणाचा नैतिक विचार आहे.

अ) शोषण **ब)** शाश्वत विकास **क)** नफा वाढवणे **ड)** दुर्लक्ष

२१) ---------- हे सर्व सजीवांना आदराने व विचाराने वागवण्याचे नैतिक तत्व आहे.

अ) संवर्धन **ब)** उदासीनता **क)** अधोगती **ड)** प्राणी कल्याण

२२) शाश्वत विकासाचे ---------- जागतिक आव्हाने एकत्रितपणे हाताळण्यावर लक्ष केंद्रित करतात.

अ) ध्येय **ब)** दुर्लक्ष **क)** नफा वाढवणे **ड)** ग्राहकवाद

२३) ---------- मध्ये नैसर्गिक संसाधनांचा अपव्यय टाळण्यासाठी जबाबदार व्यवस्थापन समाविष्ट आहे.

अ) शोषण **ब)** संवर्धन **क)** अधोगती **ड)** दुर्लक्ष

२४) ---------- ही माहिती सत्यतेने आणि पारदर्शकपणे उघड करण्याचे नैतिक बंधन आहे.

अ) प्रामाणिकपणा **ब)** गुप्तता **क)** निष्काळजीपणा **ड)** फसवणूक

२५) टंचाई टाळण्यासाठी जलस्त्रोतांचा जबाबदार वापर हा ---------- आहे.

अ) संवर्धन **ब)** शोषण **क)** कमी होणे **ड)** निष्काळजीपणा

२६) ---------- मध्ये वस्तू आणि सेवांच्या उत्पादन आणि विपणनामध्ये नैतिक विचारांचा समावेश आहे.

अ) ग्राहकवाद **ब)** नफा वाढवणे **क)** दुर्लक्ष **ड)** शोषण

२७) ---------- हे कार्बन उत्सर्जन कमी करणे आणि हवामान बदल कमी करण्याचे नैतिक तत्व आहे.

अ) संवर्धन **ब)** शाश्वतता **क)** अधोगती **ड)** निष्काळजीपणा

२८) ---------- ही संकल्पना आर्थिक क्रियाकलापांमध्ये नैसर्गिक संसाधनांच्या जबाबदार वापरास प्रोत्साहन देते.

अ) संपन्नता **ब)** संवर्धन **क)** शोषण **ड)** दुर्लक्ष

२९) कर्मचारी आणि भागधारक यांच्याशी न्याय्य वागणूक सुनिश्चित करण्याची ---------- ही नैतिक जबाबदारी आहे.

अ) शोषण **ब)** दुर्लक्ष **क)** शाश्वतता **ड)** निष्पक्षता

३०) व्यावसायिकांचे नैतिक ---------- कामाच्या ठिकाणी त्यांच्या वर्तनाचे मार्गदर्शन करतात.

अ) निष्काळजीपणा **ब)** मूल्ये **क)** शोषण **ड)** ग्राहकवाद

उत्तरे : १) अ, २) ब, ३) ब, ४) ब, ५) ब, ६) अ, ७) ब, ८) क, ९) ब, १०) क, ११) ब, १२) अ, १३) ब, १४) अ, १५) अ, १६) ब, १७) अ, १८) क, १९) ब, २०) ब, २१) ड, २२) अ, २३) ब, २४) अ, २५) अ, २६) अ, २७) ब, २८) ब, २९) क, ३०) ब.

सरावासाठी प्रश्न

प्र. १. पर्यावरणातील नीतिमूल्ये म्हणजे काय? पर्यावरण संरक्षणातील नीतिमूल्यांची भूमिका स्पष्ट करा.

प्र. २. पर्यावरणीय संकटाचा अर्थ सांगून त्याचे पैलू स्पष्ट करा.

प्र. ३. पर्यावरणीय संकटाची कारणे स्पष्ट करा.

प्र. ४. पर्यावरणीय संकट टाळण्यासाठीच्या उपाययोजना विशद करा.

प्र. ५. पर्यावरणाच्या ऱ्हासाचा अर्थ आणि कारणे स्पष्ट करा.

प्र. ६. पर्यावरणाच्या ऱ्हासासाठी जबाबदार असणारे घटक स्पष्ट करा.

प्र. ७. पर्यावरणाच्या ऱ्हासाचे परिणाम/समस्या स्पष्ट करा.

प्र. ८. पर्यावरणाचा ऱ्हास रोखण्यासाठीच्या उपाययोजना विशद करा.

प्र. ९. नैसर्गिक संसाधनांच्या ऱ्हासाचा अर्थ आणि त्याची कारणे स्पष्ट करा.

प्र. १०. नैसर्गिक संसाधनांच्या ऱ्हासाच्या परिणामांबद्दल तपशीलवार माहिती सांगा.

प्र. ११. नैसर्गिक संसाधनांचा ऱ्हास रोखण्यासाठीच्या उपाययोजना विशद करा.

प्र. १२. प्रदूषण म्हणजे काय? प्रदूषणाची कारणे स्पष्ट करा.

प्र. १३. प्रदूषणाचे परिणाम विशद करा.

प्र. १४. प्रदूषण नियंत्रणाचे उपाय सांगा.

प्र. १५. शाश्वत विकास म्हणजे काय? शाश्वत विकासाची तत्त्वे आणि उद्दिष्टे सांगा.

प्र. १६. शाश्वत विकास साधण्यासाठीच्या व्यूहरचना स्पष्ट करा.

प्र. १७. व्यावसायिक नीतिमूल्ये आणि व्यावहारिक मूल्यांमधील सद्यकालीन प्रवाह विशद करा.

प्र. १८. **खालील विषयांवर टिपा लिहा :**

१) पर्यारणातील नीतिमूल्ये.

२) पर्यावरणीय संकट.

३) शाश्वत विकास.

४) प्रदूषण.

५) नैसर्गिक संसाधनांचा ऱ्हास.

६) व्यावसायिक नीतिमूल्यांमधील सद्यकालीन प्रवाह.

७) व्यावहारिक मूल्यांमधील सद्यकालीन प्रवाह.

८) पर्यावरणाच्या ऱ्हासाशी संबंधित समस्या.